आपल्या
स्नेहीजनांना
पुस्तके
भेट द्या

साक्षात्काराची देणगी

ओशो

अनुवाद
प्रज्ञा ओक

मेहता पब्लिशिंग हाऊस

SAKSHATKARACHI DENGI - in Marathi

Marathi Translation Copyright © 2001
Osho International Foundation All rights reserved

Originally Published in English as 'The New Dawn' (Chapters 12-22)

Copyright © 1989 Osho International Foundation
All rights reserved.

Translated in Marathi Language by Pradnya Oak

साक्षात्काराची देणगी

संयोजन : स्वामी अमानो मनीष

अनुवाद : प्रज्ञा ओक
१७३३ सदाशिव पेठ, महेश रेसिडेन्सी, टिळक रोड, पुणे ३०.

मराठी अनुवादाचे व प्रकाशनाचे हक्क मेहता पब्लिशिंग हाऊस, पुणे

प्रकाशक : सुनील अनिल मेहता, मेहता पब्लिशिंग हाऊस,
१९४१, सदाशिव पेठ, माडीवाले कॉलनी, पुणे ४११०३०.
✆ ०२०-२४४७६९२४ / २४४६०३१३
E-mail: info@mehtapublishinghouse.com
Website: www.mehtapublishinghouse.com

मुखपृष्ठ : मेहता पब्लिशिंग हाऊस

प्रकाशनकाल : ऑगस्ट, २००१ / नोव्हेंबर, २००७ /
पुनर्मुद्रण : मार्च, २०१२

ISBN 81-7766-202-3

ओशोंच्या सर्व मूळ 'श्राव्य' ध्वनिफीतींची माहिती

प्रत्यक्ष प्रेक्षकांसमोर ओशोंनी दिलेल्या सर्व प्रवचनांचा लिखित स्वरूपातला शब्दन्शब्द पुस्तकांच्या रूपात उपलब्ध आहे.

ही सर्व प्रवचनं पुस्तक रूपात प्रकाशित झालेली आहेत, शिवाय प्रत्यक्ष प्रवचनांची ध्वनिमुद्रणं, कॅसेट तसंच सीडींच्या स्वरूपातही आहेत. या सर्व ध्वनिमुद्रणांची, तसंच लिखित साहित्याची संपूर्ण माहिती ओशो लायब्ररीत www.osho.com वर मिळू शकेल.

ओशोंची वेबसाइट

www.osho.com

वेबसाइटची वैशिष्ट्ये

वेबसाइट हिंदी भाषेतही. ओशोंचे संपूर्ण साहित्य ई बुक्स माध्यमात सर्च सुविधेसह. ओशोंची प्रवचने एमपी ३ स्वरूपात. ओशो इंटरनॅशनल न्यूजलेटर चे विनामूल्य सदस्य होता येते. ओशोंची वचने एसएमएस मार्फत रोज तुमच्या मोबाइलवर पाठविली जातात. ओशोंच्या ध्यानविधीविषयी माहिती व्हिडियोद्वारे वेबसाइटवर मिळेल. ओशो मल्टीव्हर्सिटीच्या कार्यक्रमाविषयी माहिती ओशो इंटरनॅशनल मेडिटेशन रिझॉर्टची झलक व माहिती, ओशोंच्या प्रवचनांच्या व्हिडियो क्लिप्स, ऑडियो ग्रीटिंग्ज, आणि टॅरो कार्ड वाचन अशा विविध माहितींचा खजिना या वेब साइटवर आहे.

मनुष्य ज्ञानस्वरूप, एकरूप असून मनुष्याचा आत्मा आहे.

सहा

मनोगत

'द न्यू डॉन' या इंग्रजी पुस्तकाच्या अनुवादाचा हा दुसरा भाग. पहिल्या पुस्तकाच्या वेळी 'अध्यात्म' या विषयातलं सौंदर्य जाणवलं होतं. आता दुसऱ्या पुस्तकाच्या वेळी त्यातली सखोलता जाणवून गेली. ओशोंच्या विचारांची खोली इतकी प्रचंड आहे, की अनुवाद करताना अफाट वैचारिक समृद्धीची अनुभूती येते.

माणसाचं व्यक्तिमत्त्व म्हणजे अनेक धाग्यांनी विणलेलं वस्त्र! त्यातल्या अत्यंत नाजूक अशा धाग्यांवर, माणसाच्या विविध कंगोऱ्यांवर ओशोंनी सुंदर शब्दांमधे भाष्य केलंय.

पहिल्या पुस्तकाच्या मनोगतात व्यक्त केल्याप्रमाणे, ओशोंची भाषा म्हणजे प्रतिभावंत कवीची कविताच! मराठी अनुवाद करताना त्या कवितेचं सौंदर्य आपल्यापुढे उलगडण्याचा यथाशक्ती प्रयत्न केलेला आहे.

आमचे स्नेही अध्यात्मातील एक व्यासंगी श्री. जी. एन्. केळकर, तसंच, 'ऑब्झर्व्हर ऑफ बिझिनेस ॲन्ड पॉलिटिक्स'चे पुण्यातले विशेष प्रतिनिधी, ज्येष्ठ पत्रकार डॉ. किरण ठाकूर या दोघांनीही वेळोवेळी माझ्या शंकांचं निरसन करून मोलाचं सहकार्य केलं. त्यांचे आभार मानावे तितके कमीच.

दिलीप ओकांनी नेहमीप्रमाणे हस्तलिखित तपासून दिलं. ते सहकार्य मोलाचं! पुन्हा एकदा सुनील मेहतांना मन:पूर्वक धन्यवाद!

प्रज्ञा ओक

अनुक्रम

सत्र : एक

२४ जून १९८७ सकाळ

तुम्ही तुमचं स्वत:चं जग कसं निर्माण करता याविषयी स्पष्टपणानं विचार करण्यासाठी मी तुम्हाला मदत करू इच्छितो. माझ्या दृष्टीनं तुम्हीच तुमचं जग आहात आणि त्या जगाचे निर्माते आहात. तुमच्या आयुष्यात काय घडेल याविषयी तुमचा भूतकाळ किंवा कोणी ईश्वर काहीही सांगू शकत नाही. तुम्हीच ते ठरवणारे आहात. तेव्हा त्याची संपूर्ण जबाबदारी स्वीकारा, बलवान बना, ताकद ठेवा आणि परिवर्तनासाठी प्रयत्न करा.

तुम्हाला सांत्वना हवी असेल तर दुसरीकडे जा

प्रिय ओशो

मागे तुम्ही दिलेल्या स्त्रीच्या प्रेमा-विषयीच्या उत्तराचा संदर्भ असा की, स्त्री ही नेहमी पुरुषाच्या बँकेतल्या शिलकीवर नजर ठेवून प्रेम करते. तसं पुरुषाचं नसतं. पण मला असं जाणवतंय की, मी तर पुरुषाला नुसतं पाहू सुद्धा शकत नाही, मग प्रेम-बीम फारच दूर!

माझ्या आईच्या मनात पक्का असलेला पुरुषांच्या विषयीचा राग मलाही पटतो. एखादा पुरुष माझ्यावर प्रेम करण्याच्या उद्देशानं कधी जवळ आला तर मी अक्षरश: दूर पळते आणि त्याला माझा पाठलाग करण्यासाठी भाग पाडते. हा माझा खेळ खूप वाईट आहे, घाणेरडा आहे. ओशो, हा माझ्या मनातला पुरुषांविषयीचा कचरा बाहेर टाकायला कृपा करून तुम्ही मदत करा. आणि पुरुषांकडे स्वच्छ मनानं पहाण्यासाठी, त्यांच्यातली सुंदरता जाणून घेण्यासाठी मला योग्य अशी समर्थ बनवा. ते देत असलेल्या भेटी, प्रेम स्वीकारण्याची माझ्यात ताकद निर्माण करा.

ध्याननिधी...

तुझ्या प्रश्नाचं उत्तर देण्यापूर्वी मला तुम्हा सर्वांना एक गोष्ट स्पष्ट करावीशी वाटते ती म्हणजे, तुमच्या वैयक्तिक संबंधांच्या प्रश्नाबाबत, माझा दृष्टिकोन समजून घेण्याची जर तुमची कुवत नसेल, तर तसले प्रश्न तुम्ही माझ्यापर्यंत आणूच नका! कारण खोटं बोलून मी तुमचं समाधान करू शकत नाही. मी फक्त तुमचं समाधान करणारा असा नाही. अगदी लहान मुलाला सांभाळण्याजोगं काम तुम्ही हट्टानं माझ्याकडून करून घेऊ नका.

जेव्हा एखादा प्रश्न घेऊन तुम्ही माझ्याकडे येता तेव्हा माझा स्वत:चा दृष्टिकोन, माझे स्पष्ट विचार आणि माझी मतप्रणाली स्पष्टपणे समजून घ्यायची तुमची तयारी असली पाहिजे. मग माझे विचार तुमच्या अहंकाराच्या विरुद्ध जाणारे का असेनात! पण ते समजून घ्यायला पाहिजेत. कारण तुमचे प्रश्नच मुळी तुमच्या अहंकारातूनच निर्माण झालेले आहेत. आणि हीच तुमची मूळ अडचण आहे.

माझ्या बाबतीत विचार करायचा झाला तर तुमच्या वैयक्तिक नातेसंबंधात मला अजिबात रस नाही. कारण ते नातेसंबंध ही केवळ तुमची अशी दु:स्वप्नं आहेत. तुम्ही आपणहून अंगावर घेतलेली दु:खं आहेत.

शतकानुशतकं अनेक धर्मांनी हेच केलेलं आहे. त्यांनी प्रत्येकासाठी

स्पष्टीकरणं शोधलेली आहेत की ज्यामुळे कोणतीच गोष्ट बदलू शकणार नाही आणि त्यामुळे जागृतावस्थेत किंवा सावध अवस्थेत तुमची कुठल्याच बाजूनं वाढ होणार नाही. ते फक्त होमिओपॅथीच्या साखरेच्या गोळ्या तुम्हाला देत रहातात की गेल्या जन्मीच्या तुमच्या पापकृत्यांमुळे या जन्मात तुम्हाला दुःखं भोगावी लागतायत. आता तुम्ही यात काय करायचं? तर ते जसं आहे तसं स्वीकारायचं आणि धीर धरून वाट पहात रहायची. कारण ईश्वर दयाळू असल्यानं तो तुम्हाला क्षमा करणारच! ही एक अफूची गोळी आहे. ती तुम्हाला सतत अर्धनिद्रेतच ठेवते.

मंडळी नेहमीच या खोट्या समाधानाचा आसरा घेत जगत असतात, कारण स्वतःच्या जाणिवांमध्ये काही बदल करण्याचा त्रास त्यांना टाळायचा असतो. त्यांच्या पूर्वापार समजुती, त्यांच्या मनाचा कल बदलण्यासाठी त्रास घ्यायला ते कबूल नसतात. कोणताच बदल कुणाला नकोच असतो आणि तो घडत पण नाही. कारण तुम्ही काहीही करू शकत नाही. आहे त्या स्थितीत पूर्ण आरामात राहणं, नशीब म्हणून ते जसंच्या तसं स्वीकारणं, अशा तऱ्हेच्या जगण्यात जेव्हा काहीच कृती होऊ शकत नाही तेव्हा आहे तसं स्वीकारणं हेच फक्त शक्य होतं.

समोर येईल ते तसंच्या तसं स्वीकारणं म्हणजेच शांती मिळवणं, मृतवत होणं, निराशा, यातना, दुःखं हे सारं सारं त्यात लपून जाणं. तुमच्या हातात काहीच नसून हे सारं ईश्वराचं आहे याची पक्की जाणीव ठेवून जगत राहणं. ईश्वराच्या हातातलं बाहुलं म्हणून जगणं. त्यानं दोरी ओढली की तुम्ही नाचणार, त्याला तुमचं जे काही करावंसं वाटेल ते तो करणार.

अर्धनिद्रेतच तुम्ही आयुष्य कंठावं, यासाठी तो मदत करणार. या अशा सर्व परिस्थितीमुळे तुम्ही सर्वच जबाबदारीतून मोकळे होता, सुटून जाता. तुम्ही काहीच करू शकत नसल्यानं जे काही घडतं त्याची जबाबदारी तुमच्यावर येतच नाही, तुमच्या दुःखात किंवा तुमच्या सुहृदांच्या दुःखात तुमचा वाटा काहीच नसतो. सारं काही ईश्वराधीन!

आणि हे विषचक्र तुमच्या संपूर्ण आयुष्यभर परत परत त्याच प्रकारे कार्यरत रहात असतं. हळूहळू तुम्ही त्या विषचक्रात सरावाचे होऊन जाता, मोकळेपणानं वागता. तुम्हाला माहीतेय का यालाच सगळेजण आयुष्य म्हणतात आणि म्हणूनच आत्तापर्यंत मानवी नातेसंबंधात कोणतीच क्रांती झालेली नाही.

एकत्र राहून स्त्रीपुरुषांना अत्यंत दुःखाला सामोरं जावं लागतं, ते एकमेकांना अनेक प्रकारे त्रास देत असतात. पण तरीही गेल्या दहा हजार वर्षांत या नात्यात कोणतीही सुधारणा होऊ शकली नाही, क्रांती झाली नाही, बदल झाला नाही. तुमच्या वाडवडिलांनी केलं तेच तुम्ही करता. तेच तुमची मुलं तुमच्यापासून शिकणार आणि तीसुद्धा तेच करणार. आयुष्य असंच जगावं लागतं ही तुमची

समजूत. तेव्हा तुम्हाला फक्त मनाचं समाधान करून घ्यायचं असेल तर सरळ दुसरीकडे जा. एखाद्या कॅथॉलिक, प्रॉटेस्टंट, हिन्दू किंवा मुसलमान किंवा ज्यू पुरोहितांकडे जा. ते तुला मदत करू शकतील.

तुमच्या मनाचं समाधान करण्यासाठी मी इथं बसलेलो नाही. कारण समाधान करणं, सांत्वन करणं हे मी विषासमान मानतो.

तुम्ही तुमचं जग स्वत: निर्माण करण्यासाठी मदत करण्याची माझी इच्छा आहे. माझ्या दृष्टीनं तू म्हणजेच तुझं जग आहे. आणि त्या जगाची निर्मातीही तूच आहेस. तुझं भूतकाळातलं जीवन किंवा परमेश्वर, यांचा तुझ्या भविष्यकाळातल्या जगण्याशी काहीही संबंध नाही. तूच तुझ्या आयुष्यातली निर्णय घेणारी गोष्ट आहेस. तेव्हा जे घडेल त्याची जबाबदारी घे, कणखरपणा अंगी बाणव, चिकाटी ठेव आणि बदल घडवून आणण्यासाठी प्रयत्न चालू ठेव.

पण घडतं काय? तर पहिल्यांदा तू मला प्रश्न करतेस आणि मी जर उत्तर दिलं नाही तर तुला मी टाळतोय असं तुला वाटतं. परवाच तू म्हणालीस की, ''इतक्या वेळा मी तुम्हाला प्रश्न विचारले आणि तुम्ही उत्तरही दिलं नाहीत.

तुम्ही मला टाळताय असं वाटलं...!''

तू तर मला अवधीच दिला नाहीस. जर का मी उत्तर दिलं तरीही तू दुखावणारच! कारण माझं उत्तर तुला दुखवणारंच असतं, अत्यंत दुखवणारं असतं. कारण ते उत्तर म्हणजे तुम्ही झाकलेल्या जखमा उघड्या करणारं असतं; की ज्यातल्या काही गोष्टी तुम्हाला माहीतच नसतात.

कालचीच रात्र. ध्यानओम आणि त्याची मैत्रीण लतिफा यांच्याबद्दल मी बोलत होतो. कारण ते दोघंजण सतत भांडत असतात. त्यांची मनोवृत्ती तशीच पक्की झाली होती. प्रत्येकजण दुसऱ्यावर अधिकार गाजवत होता आणि ते दोघंही तसे कणखरच होते. दोघांपैकी कुणीच पडतं घेणारा नसल्यानं त्यावर कोणताच उपाय चालत नव्हता.

त्यांतला एखादा जरी कमकुवत असता, पडतं घेणारा असता तरीही त्यांचा प्रश्न तसाच राहिला असता. फक्त दृश्य स्वरूपात काही न दिसता शीतयुद्ध चालू राहिलं असतं. अंतर्गत बेबनाव चालूच राहिला असता. पण दोघंही तसे कणखरच होते. आणि तसं कणखर असायलाही काही हरकत नाही! पण त्या कणखरपणाचा दुरुपयोग केला गेला होता. एखाद्या उत्तम गुणांचासुद्धा दुरुपयोग होऊ शकतो. म्हणजे मनाचा कमकुवतपणाच फक्त अडचणी निर्माण करणारा असतो असं नाही, तर मनाचा कणखरपणासुद्धा अडचणी निर्माण करू शकतो. त्यातला एखादा जर मनानं कमकुवत असेल तर त्यानं दुसऱ्याची गुलामी मान्य केली पाहिजे. म्हणजे मग एक चांगलं जोडपं म्हणून ते संसार करू शकतील आणि अशी समजूतदार

जोडपी तुम्ही कुठेही पाहू शकता. अर्थात हा समजूतदारपणा, चांगलेपणा स्त्रीच्याच शरणागतीमुळे तयार झालेला असतो. शतकानुशतकं दुय्यम स्थानावरच तिचं अस्तित्व गृहित धरलं गेलेलं आहे. स्त्रिया थेटपणे कुणावर वर्चस्व गाजवत नाहीत, पण अप्रत्यक्षपणे त्या त्रास देत रहातात, उणीदुणी काढत रहातात; वाईट वर्तणूक करतात. अर्थात त्यांच्या त्या परिस्थितीत ते स्वाभाविक असतं.

गुलामी खरं म्हणजे कुणालाच आवडत नसते. प्रत्येक माणूस त्याचा तिटकारा करत असतो. ज्या व्यक्तीला तुम्ही हट्टानं गुलाम बनवता ती व्यक्ती तुमच्यावर कधीच प्रेम करत नाही; ती शत्रू मात्र बनते. अगदी वरचा पातळ थर कदाचित 'प्रेमाचा' असू शकतो, पण मुळांमधे फक्त तिटकारा भरलेला असतो. हा तिटकारा तुम्हाला माहीत नसतो कारण तो मनाच्या खोलवर अंधारात असतो जिथे यत्किंचितही जागृतता नसते.

अनेक वेळा लोक मला विचारतात की त्यांच्या बायकोच्या, किंवा मैत्रिणीच्या त्रासापासून तसंच त्या सतत करत असलेल्या कुरबुरीपासून कशी काय सुटका करून घेता येईल? कारण ती एक कायमची डोकेदुखी होऊन बसलेली आहे. यामध्ये 'प्रेमाच्या' नावाखाली सतत फक्त 'यातना' पदरी पडणं, अतिशय तीव्र अशा यातना भोगायला लागणं हेच घडत रहातं. ती कदाचित तोंडातून एक शब्दपण काढणार नाही, पण, फक्त दार आपटणार! आणि त्या दरवाजा आपटण्यातून सर्व काही बोलणार, ताटली फेकून देण्यातून, मुलाला मारहाण करण्यातून ती सर्व काही व्यक्त करणार. ती कदाचित नवऱ्याला काही बोलणार नाही, पण मूल हाताशी असल्यानं नवऱ्यावरचा राग त्या मुलावर निघतो. नवरा बरोबर समजून असतो की हा मार मुलाला नसून आपल्याला आहे म्हणून! आणि हे सारं टाळण्यासाठी मग तो घरापासून जास्तीत जास्त दूर पळण्याचा प्रयत्न करतो, आणि ऑफिसमध्ये वेळ सत्कारणी लावतो.

ऑफिसमध्ये हेच घडतं. सर्वांत पहिल्याप्रथम साहेब येतो. अगदी रखवालदारानं येऊन दार उघडण्यापूर्वी, स्वच्छता करण्यापूर्वी साहेब येऊन कारमध्ये बसलेला असतो. त्याच्यानंतर रखवालदार येतो. नंतर कारकून मंडळी, मग मॅनेजर्स इ. इ. ऑफिसमध्ये ते फारच आनंदी दिसतात. प्रचंड कामाच्या रगाड्यात ते आनंदी असतात, कारण आठवड्याच्या शेवटच्या दोन दिवसांच्या सुट्टीची आशा त्यांना खुणावत असते. कारण त्या दोन दिवसांत ते पूर्ण आराम करणार असतात.

पण ते दोन दिवस त्यांच्यासाठी फारच भयंकर ठरतात. कारण दिवसाचे चोवीस तास त्यांना 'घरात' राहण्याची सक्ती झालेली असते. त्यामुळे आजूबाजूच्या दुःखदायक परिस्थितीत दोन दिवस ते भरडून निघतात. गेले पाच दिवस, कामाचे दिवस झालेले असतात. त्या वेळी येणाऱ्या आठवड्याच्या सुट्टीची ते वाट

पहातात. पण सुट्टीचे दिवस काढताना ते देवाची प्रार्थना करतात की ''लवकरात लवकर हे दोन दिवस संपू दे... कारण घरी राहण्यापेक्षा ऑफिस कितीतरी चांगलं!''

एक गोष्ट मी ऐकलीय. दोन माणसं एका पबमधे नेहमीच खूप उशिरापर्यंत बसायची. अगदी पबचा मालक तो पब बंद करेपर्यंत ते दोघंजणं थांबत असत. तो मालक त्या दोघांना बळजबरीनं जवळजवळ हाकलून द्यायचा. ''आता तरी घरी जा! इतका वेळ पब उघडा ठेवणं हे कायद्याच्या विरुद्ध आहे. आता तर मध्यरात्र झालीये. तेव्हा घरी जा!'' आणि त्यानंतर ते दोघेजण अगदी नाइलाजानं बाहेर पडायचे.

एक दिवस त्यांतला एकजण दुसऱ्या माणसाला म्हणतो, ''मला माहितेय की मी इथं इतक्या वेळ का घालवतो ते. पण तुझं काय? तू का इथं इतक्या वेळ थांबतोस?''

दुसरा उत्तर देतो, ''केवळ माझ्या बायकोमुळे मी इतका वेळ इथं या जागी काढतो. जितका वेळ मी बाहेर असतो तितका वेळ मी जरातरी मानानं वावरतो, पण ज्या क्षणी घरामध्ये प्रवेश करतो त्या क्षणापासून शेपूट घालूनच वावरावं लागतं आणि तिथंच माझा आत्मसन्मान, मान सगळं कांही उद्ध्वस्त होतं. पण काय रे? तू तरी असा इथं कां बसतोस? तुझं काय कारण?''

पहिला म्हणतो... ''कारण मी लग्न केलेलं नाही. मी अविवाहित असल्यामुळे घरी वाट पहाणारं कुणीच नाही... लग्न करण्याचा मी सध्या विचारच करतोय.''

दुसरा उत्तरतो, ''हे तर विचित्रच आहे. माझं लग्न झालंय म्हणून मी इथं वेळ घालवतो, आणि तुझं झालेलं नाही म्हणून तू वेळ घालवतोस. म्हणजे, कुणीतरी माझ्यासाठी वाट पहातंय म्हणून आणि तुझ्या बाबतीत... कुणीही वाट पहाणारं नाही म्हणून! एकूण काय, आपण दोघंही दुःखीच!''

म्हणूनच प्रश्न पडतो की, कोणत्या स्वरूपाचे नातेसंबंध आपण निर्माण करतो?

ध्यानओम् रागावलेला होता. तुला तर प्रश्न पडतात. नंतर तू रागावतेस! याचाच अर्थ की तुम्ही काहीतरी महत्त्वाची गोष्ट विसरता. त्यापेक्षा लतिफा बरी. ती क्षणात रडते - क्षणात हसते. ज्या वेळी तिला मुख्य गोष्ट उमगते तेव्हा ती हसते आणि जेव्हा आत्ममग्न होते तेव्हा रडत बसते. हे बराच काळ चालू रहातं!

शून्यो तशी साधी आहे. कुणीही तिला फसवावं अशी आहे. तिची समजूत अशी झालीये की ध्यानओम्ला ती समजून घेते, त्याची दुःखं समजून घेते म्हणून त्यानं तिला साडी आणली आहे. अर्थात हे त्यातलं खरं काय ते आपण जाणतो.

मी आत्तापर्यंत तीस वर्षं हजारो लोकांबरोबर काम केलंय, वावरलोय, पण असं दिसतं की, स्त्री ही स्त्रीला कधीही सहानुभूती दाखवत नाही. कारण त्यांना स्वतःच्या अनुभवावरून हे पक्कं माहीत असतं की स्त्रिया या किती पाताळयंत्री असतात ते.

म्हणून त्या कायम पुरुषांना सहानुभूती दाखवतात. ''किती बिचारा आहे. त्या भयंकर राक्षसीमुळे त्याला किती सोसावं लागतंय'' वगैरे वगैरे...

आणि स्त्री अजूनही मुक्त न होण्यामागचं हेच कारण आहे. कारण त्या एकत्र येऊन काही करूच शकत नाहीत. फक्त पुरुषांना सहानुभूती दाखवायची, पण दुसऱ्या स्त्रीला दाखवायची नाही अशी वृत्ती त्यांची असते. दुसऱ्या स्त्रीबरोबर त्या फक्त मत्सराचं नातं बाळगतात. जर दुसऱ्या स्त्रीजवळ जास्त चांगले कपडे असतील, जास्त चांगले दागिने असतील, जास्त चांगली गाडी असेल तर त्या लगेच तिचा मत्सर करतात.

एकमेकींचा मत्सर करणं हेच त्यांच्या गुलामगिरीचं मूलभूत कारण आहे. कारण एकत्रित शक्ती त्या निर्माण करू शकत नाहीत. खरं पहाता जनसंख्येचा विचार करता निम्मी संख्या त्यांचीच असते. त्यामुळे मनात आणलं असतं, आणि एकजुटीनं काम केलं असतं, तर त्या कितीतरी पूर्वीच्या काळात मुक्तपणे जगू शकल्या असत्या. कारण ज्या क्षणी वाटेल त्या क्षणी त्या मुक्त होऊ शकतात. त्यांच्या मुक्त होण्याला कोणतीही बंधनं नाहीयेत. पण त्याच स्वत: त्यांच्या शत्रू असतात.

शून्यो खरं म्हणजे यात खरंच निष्पाप आहे. ती भेट म्हणून दिलेली साडी स्वीकारून तिनं विनाकारण त्रास ओढवून घेतलाय. तिनं खरं पहाता ओम्ला सांगायला पाहिजे होतं की, तू लतिफापासून वेगळं होण्याचा हा दिवस! आज तू कुणीतरी परकाच वाटतोयस. त्यामुळे तू मूर्ख आहेस हे सिद्ध होतंय. एका खोलीत तू तिच्याशी भांडून वेगळा होतो आहेस. आणि त्याच दरम्यान मला साडी देण्याची तुला आठवण होतेय. हे म्हणजे... कृतघ्नपणाच आहे.

आता तो म्हणतोय की ही साडी इथून घेतलेलीच नाहीये. काही दिवसांपूर्वी लतिफानं काही कामासाठी त्याला बंगलोरला पाठवलं होतं त्या वेळी तिच्याच पैशानं त्यानं ही साडी घेतली. आणि तीच साडी शून्योला त्याला द्यावीशी वाटली कारण ती त्याला समजून घेते, दुसऱ्या कोणापेक्षाही त्याला सहानुभूती दाखवते, त्याचं सांत्वन करते म्हणून!

पण मला आश्चर्य वाटतं की ती साडी इतके दिवस त्यानं स्वत:जवळ का ठेवली? ती लतिफाच्या पैशानं बंगलोरमध्ये खरेदी केली गेली तेव्हा आल्यानंतर तात्काळ त्यानं ती शून्योला द्यायला पाहिजे होती. अगदी त्याचे लतिफाबरोबरचे संबंध संपायचा दिवसच त्यानं का निवडावा? यालाच म्हणतात कृतघ्नपणा, हिशेबीपणा. कारण ती साडीखरेदी शून्योसाठी नव्हतीच. कारण त्यांच्यातल्या भांडणातून तो आणि लतिफा कधी ना कधीतरी पण लवकरात लवकर वेगळे होणार हे त्याला पक्कं समजून चुकलं होतं. आणि तो दिवस येईल तेव्हा दुसरी

कोणीतरी मैत्रीण शोधायलाच पाहिजे होती आणि हा फक्त योगायोग झाला की शून्यो त्याला भेटली. ती शून्योसाठीच खरेदी केली असती तर त्यानं यापूर्वीच ती दिली असती. आणि तसं करणं स्वाभाविक पण ठरलं असतं. कारण 'भेट म्हणून देणं' योग्यच होतं. पण अगदी वेगळं व्हायच्या सगळ्या गडबडीत खोलीतून सगळ्या वस्तू हलवताना एकाएकी ती साडी शून्योला देण्याची त्याला आठवण झाली.

आणि शून्योला हे समजायलाच पाहिजे होतं. परंतु या अशाच नाकळतेपणाचा इतरजणं फायदा घेत रहातात.

गेल्या काही दिवसांपासून पतिपदा नावाची स्त्री इथं आलेली आहे. तिला इथं रहायची इच्छा आहे पण ती अशा एका छोट्या टोळीची सभासद आहे की त्यांनी अमेरिकतलं 'कम्यून' बिघडवून टाकलेलं आहे. कारण या टोळीनं आत्तापर्यंत बरेच गुन्हे केलेले आहेत या गुन्ह्यांनी अमेरिकन सरकारला मदतच होते आहे.

या पतिपदानं आत्तापर्यंत लोकांना विषप्रयोगही केलेले आहेत आणि तेसुद्धा शीलाच्या सूचनेनुसार! एका पवित्र आणि निरुपद्रवी अशा कम्यूनविरुद्धच्या कारवाया करणाऱ्या या टोळीविरुद्ध सरकारला विनंती करण्यासाठी मी गेलो होतो त्यापूर्वीच हे सारं लक्षात आलं होतं. या सगळ्या गोंधळातून शीलाची सुटका झाली. पतिपदाचीही झाली ... ज्या क्षणी तिची सुटका झाली, तात्काळ ती मला भेटायला आली. मी पत्रकारांना मुलाखत द्यायला चाललो होतो. ती दारातच उभी राहिली आणि म्हणाली, "धन्यवाद भगवान. आजच इथून मी निघून चाललेय. कदाचित यापुढे मी तुम्हाला कधीच भेटणार नाही."

"पण का?" मी म्हणालो. "इथून निघून जायचं कारण काय? आणि मला परत न भेटण्याचं कारण काय?" ती म्हणाली, "एकंदरीत परिस्थिती तशीच आहे."

नंतर सर्व काही उघडकीला आलं. कारण गुन्हे करणाऱ्या टोळीमध्ये तिचाही सहभाग होता. आणि म्हणूनच ती 'कम्यून' सोडून चालली होती. कारण अशा परिस्थितीत ती मला तोंडसुद्धा दाखवू शकणार नव्हती.

पण ती इथे आलीच. तिला निश्चितपणे माहीतेय की मी तिला क्षमा करेनच.

माणसाचा धर्मच आहे चुका करण्याचा... आणि त्यापेक्षा मोठा धर्म आहे क्षमा करण्याचा. क्षमा करणं म्हणजे काहीतरी दैवी, पवित्र आहे असं नाही. क्षमाशील असणं हे जास्त श्रेष्ठ आहे. पतिपदानं भेट म्हणून दोनशे रुपये शून्योला दिले, दोनशे निर्वाणोला दिले, आणि तेवढेच अमृतोला दिले. कम्यूनमध्ये पुन्हा तिचा प्रवेश सुलभ व्हावा म्हणून तिनं ही लाच दिलीय असं अमृतोला आणि निर्वाणोला वाटलं आणि म्हणून ते पैसे तिला परत करावेत असंही त्यांना वाटलं. अर्थात हे

वाईटच दिसणार होतं. पण शून्यो ही खरंच साधी म्हणायची. ध्यानओम्प्रमाणे पतिपदा तिला सुद्धा चांगलीच वाटली. ''पतिपदा कित्ती छान आहे'' असं म्हणून शून्योनं मूळ मुद्दा लक्षातच घेतला नाही. पतिपदानं पूर्वीच्या ठिकाणी हे असे पैसे का वाटले? हे शून्योला कळलंच नाही. कारण स्पष्ट होतं. कारण हे तिघेजण माझी देखभाल करीत होते आणि माझ्यापर्यंत पोचायचा मार्ग म्हणजे हे तिघंजण होते. त्यामुळे अर्थातच हे तिघंजण खूष झाले की आपोआपच तिचं इथलं वास्तव्य सुकर होणार होतं.

ध्यानओम्नं ज्या दृष्टिकोनातून साडी दिली तो कळल्यानंतर शून्यो दु:खी झाली.

प्रत्येक स्त्रीनं एक गोष्ट लक्षात ठेवली पाहिजे की, पुरुष तुम्हाला कपटानं अशा गोष्टीत अडकवतो की तुम्ही एक होऊच शकणार नाही. उलट एकमेकींचा द्वेष कराल. एकमेकींविषयी सहानुभूती बाळगू शकणार नाही. एकवेळ तुम्ही पुरुषांबद्दल सहानुभूती बाळगाल. ते सुद्धा 'तुमच्या' नाही, तर दुसऱ्या पुरुषाबद्दल!

शून्योनं जास्त शहाणपणा बाळगायला हवा, सावध व्हायला हवं. या सर्व भानगडीत एक माणूस मात्र शांतपणे हसत होता आणि या सगळ्याचा आनन्द घेत होता आणि तो होता शून्योचा मित्र. मिलारेपा. खरोखरच या सगळ्या प्रकारातून तो मनसोक्त मजा घेत होता. तोच फक्त या सगळ्यातला शहाणा माणूस म्हणून म्हणता येईल. चालू असलेल्या या खेळामध्ये त्यानं कधीच भाग घेतला नाही. परिघाबाहेर राहून शांतपणे आपलं गिटार वाजवत तो विचार करतोय.' या मूर्खांना काय पाहिजे तसं ठरवू दे!

आणि लोकांचं तर असं आहे की जरा त्यांच्या मतप्रणालीविरुद्ध अथवा परंपरागत सवयीविरुद्ध बोललं गेलं तर त्यांची लहर बिघडून जाते. ते थोडासुद्धा त्याबद्दल विचार करीत नाहीत. आणि मला अशा प्रकारच्या त्यांच्या नातेसंबंधात मुळीच रस नाही. मग ते एकत्र राहोत किंवा वेगळे राहोत. ते केवळ मला प्रश्न करतात म्हणून दयाळू दृष्टिकोनातूनच त्याचा उलगडा करण्याचा मी प्रयत्न करतो इतकंच.

आणि एकदा गोष्टी स्पष्ट असल्या की, अर्थातच संतापामधे त्या कधीही स्पष्ट होऊ शकत नाहीत, लहरी अवस्थेत कधीही स्पष्ट होऊ शकत नाहीत, तर त्या ध्यानधारणेनंच स्पष्ट होऊ शकतात. मी जे काही तुम्हाला सांगतो ते त्याच संदर्भात काम करणारं असतं. तुम्ही त्या बाबतीत बचावाचा पवित्रा घेता कामा नये. कारण तिथं कोणताही प्रश्न नसतो. मी काही तुमच्यावर हल्ला करत नाही. तुम्ही तर या मार्गात 'माझे' म्हणूनच असता.

तुम्ही तुमचं स्वत्व जपलं पाहिजे. तुम्ही जास्त मुक्त होणं, अतिशय सावध

रहाणं, जाणिवा जागृत ठेवणं आणि ध्यानधारणेला सिद्ध असणं हे जास्त मला आवडेल. आत्ताची ही परिस्थिती, ही ध्यानधारणेसाठी कदाचित मोठी संधी ठरू शकेल. पण राग-लोभ-लहरीपणा, बचावात्मक पवित्रा हे सारं अजूनही तुमच्यापाशी असेल तर कृपा करून मला प्रश्न करू नका. मला मग त्यात रस नाही. तुमच्यातली नाती हा केवळ तुमचा प्रश्न आहे.

इथे, या ठिकाणी माझा संबंध फक्त ध्यानधारणेशी संबंधित आहे. आणि हे काहीसं विचित्र आहे की अतिशय क्वचितच तुम्ही ध्यानधारणेसंबंधी प्रश्न विचारता. तुमच्या आयुष्याचं ते प्रमुख उद्देश्य असावं असं नाही. पण माझं मात्र ते आहे. आणि तेच फक्त आहे... पण तुमच्या बाबतीत मात्र ती फारशी महत्त्वाची गोष्ट वाटत नाहीये. तुमचा पहिला अग्रक्रम ध्यानधारणेला दिसत नाही. कदाचित तुमच्या धोब्याच्या यादीतली ती शेवटची गोष्ट असावी. पण ती पहिली तर नाहीच नाही! पहिल्या क्रमांकाच्या गोष्टी वेडगळ आहेत, क्षुल्लक आहेत. असंच ना! तू विनाकारण तुझा वेळ घालवतेस आणि माझाही

या अडचणीतून तू बाहेर यावंस म्हणून मी मदत करायला तयारच आहे. या मूर्ख गोष्टीतून बाहेर पडून तू अगदी साधेसुधे - प्रेमळ नातेसंबंध जुळवावेस यासाठी मी मदत करतोय. पण हे असं कधी घडू शकेल? तर ध्यानधारणा हे तुझं प्रमुख उद्देश्य होईल तेव्हाच. ध्यानधारणेमुळे प्रत्येक गोष्ट ही दिमाखदार होईल, तू स्वत:मधे खोलवर जाऊ शकशील आणि तुझ्या प्रत्येक कृतीवर योग्य तो विचार करू शकशील. दुसऱ्या व्यक्तीबाबत करुणा बाळगू शकशील आणि त्याच्या चुका, त्याच्यातली न्यूनता मोठ्या मनानं स्वीकारू शकशील.

एखादा माणूस काही चुका करतो तेव्हा तुम्ही रागावता कामा नये, उलट त्याला दया दाखवली पाहिजे. तसं झालं तरच त्याला स्वत:ला अपराधाची भावना छळणार नाही. तुम्ही नेहमी काय करता? तुम्ही एखाद्या माणसाचं मानसशास्त्र समजून घेत नाही आणि त्यानं काही चूक केली की तुम्ही रागावता. ते रागावणं त्या वेळी बरोबरच असतं कारण चुका करणारा माणूस हा तुम्ही नसून दुसरा माणूस असतो. त्याला कमीपणा वाटेल अशा तऱ्हेनं तुम्ही तुमचा राग व्यक्त करता ... त्याची ती मानखंडना, त्याच्या मनाला झालेली जखम ही सूडामध्ये रूपांतरित होते. त्यामुळे तो दुसरा माणूस, 'तुम्ही' चुका करण्याची वाट पहात रहातो आणि तुम्हीतर कधीही चुका करू शकता आणि याच वेळी तो दुसरा माणूस प्रतिकार म्हणून तुमचा सूड घेऊ शकतो.

म्हणून कोणालाही अपराधी वाटेल असं वागू नका. नाहीतर त्यामुळे तो माणूस तुमचा फक्त द्वेषच करू शकेल. प्रेम वगैरे तर अशक्यच!

म्हणून मी पुन्हा पुन्हा तेच सांगतो की 'प्रेमासाठी' मुळापासूनच ध्यानधारणेची

नितांत गरज आहे. ध्यानधारणेमुळेच प्रेमाचे गुलाब फुलू शकतात. त्यासाठी हेच एक उत्तम खत आहे. दुसरं नाही. ध्याननिधी, तुझा प्रश्न असा आहे, ''तुम्ही म्हणता तसं स्त्री ही नेहमी पुरुषाच्या पैशाकडे पाहून प्रेम करते, पण पुरुष तसं करत नाही. पण असा एकही पुरुष नाही की ज्याच्याकडे मी नुसतं बघितलंय तरी! माझ्या आईच्या मनात घट्ट बसलेला पुरुषांबद्दलचा राग मला मान्य आहे. एखादा पुरुष प्रेम करण्यासाठी माझ्याजवळ येण्याचा प्रयत्न करतो त्या वेळी मी अक्षरशः पळत सुटते. त्यामुळे तो आणखीनच पाठलाग करतो. हा खेळ खूप वाईट आहे. तेव्हा कृपा करून भगवान, मनातला हा केरकचरा बाहेर टाकण्यासाठी मला मदत करा. पुरुषांकडे सरळ दृष्टीनं बघण्याची शक्ती मला द्या. त्याची सुंदरता, त्यानं दिलेल्या भेटी, त्याचं प्रेम इ. गोष्टींकडे योग्य दृष्टीनं बघण्याइतकी मी समर्थ बनू शकेन असं काहीतरी करा.''

तर, खरोखरच हा केरकचरा काढून टाकायची तुझी इच्छा असेल तर एक लक्षात घे की तुझी आईच या केरकचऱ्यात असणार आहे. आणि ती गोष्ट तुझ्या दृष्टीनं दुःखाची ठरेल. तुझ्या आईनं तुला अशी विषारी मनोवृत्तीची बनवलीय. जगातले शंभरावरचे प्रश्न आणि दुःखदायक गोष्टी, अगदी त्यातल्या नव्व्याण्णव टक्के गोष्टी या केवळ तुमच्या मातेमुळे घडत असतात. कारण मूल नेहमी आईच्या गर्भात वाढत असतं. एवढंच काय पण पोटात असताना आईचे भावनिक चढउतार त्याच्यावर परिणाम करत असतात. ती जर सतत रागात असेल, दुःखी असेल, उदास असेल, निराशेनं घेरलेली असेल, तिला मूल नको असताना नवऱ्यानं जर हट्ट केला असेल, मनातून नको असलेलं मूल जर ती वाढवत असेल तर या सर्व गोष्टींचा परिणाम मुलाच्या मेंदूच्या मूळ रचनेवर निश्चितच होतो. आईच्या फक्त रक्तामांसातल्या गोष्टीच मूल घेत नसतं तर तिचं मानसशास्त्र, तिचे मानसिक गुणही ते घेत असतं!

आणि म्हणूनच स्त्री जेव्हा गर्भवती असते तेव्हा अत्यंत काळजीपूर्वक तिला रहावं लागतं कारण एका नवीन जीवाची, नवीन जीवनाची रचना तिच्या आत तयार होत असते. तिची नवऱ्याबरोबरची भांडणं, शेजाऱ्यांबरोबरची भांडणं, कुठल्या तरी कारणानं निराश होणं, हे सारं सारं अर्भकाच्या मनावर – अगदी मेंदूच्या मूळावरच परिणाम पोहोचवत असतं. जन्मापूर्वीच ते मूल पूर्वग्रहदूषित बनलेलं असतं.

हे काही फक्त तुझ्याच आईबद्दल म्हणता येणार नाही. जगातल्या नव्व्याण्णव टक्के स्त्रियांना नवऱ्याबद्दल राग असतो आणि हीच गोष्ट नवऱ्यांच्या बाबतीतही सांगता येईल. त्यांनाही आपल्या बायकांबद्दल राग असतोच. फक्त त्यांचा राग मुलावर परिणाम करू शकत नाही. कारण मूल हे आईच्या गर्भात असतं. नंतर ते आईच्या सावलीत वाढत असतं, वडिलांच्या नव्हे. वडील हे कधीतरी येऊन भेट

देणारे असतात. वडील कदाचित सकाळच्या वेळी मुलाची छोटीशी पापी घेतात, खांद्यावर थोपटतात आणि ऑफिसला निघून जातात. संध्याकाळी आल्यानंतर मुलांशी थोड्याशा गप्पा मारतात. बस्स! पण ते मूल आईजवळ मात्र चोवीस तास असतं.

म्हणूनच प्रत्येक भाषा ही 'मातृभाषा' म्हणून संबोधली जाते. आईसमोर मुलाशी बोलण्यासाठी वडिलांना संधीच मिळू शकत नाही. कारण आई बोलत असते, वडील नुसते ऐकत असतात. त्यामुळे मूल, भाषा शिकतं आईपासूनच! फक्त भाषाच नव्हे, तर तिचा संपूर्ण दृष्टिकोन!

प्रत्येक स्त्रीला मुळापासून एकाच गोष्टीचा राग असतो तो म्हणजे ती मुक्त नसण्याचा. ती कुणाची तरी गुलाम असण्याचा. खरं पहात गुलाम असतात ते त्यांचे नवरे. त्यांनी निर्माण केलेले तुरुंगवासी!

तुम्हाला आश्चर्य वाटेल पण सगळ्या जुन्या धर्मग्रंथांतून फक्त पुरुषांविषयी लिहिलं गेलंय आणि स्त्रीचा धिक्कार केला गेलाय. पूर्णपणे धिक्कार केलाय. हिंदूंमधले प्रसिद्ध संत तुलसीदास की ज्यांच्या पोथ्या सगळ्या देशभर वाचल्या जातात, एवढंच काय पण खेडेगावांतल्या अडाणी माणसांकडून ऐकल्या जातात. पण त्यांची काही मतं पक्की होती.

ते म्हणतात, स्त्रीला जर स्वत:च्या कह्यात ठेवायचं असेल तर एकदा कधीतरी तिला मारहाण केलीच पाहिजे. त्यांनी अनेक विचित्र गोष्टींच्या बरोबरीनं स्त्रीला त्यांच्या रांगेत बसवलंय. एक म्हणजे ढोल. ढोल सतत बडवत राहिला तरच चांगल्या स्थितीत रहातो! दुसरी, गंवार! म्हणजे अडाणी. आणि तिसरी, शूद्र म्हणजे अस्पृश्य की जी माणसं गावाबाहेर वस्ती करून रहातात. ते खूप घाणेरडे रहातात, त्यांना कोणी स्पर्श करीत नाही. हिन्दू धर्माप्रमाणे त्यांनी गावाबाहेर रहाणंच योग्य असं सांगितलं गेलंय. शतकानुशतकं त्यांची पिळवणूक झालेली आहे. अतोनात काबाडकष्ट हेच त्यांचं जीवन. आत्यंतिक दारिद्र्य आणि समाजात हेटाळणीची वागणूक.. हेच त्यांचं जीवन .. ढोल, गंवार, शूद्र.. आणि पशू! म्हणजे प्राणी आणि नारी.. "ये सब ताडन के अधिकारी..." हे सर्व लोक केवळ यातना देण्याच्याच लायकीचे आहेत, मार देण्याच्या योग्यतेचे.

आणि हाच माणूस हिन्दूंचा मोठा संत मानला जातो. माझ्या दृष्टीनं त्याचं स्त्रीबद्दलचं हे विधान पुरेसं बोलकं आहे. त्यामुळेच तो संत तर नाहीच, पण साधा माणुसकी असलेला माणूसपण नाही हे माझं स्पष्ट मत! पण त्यानं तीनशे वर्षं या भूमीत माणसांची मनोवृत्ती विशिष्ट तऱ्हेची बनवली. अर्थात तो काही एकटाच म्हणता येणार नाही. अनेक पुरातन धर्मग्रंथांची 'री' त्यानं पुढे ओढली इतकंच! अतिशय गूढ आणि आश्चर्य वाटणारी यातली गोष्ट म्हणजे तुलसीदासांचं हे

लिखाण ऐकणाऱ्यांत जास्तीत जास्त स्त्रियांचा भरणा आहे. त्या हे सर्व ऐकतात, त्याची स्त्रीबद्दलची विधानं ऐकतात, पण त्याविरुद्ध कोणतंही बंड करीत नाहीत. तुलसीदासांचा कोणताही ग्रंथ जाळून टाकत नाहीत की जे करणं सहज शक्य आहे. खरं पहाता प्रत्येक घरामध्ये तो जाळला गेला पाहिजे, प्रत्येक स्त्रीला तेवढं तर निश्चितच शक्य आहे.

तुलसीदासाच्या या विधानाचा मी धिक्कार केला म्हणून कोर्टानं माझ्याविरुद्ध समन्स जारी केलं. हिन्दूंच्या भावना मी दुखवल्या म्हणून हे समन्स! किती विचित्र आहे जगाची रीत. हा माणूस स्त्रीबद्दल इतके अपमानकारक उद्‌गार काढतो आणि एकही स्त्री दुखावली जात नाही. आणि मी या विधानाविरुद्ध बोललो तर लोकांच्या धार्मिक भावना दुखवल्या म्हणून मला समन्स जारी केलं जातं. माझ्याविरुद्ध पकडवॉरंट निघतं. वाऽऽ! काय आश्चर्य आहे या धार्मिक मंडळींचं! खरं म्हणजे तुलसीदासांच्या विधानानं यांच्या भावना दुखावल्या जायला पाहिजेत. माझ्या नाही.

पण तुलसीदास हा पुरुष आहे त्यामुळे त्यानं पुरुषी अहंकार जोपासलाय आणि स्त्रिया इतक्या बधिर मनाच्या आहेत की त्या पुरुषांचं, तसंच त्यांच्या घाणेरड्या कल्पनांचं अनुसरण करत आलेल्या आहेत. स्त्रियांनी हे पुस्तक वाचता कामा नये किंवा घरात ठेवता कामा नये हा दंडक तरी कमीतकमी प्रत्येक घरात पाळला गेला पाहिजे. स्त्रियांनी या ग्रंथाविरुद्ध कोर्टात धाव घेतली पाहिजे. या ग्रंथावर बंदी आणलीच पाहिजे, हा ग्रंथ प्रकाशित होता कामा नये कारण लोकसंख्येच्या जवळजवळ निम्मा भाग त्यामुळे दुखावला जातोय. हा ग्रंथ समाजामधे असणं हे मुळीच योग्य नाही.'' असं ठामपणे स्त्रियांनी प्रतिपादन केलं पाहिजे.

पण अगदी आतापर्यंत... आपण जे जीवन जगतो ते त्याची सगळी व्यवस्था पुरुषाकडून राबवली जाते आहे. हा पुरुषप्रधान समाज आहे. तिथे स्त्रीला जागाच नाही. त्यातसुद्धा विचित्र गोष्ट म्हणजे स्त्रीची स्त्रीला सहानुभूती नाही. त्यांची मनोवृत्ती अशा पद्धतीनं पक्की केली गेलीय की त्यांची सहानुभूती पुरुषांना मिळालेली आहे.

कधी कधी हे घडतंसुद्धा, अगदी क्वचित पण घडतं... आणि ते स्वाभाविकपण आहे. परंतु स्त्रीचं जागृत होणं हे सातत्यानं दडपलं जातं आणि नंतर ती लग्नबंधनात अडकते आणि म्हणूनच पुढे स्वत:च्या मातेची मनोभूमिका अगदी खोलवर जपतच ती जीवन जगत असते आणि पुरुषांच्या विरोधी भूमिका घेऊन वागत असते. मी म्हणतो तसं तिनं का वागू नये? त्याला कारणं तर आहेतच. पुरुषांनी आत्तापर्यंत स्त्रीला पांगळं करून टाकलेलं आहे. तिला शिक्षणापासून वंचित केलंय, आर्थिक स्वातंत्र्याबाबतीत वंचित केलंय, त्यांच्या चळवळीला अडथळे निर्माण केलेत. तिला घराच्या चार भिंतीत बंदिस्त केलं गेलंय. एक सामाजिक घटक म्हणून सुद्धा तिला सगळ्या सन्मानापासून आणि कोणत्याही आनन्दापासून वंचित केलं गेलंय. अर्थातच

म्हणून तिच्या मनात राग धुमसत असणारच!

ध्याननिधी, तुझ्या आईचा पुरुषांबद्दलचा राग तुझ्यामधेपण पक्का रुजलाय. पूर्ण रुजलाय. पण मानवी समाजाच्या दृष्टीनं किंवा उज्ज्वल भविष्यासाठी तो उपयोगी नाही.

तू पुरुषांकडे स्वच्छ नजरेनं पहायला सुरवात केली पाहिजेस... विशेषकरून या इथल्या समूहात! कारण तुमचे पूर्वग्रह किंवा पिढीतून आलेल्या आणि पक्क्या रुजलेल्या कांही समजुती दूर करणं हेच इथलं आमचं काम आहे. आत्तापर्यंत जो मूर्खपणाचा कचरा तू जमा करत आलेली आहेस तो फेकायलाच हवा.

पूर्वग्रहाचं कोणतंही दडपण न बाळगता अगदी मोकळी, शांत अशी तू होणं गरजेचं आहे. तरच तुझं जागृत होणं, आत्मप्रकाशित होणं हे सहज शक्य होऊ शकेल.

इथल्या स्त्रिया काही अशिक्षित नाहीत. आर्थिकदृष्ट्या सुद्धा त्या कमकुवत नाहीत. कोणत्याही पुरुषाइतक्याच त्या बुद्धिमान आहेत. तेव्हा पुरुषाविरुद्ध राग व्यक्त करण्याची गरजच नाही. तुझ्या आईचा तसा राग असेल तर एकवेळ समजू शकतो, कारण ती कदाचित अशिक्षित असेल, कदाचित आर्थिकदृष्ट्या ती स्वावलंबी नसेल, कदाचित मोकळ्या आकाशात भरारी मारण्याची तिला इच्छा असेल, पण घराच्या पिंजऱ्यात ती बंदिस्त असल्यानं तिची ती इच्छा पूर्ण होऊ शकली नसेल. पण तुझं तसं नाहीये.

केवळ याच कारणामुळे या देशातल्या मोठ्या प्रमाणातल्या समूहाशी मी संवाद साधू शकत नाही. पुरुषमंडळींना माझी मतं रुचणार नाहीत कारण ते त्यांच्या वर्चस्व गाजवण्याच्या तसंच त्यांच्या सत्तेच्या विरोधी असणारं आहे आणि इथली स्त्री माझी मतं समजू शकणार नाही कारण ती अशिक्षित आहे आणि जरी ती समजू शकली तरीही आर्थिकदृष्ट्या स्वतंत्र नसल्यानं पुरुषप्रधान समाजासमोर ती बंड करू शकणार नाही. स्त्रीमुक्ती आंदोलन इथं भारतात नाहीच... एवढंच काय, पण तो विषयच नाही. कधी काळी स्त्री मुक्त होईल हा विचारसुद्धा इथल्या स्त्रीच्या मनात नाही. तिनं सर्व आशा सोडून दिलेल्या आहेत. पण तुमच्या इथली परिस्थिती निराळी आहे. तुम्ही अशा देशातून आलेल्या आहात की जिथं तुम्हाला शिक्षण मिळालंय. शिक्षणानं तुम्हाला आर्थिकदृष्ट्या स्वतंत्र बनवलंय. त्यामुळे विवाह होणं हे तुमच्या आयुष्यात महत्त्वाचं नाही. गरजेचं नाही. फक्त गृहिणी म्हणून रहाणं तुम्हाला गरजेचं नाही. आर्थिकदृष्ट्या स्वतंत्र असल्यानं तुम्ही प्रेम असलेल्या कोणत्याही व्यक्तीबरोबर लग्नाशिवायपण राहू शकता.

म्हणूनच स्त्रीनं यासाठी लढलंच पाहिजे. स्त्रीनं स्वत:च्या हिमतीवर 'विवाह' ही गोष्ट संपूर्णपणे तिचीच म्हणून वैयक्तिक अशी बनवली पाहिजे की ज्या बाबतीत

शासन किंवा समाज यांपैकी कोणीच हस्तक्षेप करू शकणार नाहीत. तू स्वत: तुझ्या आईपेक्षा अत्यंत निराळ्या वातावरणात आहेस. त्यामुळे तिचा पुरुषांबद्दल असलेला राग किंवा ठाम मतं ही तू स्वत: तशीच बाळगत रहाणं हे मूर्खपणाचं आहे. तेव्हा तिला क्षमा कर आणि विसरूनही जा. कारण आईच्या मनोवृत्तीत असलेला पुरुषांबद्दलचा द्वेष तू स्वत: बाळगत राहिलीस तर तू कधीही परिपूर्ण होणार नाहीस. कोणत्याही पुरुषावर प्रेम करू शकणार नाहीस. आणि जी स्त्री किंवा जो पुरुष प्रेम करण्यासाठी अपात्र असतो तो अपूर्ण असतो. नैराश्यानं घेरलेला असतो.

या मार्गानं मग एकप्रकारचं विषचक्र सुरू होतं. तुमच्याजवळ असलेला राग, तुम्हाला प्रेम करू देत नाही. कुणावरही प्रेम करण्यामधे तो मोठा अडथळा निर्माण करतो. कारण प्रेम म्हणजेच पुरुषांवरचा राग नष्ट करणं होय! आणि अगदी विरुद्ध धृवाकडे वाटचाल करणं. राग बाळगण्याऐवजी प्रेम राखणं, तिरस्कार बाळगण्याऐवजी प्रेम राखणं. यातली ठराविक अंतराची झेप घेण्यासाठी धैर्याची गरज आहे. आणि हे विषचक्र असं आहे की तुमच्या मनात एकदा का राग ठाण मांडून बसला की, तुम्ही पुरुषावर प्रेम करू शकत नाही. या प्रेम न करण्यामुळे तुम्ही जास्त जास्त नैराश्याकडे प्रवास करत रहाता. आणि या नैराश्यामुळे तुम्ही परत आणखीन रागीट बनता. हेच ते विषचक्र! राग हा नैराश्याला कारणीभूत ठरतो आणि नैराश्य असलं की तुम्ही आणखीन रागीट बनता, अविचारी बनता, हिंसक बनता, पुरुषविरोधी बनता. अशा तऱ्हेनं हे चक्र जास्त जास्त खोलवर परिणाम करत रहातं आणि मग नंतर त्यातून बाहेर पडणं अशक्यप्राय होऊन बसतं.

म्हणूनच तुला अगदी आरंभापासूनच सुरवात केली पाहिजे... अगदी प्रारंभी तुला हे विचारात घेतलं पाहिजे की तुझी आई ही अत्यंत वेगळ्या परिस्थितीत जगलेली आहे. कदाचित तिचा राग हा त्या परिस्थितीत योग्य असेल. पण तुझी परिस्थिती निराळी आहे. त्यापेक्षाही महत्त्वाचं म्हणजे तू 'इथं' आहेस. पूर्णपणे वेगळ्या वातावरणात आहेस. आणि अशा वातावरणात तुझ्या आईची मतप्रणाली तुझ्या मनामध्ये चालू रहाणं हे पूर्णपणे चुकीचं आहे. तुला तुझंच आयुष्य जगलं पाहिजे. तू तुझ्या आईचं जीवन जगता कामा नये. तिनं दु:ख भोगलंय, पण तू त्यापेक्षाही जास्त दु:ख का निर्माण करतेस? तू हुतात्मा बनायची इच्छा का धरतेस? तू तुझ्या आईबद्दल करुणा बाळग. तिनं तुझ्या मनात हे पुरुषांबद्दलच्या रागाचं बीज रोवलं म्हणून तू तिचा राग करावास असं मी म्हणणार नाही. कारण पुन्हा मन द्वेषानं व्यापून जाणार. पुरुषाबद्दल नाही, तर आईबद्दल राग... हे म्हणजे राग ज्यावर व्यक्त करायचा ते माध्यम बदलणं! तसं नको ... मी तर म्हणतो कुणाहीविषयी राग बाळगू नकोस. मनामधे राग नकोच! काढून टाक तो सगळा राग! तुझ्या आईला दयेची

गरज आहे. कारण तिनं दुःख भोगलंय. म्हणून तिच्यामधे राग ठाण मांडून बसलाय. पण तू काहीच भोगलं नाहीस... मग?

तो राग एका बाजूला ठेव आणि पुरुषांकडे पहाण्याची एक स्वच्छ दृष्टी बाळगायला सुरवात कर. विशेषतः या इथल्या ठिकाणी! बाहेरच्या जगात ज्या तऱ्हेचे लोक तुला भेटतील तशी मंडळी इथे असणार नाहीत. पुरुष हे स्त्रीच्या बाबतीत चुकीचं वागतात हे समजण्याची कुवत इथल्या माणसांची निश्चितच आहे. शिवाय त्याबद्दल त्यांना अपराधीही वाटतं. त्यांच्या पूर्वजांनी जे केलं ते होऊन गेलं या गोष्टी तू पूर्णपणे ध्यानात घे. इथली मंडळी ही सर्वस्वी निराळ्या प्रकारात मोडणारी आहेत.

मी असा नवा माणूस तयार करण्याच्या प्रयत्नात आहे की जो आपल्या भूतकाळातल्या पूर्वग्रहात जखडला जाणार नाही. भूतकाळाचा धागा सोडून देऊन तो पुढचं जीवन जगायला तयार असेल. हे काम खूप कठीण आहे. भिंतीवर डोकं आपटण्यासारखं आहे. पण डोकं आपटायचंच हे मी निश्चितपणे ठरवलंय. कारण माझ्या डोक्यावर माझा विश्वास आहे. शिवाय भिंत ही फारच जुनी-पुराणी आहे. मला स्वतःला कदाचित दुखापत होईल, पण 'ती' निश्चितच कोसळेल. कोसळायलाच पाहिजे. तिचे दिवस आता संपलेत. त्यामानानं ती फारच दिवस टिकलीय असं म्हणायला हरकत नाही.

म्हणूनच पुरुषाकडे पहायची नवीन दृष्टी आता बाळग. स्त्रीवाचून पुरुष जसा अपूर्ण आहे, तशीच स्त्रीसुद्धा पुरुषावाचून अपूर्ण आहे. फक्त एक अपवाद आहे; जर तुम्हाला आत्मज्ञान झालं असेल, या मार्गात तुम्ही तिथपर्यंत पोचला असाल तर तुमचं फक्त स्त्रीत्व, किंवा फक्त पुरुषत्वसुद्धा तुम्हाला पूर्णत्व मिळवून देऊ शकतं. पण आत्मज्ञान झालं नसेल, तुम्ही प्रकाशित झाला नसाल तर मात्र तुमचं अस्तित्व हे अर्धंच मानायला हवं.

अन्यथा बाहेरून तुम्हाला तुमच्या विरोधी अस्तित्वाशी, म्हणजे स्त्रीबरोबर अथवा पुरुषाबरोबर समरस होऊनच मिळूनच पूर्णत्व मिळवायला पाहिजे. नाहीतर प्रत्येकात दोन्हीचा समावेश असतो. कारण तुमचा जन्मच मुळी स्त्री-पुरुष मीलनातून होत असतो. तुमच्या वडिलांचा त्यात सहभाग असतो, तुमच्या आईचा सहभाग असतो. त्यामुळे तुमच्या आईचे तसेच वडिलांचे जन्मजात गुण जन्मापासून बाळगतच तुम्ही वाढत असता.

काही वेळा अगदी क्षुल्लक फरक पडल्यामुळे काही अडचणी निर्माण होतात. उदाहरणार्थ, ज्यांना 'तृतीय पंथी' म्हणतात ते लोक! त्यांच्या बाबतीत काय घडलेलं असतं? तर त्यांच्यामधे स्त्रीत्वाचं आणि पुरुषत्वाचं प्रमाण हे पन्नास पन्नास टक्के असतं आणि म्हणून ते धड पुरुषही नसतात आणि धड स्त्रीपण नसतात.

काही वेळा हा फरक फारच मोठा असतो. तो पंचाहत्तर टक्के स्त्रीत्व आणि पंचवीस टक्के पुरुषत्व किंवा उलट पंचाहत्तर टक्के पुरुषत्व आणि पंचवीस टक्के स्त्रीत्व असंही प्रमाण असू शकतं.

काही वेळा हा फरक अगदी थोडा असतो. एकावन्न टक्के स्त्रीत्व, एकोणपन्नास टक्के पुरुषत्व! तेव्हा या परिस्थितीत कदाचित काहीही न करता एखादे वेळेस आपोआपच लिंगबदल घडून येतो. कधीकधी खाण्यापिण्यातला बदल, वातावरण, कुठलीतरी अनवधानानं औषधं घेणं या कारणांमुळे तुमच्यातल्या जैविक रसायनाचा समतोल बिघडतो आणि हा बदल घडून येतो.

जगामध्ये अशा अनेक केसेस कोर्टामध्ये गेलेल्या आहेत. एखादा पुरुष एखाद्या स्त्रीबरोबर लग्न करतो आणि काही महिन्यांनंतर त्या स्त्रीचं रूपांतर पुरुषामध्ये झालेलं आढळतं. आता प्रश्न असा निर्माण होतो की काय करायचं? कारण दोघंही पुरुषच! अशा वेळी कोर्टाकडे धाव घेतली जाते. हे असं का घडलं असावं याचा शरीरशास्त्रज्ञ विचार करतात. आता वैज्ञानिक पद्धतीनं लिंगबदलपण घडवता येतो आणि अनेक मंडळी तसं करतातही.

भविष्यकाळात अशी फॅशनही निघेल. मला खात्री आहे. आयुष्यातली तीस वर्षं पुरुष म्हणून जगायचं आणि नंतर स्त्री म्हणून बदल करून घ्यायचा. हे म्हणजे एकाच आयुष्यात नाण्याच्या दोन बाजू जगण्याची शक्यता असल्यासारखं आहे. नदीचे दोन्हीही तीर माहिती करून घ्यायचेत. तर घ्या माहीत करून! यामुळे आयुष्य आणखीन समृद्ध होईल आणि जुन्या तत्त्ववेत्त्यांप्रमाणे, जुन्या कवींप्रमाणे तुम्ही 'स्त्री हा एक चमत्कार आहे' असं तरी म्हणणार नाही. स्त्री म्हणून जगा आणि तो चमत्कार, त्यातलं गूढ माहीत करून घ्या.

पण खरं पहाता कसलंही गूढ नाहीये. स्त्री ही गूढ मुळीच नाही, तसंच पुरुषपण गूढ नाही किंवा कोणता चमत्कार नाही. पण ज्या क्षणी दोघांच्यामध्ये प्रेम उत्पन्न होतं तो क्षण म्हणजे खरोखरच चमत्कार असतो. ते एकेकटे असताना कोरडी ठणठणीत वाळवंटे असतात. पण बहरलेल्या वसंतासारखं प्रेम जेव्हा त्यांच्या आयुष्यात प्रवेश करतं तेव्हा हजारो फुलं फुलल्यासारखं त्यांचं अस्तित्व बनून जातं. अधिक रसाळ, अधिक हिरवेपण असलेलं असं ते बनतं. रडत-कुथत चाललेलं आयुष्य एकदम ताजंतवानं - नाचगाण्यांचं बनून जातं.

ध्याननिधी, जास्तीतजास्त ध्यानधारणा कर, चिंतनशील हो. सावध रहा. ज्या क्षणी तुझ्या मनामध्ये तुझ्या आईचा आवाज घुमायला लागेल, सावकाश, सावकाश तो आवाज निद्रेमधे टाकून दे. तो अजिबात ऐकू नकोस. कारण तो आवाज तुझं आयुष्य बरबाद करेल. पुरुषावर प्रेम कसं करायचं हे तुला शिकलंच पाहिजे. प्रेम करण्यानं पुरुष हा सुसंस्कृत, विनयशील, सभ्य बनतो. त्याच्यातल्या उणिवा

नाहीशा होतात. तो जास्त मुलायम बनतो, सौम्य बनतो. प्रेमाच्या स्पर्शानं स्त्री ही बहरायला लागते अन्यथा ती मिटलेल्या कळीसारखी आहे. फक्त प्रेमातच... जेव्हा प्रेमाची किरणं तिला स्पर्श करतात, तेव्हा हळूहळू ती आपल्या पाकळ्या उलगडते. फक्त प्रेमातच, तिच्या डोळ्यांत काहीतरी सखोल अशी भावना दिसते; वेगळं तेज दिसतं. अतिशय आनंदी अवस्थेत तिचा चेहरा आणखीन उजळून निघतो. खरोखर प्रेमभावनेमुळे तिच्यात खोलवर बदल घडून येतो. ती एकदम परिपक्व अशी स्त्री बनते.

तेव्हा तुझ्या आईनं बेसावधपणे तुझी मनोवृत्ती पुरुषांच्या बाबतीत ज्या पद्धतीनं पक्की बनवलीय - त्यातून बाहेर पड. तू सुद्धा आंधळेपणानं आईचं मत मान्य केलंयस. म्हणून यातून बाहेर पडण्यासाठी हा आंधळेपणा टाकून दिला पाहिजेस. तू सावध झालं पाहिजेस. तू मला प्रश्न करणं ही फार चांगली सुरवात आहे. ही डोळसपणाची सुरवात आहे. अगदी अबकपासून सुरवात. तुझी मनोवृत्ती बदलण्यासाठी या तुझ्या मनातल्या ठाम मतांपासून तुला खूप दूर जायला पाहिजे. अत्यंत ताजंतवानं, पूर्वग्रहांचा पगडा नसलेलं, मुक्त आणि सहजपणे बदलता येईल असं मन तयार व्हायला हवं! होतंय काय? की या पक्क्या झालेल्या मतांमुळे तू पुरुषांशी असे वाईट खेळ खेळते आहेस. पुरुष हा प्रेमाच्या अपेक्षेनं जवळ आला की तू दूर पळतेस. त्यामुळे तो तुझा पाठलाग करण्याला आणखीन प्रवृत्त होतो. आणि त्यातून तू आनन्द मिळवतेस. तो तुझ्यामागे धावतो हे तुला भूषणास्पद वाटतं. हे सारं फार वाईट आहे. कारण यामधून आणखीन खोलवर गुंतागुंत वाढेल याविषयी तू अनभिज्ञ आहेस. याचा अर्थ असा, तू स्वत: एक पारधी आहेस, पुरुष हा शिकारी आहे. आणि तो पारधाचा पाठलाग करतोय. म्हणजेच पुरुषाला वर्चस्व गाजवण्यासाठी तू नकळत प्रवृत्त करते आहेस असं नाही का?

परंपरागत अशी विचारप्रणाली तुला दिली गेलीय की प्रेमामध्ये पुरुषानं आधी पुढाकार घ्यायचा. स्त्रीनं नाही! कारण ते स्त्रीला शोभादायक नाही. या फारच सडलेल्या कल्पना आहेत. अगदी प्रारंभापासूनच दुसऱ्या स्थानावर का म्हणून रहायचं? तुम्ही जर एखाद्यावर प्रेम करता, तर मग वाट का पहायची? माझ्या माहितीत अशा अनेक स्त्रिया मी पाहिल्या आहेत की केवळ पुरुषानं पुढाकार घेण्याची वाट पहात त्यांनी अनेक वर्षं घालवली आहेत. आणि यातला दुर्दैवाचा भाग असा की जो माणूस कधीही पुढाकार घेऊ शकणार नाही अशाच माणसाच्या त्या प्रेमात पडलेल्या आहेत!

अशीच एक मुंबईमधील स्त्री जे. कृष्णमूर्तींवर प्रेम करत होती. जे. कृष्णमूर्ती कधीतरी प्रतिसाद देतील या आशेवर संपूर्ण आयुष्यभर ती अविवाहित राहिली. ती खरोखर सर्वांत सुंदर स्त्री होती. पण जे. कृष्णमूर्ती हे वेगळ्या पठडीतले होते.

स्वत:तच पूर्णपणे साफल्य मिळवलेले, आत्मज्ञान प्राप्त झालेले, अंतरीचा दिवा उजळलेले असे गृहस्थ होते. तेव्हा पूर्णत्व मिळवण्यासाठी त्यांना दुसऱ्या कोणाचीच गरज नव्हती. त्यामुळे त्यांनी स्वत:हून यामधे कधीच पुढाकार घेतला नाही आणि पूर्वापार घट्ट बसलेला पगडा ठेवून त्या स्त्रीनंही स्वत:ला शोभणार नाही म्हणून कधीही पुढाकार घेतला नाही.

अशीच अहमदाबादेतली एक स्त्री मला माहितेय, ती संपूर्ण आयुष्यभर पं. नेहरूंवर प्रेम करत राहिली, त्यांची वाट पहात राहिली, लग्न करतील म्हणून तशीच राहिली. शिवाय नेहरू हे काही अध्यात्ममार्गातले आत्मज्ञान प्राप्त झालेले पुरुष नव्हते. तेव्हा हे घडणं अशक्य नव्हतं! पण चमत्कारिक गोष्ट अशी की नेहरू मात्र म्हातारपणात लेडी माऊंटबॅटनच्या प्रेमात पडले. आणि नवथर तरुणांना शोभतील अशी पत्रं दोघं एकमेकांना लिहीत राहिले. तो खरोखर वेडेपणाच म्हणायला पाहिजे.

पण ही अहमदाबादमधली स्त्री मात्र श्रीमंत घराण्यातली होती. त्यांच्या घरात मी राहिलेलो आहे. ती स्त्री फारच कुरूप होती आणि नेहरू तर फारच सुस्वरूप होते. मला नाही वाटत की त्यांनी या स्त्रीचा कधीकाळी विचार केला असेल म्हणून! अनेक स्त्रिया त्यांच्याशी विवाह करायला तयार असताना अशा कुरूप स्त्रीचा विचार ते करणं शक्यच नव्हतं. पण ती मात्र स्वत:च्या श्रीमंतीच्या बळावर हा विचार करत होती.

जे. कृष्णमूर्तींवर प्रेम करणारी आणि नेहरूंवर प्रेम करणारी अशा या दोन्ही स्त्रिया मला चांगल्या माहीत आहेत. त्या मला भेटल्या आहेत. त्यांच्या डोळ्यांत कायम एक दु:खाची छटा तरळताना दिसत असे. त्यांनी आत्तापर्यंत या बाबतीत मोकळेपणानं त्या पुरुषांसमोर काही व्यक्त केलं असतं तर बरं झालं असतं. दुसरा समोरचा माणूस कदाचित म्हणाला असता की, "नाही. मी तयार नाही. तसं म्हणण्याचा त्याला अधिकारही आहे. यात तुमचा कोणताही अपमान नाही. किंवा नाही म्हणण्याचं त्याचं ते स्वातंत्र्य आहे. माझ्या इथे राहाणाऱ्या या स्त्रियांबाबतीत माझी एवढीच इच्छा आहे की त्यांनी, पुरुषांनी पुढाकार घेण्याची वाट न पहाता स्वत:हून व्यक्त व्हावं. त्यात पुरुषाचा समजा नकार आला तरी मानहानी समजायचं काही कारण नाही. याउलट अशा प्रकारात दोघंही समान पातळीवर असल्याचं ते लक्षण दिसतं. या अगदी छोट्या गोष्टी आहेत की ज्याचा उपयोग स्त्रीमुक्तीसाठी निश्चितच होऊ शकतो.

पण स्त्री ही नेहमी खेळ खेळते. ती पुरुषाला आकर्षित करते. सौंदर्यानं, पेहरावानं, केशरचनेनं, चेहऱ्याच्या रंगरंगोटीनं, अशा अनेक मार्गांनी ती पुरुषाला आकर्षित करण्याचा प्रयत्न करत असते आणि एकदा का पुरुष आकर्षित झाला की

मग लगेच त्याच्यापासून दूर पळायला लागते.

ती खूप वेगानंही पळत नाही. ती सतत मागे वळून पहात असते, 'तो' येतोय का नाही ते पहायला! 'तो' जर फारच मागे राहायला असेल तर त्याच्यासाठी पुन्हा वाट पहात थांबते. 'तो' पुन्हा जवळ आला की मग हिची पळायला सुरवात! हा तर मूर्खपणाच. खरं म्हणजे प्रेम म्हणजे स्वच्छ आणि पारदर्शी मामला हवा... तू कुणावर तरी प्रेम कर. ते त्याच्याजवळ व्यक्त कर आणि स्पष्टपणे त्याला सांग की 'होय म्हणायचं तुझ्यावर बंधन नाही! तुझ्या 'नाही'चा सुद्धा मी योग्य तो मान राखेन. हा फक्त माझ्या मनाचा आविष्कार आहे. इच्छा नसताना 'होय' म्हणण्याचं कारण नाही. तुला जोपर्यंत मनापासून माझ्याबद्दल प्रेम वाटत नसेल तोपर्यंत तो तुझा 'होय' हा धोकादायक आहे. – इतकं स्वच्छपणे सारं झालं तरच आपलं जीवन परिपूर्ण होऊ शकेल.

प्रेमात असलेले स्त्रीपुरुष ध्यानधारणेच्या मार्गात सहजपणे जाऊ शकतात. कारण ध्यानधारणा आणि प्रेम या अतिशय पूरक गोष्टी आहेत. तुम्ही जर ध्यान–धारणेला सुरवात केली तर तुमच्या प्रेमाची तीव्रता ओसंडून वहायला लागते. तुम्ही कुणाच्या प्रेमात आकंठ बुडालेले असलात तर तुमची ध्यानधारणेची तसंच आध्यात्मिक शक्ती निश्चितच वृद्धिंगत होते. अत्यंत खोलवरचा तो एकत्रित अनुभव असतो. म्हणूनच या दोन्ही गोष्टींना माझी सहमती आहे.

ठीकय्, मनीषा?

होय, भगवान!

☐

सत्र : दोन

२४ जून १९८७ संध्याकाळ

तुम्ही जसे आहात तसे योग्य आहात. पूर्णपणे लायक आणि सभ्य! तेव्हा, केवळ 'इतरांना' आवडतं म्हणून त्यामधे बदल करून काहीतरी खोटंनाटं व्यक्तिमत्व बनवण्याचं काहीही कारण नाही. तुम्ही इतरांना खूष करायला जाता, आनन्दी बनवायला जाता, पण शेवटी जगात कोणीही आनंदी दिसत नाही. खूष दिसत नाही.

विषाचे पेले रिचवता आले पाहिजेत

प्रिय ओशो

इथं या कम्युनमधे तुमच्या सहवासात... तुम्ही करत असलेल्या निर्व्याज अशा प्रेमाच्या तसंच करुणेच्या वर्षावात मी अक्षरशः न्हाऊन निघते. माझं भुकेलेलं हृदय आता मोकळं होऊ लागलंय. या तुमच्या इथल्या निवांत स्थानी मी परमानन्दाचा अनुभव घेत आहे. पण आपण लायक नसल्याची माझ्या मनातली भावना मला सतत वेढून टाकते आणि माझ्या जीवनावर अंमल गाजवते. आयुष्यात 'पुढे' जाण्याविषयी मी निराश होते. माझ्या दृष्टीनं तो फार लांबचा पल्ला वाटतो. प्रिय ओशो - मला मदत करू शकाल?

प्रेम निरजा -

जन्मतः लायक नसलेला असा कोणीच नसतो. प्रकृतीच्या दृष्टीनं सगळे समानच असतात. पण समान पातळीवरचा म्हणजे सारखा असणं नाही. हे लक्षात ठेव. प्रत्येकजण समान वैशिष्ट्यपूर्ण असतो.

'आपण लायक नाही' ही तुला छळणारी भावना लाखो माणसांना छळत असते. आजूबाजूचा समाज, तुमच्या मनात अशा भावना निर्माण करत असतो. तुम्ही लायक नाही, तुम्ही पात्र नाही, तुम्ही निरुपयोगी आहात, तुमच्यात काहीही चांगलं नाही हे इतरजणं ठरवतात. स्वतंत्र विचारांच्या 'एखाद्या' व्यक्तीला समूहाकडून मिळणारी ही वागणूक असते.

कदाचित तुला माहीत नसेल की गर्दी ही नेहमीच एकट्या... वेगळ्या माणसाच्या विरुद्ध असते. कारण तुम्ही तुमचे स्वतंत्र असणं गर्दीला मान्य नसतं. अशा माणसांचं तिला वावडं असतं. खोटी व्यक्तिमत्त्वं, एकमेकांचं फक्त अनुकरण करत जगणारी माणसं गर्दीला प्रिय असतात. एखादा स्वतंत्र विचारांचा माणूस, त्याच्या हक्काच्या पूर्ण जाणिवेनं स्वतःचं स्वत्व, स्वतःचं स्वातंत्र्य जपत असलेला, कोणत्याही परिणामांची पर्वा न करता स्वतःच्या मनाला रुचेल तसंच वागणारा असा माणूस समाजाकडून धिक्कारला जातो.

अशी बंड करणारी माणसं समाजाला परवडत नाहीत. कारण त्यांचं

अस्तित्व समाजाच्या दृष्टीनं धोकादायक असतं. कारण तो कदाचित वणवाही बनू शकतो. जी आत्तापर्यंत गुलामीत दुःखं भोगतायत् ती कदाचित पुढेमागे बंड करू शकतील ही भीती त्यामागे असते. अशा माणसाच्या अस्तित्वामुळे कदाचित लोकांमधे अशीही कल्पना मूळ धरू लागेल की अरेच्चा, तुमच्या अंतरीच्या प्रकाशात तुम्ही वाटचाल करू शकता! तुमच्या स्वत:च्या मतप्रणालीनुसार, स्वत:च्या धार्मिक कल्पनांनुसार, स्वत:च्या नीतिशास्त्रानुसार तुम्हाला ठामपणे आचरण करता येऊ शकतं! तुम्हाला समूहाचं, समाजाचं दडपण घ्यायची जरूर नाही, तुम्ही कोणाचीही आध्यात्मिक गुलामगिरी पत्करली नाहीत तरी चालू शकेल.

...या अशा तऱ्हेच्या कल्पनांचा जर का समाजात प्रसार झाला तर जे काही थोडेफार सज्जन थोडेसे जागृतावस्थेत आहेत, पूर्णपणे मेलेले नाहीत, त्यांच्यातली एखादी ठिणगी अजूनही जिवंत आहे, असे लोक निश्चितच स्वबळावर समाजाला टक्कर देऊ शकतील, बंड करू शकतील.

समूहाला ताब्यात घेणं फार सोपं असतं म्हणूनच ज्यांच्या हातात सत्ता असते ते अशा 'स्वतंत्र' व्यक्तीचा नेहमीच तिरस्कार करतात. मानवाच्या इतिहासातली ही फार जुनी कथा आहे. परंपरेनं चालत आलेली गोष्ट आहे. अगदी लहानपणापासूनच वेगवेगळ्या अवस्थेत निरनिराळ्या दिशेनं, म्हणजे आईवडील, शिक्षक, धर्मपंडित, शेजारी-पाजारी इ. या सर्वांकडून समाज तुम्हाला तुमच्या 'स्व'त्वापासून बाजूला करण्याचे प्रयत्न करत असतो. तुमच्या 'स्व'त्वा पासून तुम्ही कसे बाजूला व्हाल याचेच प्रयत्न सुरू होतात. तुम्ही 'कुणासारखं' तरी व्हायला त्यांना हवं असतं. तुम्ही तुमच्यासारखं, स्वतंत्र बुद्धीचं झालेलं त्यांना रुचत नाही.

तू स्वत:ला पात्र समजत नसण्याची भावना तुझ्या मनात निर्माण होते ते याच कारणानं! हे स्वाभाविकच आहे. तुम्ही 'कुणासारखं' तरी कधीही होऊ शकणार नाही. जरी कितीही हुबेहूब ढोंग आणि खोटेपणा पांघरलात तरी खोलवर मनाच्या कप्प्यात तुम्ही स्वत:ला फसवलेलं असतं.

ती भावना तुम्हाला छळतच रहाणार. मनापासूनच तुम्ही कधीच समाधानी असणार नाही, आत्म-सन्मानित असणार नाहीत, स्वाभिमानी असणार नाही - की ज्या भावना प्रत्येकासाठी जरुरीच्या आहेत. प्रकृतीनं तुम्हाला जीवन बहाल करून तुमचा सन्मान केलेला आहे.

स्वत:ची ओळख तुम्हाला जर पटलेली असेल तर तुम्ही स्वत:ला अपात्र कधीही समजणार नाही. कारण तेच तर तुमचं स्वाभाविक वाढणं असणार आहे. तुम्ही जर गुलाबाचं रोपटं असाल तर त्यावर गुलाबच फुलणार - तुम्ही

जर झेंडूचं झाड असाल तर झेंडूच फुलणार. यामधे झेंडूचं फूल स्वत:ला काही अपात्र समजत नसतं, किंवा गुलाबाचं फूल स्वत:ला विशेष समजत नसतं, पवित्र समजत नसतं आणि उच्च दर्जाचंही समजत नसतं. एवढंच काय, पण गवताचं एखादं छोटंसं पातं सुद्धा आकाशातल्या मोठ्या ताऱ्यासारखंच स्वत:ला मोठं समजत असतं.

या सृष्टीमध्ये तुम्हाला कुठेच न्यूनगंड दिसणार नाही आणि तसाच कुठेही श्रेष्ठत्वाचा अहंगंडही दिसणार नाही. झेंडूचं फूल हे झेंडूचं फूल असण्यातच आनंदी आहे. 'मी गुलाब का नाही?' हा प्रश्नच निरर्थक आहे. जर या सृष्टीत फक्त गुलाबच गुलाब दिसले असते, तर सृष्टी बेकार झाली असती. आणि गुलाबाचंही सौंदर्य टिकलं नसतं. तऱ्हेतऱ्हेच्या लाखो विविध फुलांनी बहरून ही सृष्टी इतकी समृद्ध झाली आहे की ते सौंदर्य आपल्या कल्पनेपलीकडचं आहे.

पण तरीही समाज तुम्हाला फक्त एका विशिष्ट भूमिकेतच पसंत करतो. जसं समाजानं तुम्हाला एकदा का मेंढी म्हणून समजायला सुरवात केली की त्यानंतर जरी तुमच्यात हरणाची, वाघाची, सिंहाची किंवा गरुडाची वैशिष्ट्यं असली तरीही समाजाला फक्त एकाच प्रकारचा शिक्का हवा असतो. खरं पहाता प्रत्येक जीवमात्रात वेगवेगळी वैशिष्ट्ये असतातच. पण समाजाला नेहमी एकच साचा हवा असतो जसा प्रत्येकानं मेंढीच असलं पाहिजे! आणि जर का सिंहाला मेंढी म्हणून समजायला लागलात तर त्याला स्वत:ला आपण अपात्र असल्याची भावना छळायला लागते. निसर्गाच्या विरुद्ध तुम्ही त्याच्याकडून अपेक्षा करायला लागता हे चूक आहे.

'आपण अपात्र आहोत' ही भावना या समाजाच्या अशा अस्वाभाविक अपेक्षांमुळे निर्माण होते. या अपेक्षा तुमच्या आजूबाजूला असलेल्या प्रत्येकाकडून केल्या जातात. तुम्ही जसे असता तसे कोणाला नको असता. तुम्ही अमुक असायला पाहिजे; तमुक असायला पाहिजे असा इतरांचा हट्ट असतो. अर्थातच त्यांच्या अपेक्षांनुसार तुम्ही आचरण ठेवलंत की आपोआप तुम्ही त्यांच्या प्रेमाला पात्र होता, त्यांच्या आदराला, ते देत असणाऱ्या सन्मानाला पात्र होता. पण हे पात्र होणं फार धोकादायक आहे. शिवाय महागात पडणारं आहे. कारण यामधे तुम्हाला तुमचं स्वत्व गमवावं लागतं. तुम्हाला ढोंगाचा बुरखा पांघरावा लागतो, खोटंनाटं वागावं लागतं... आणि एवढं सगळं करून हाती काय पडतं? ते देत असलेलं प्रेम, मानसन्मान, आदर यांना कोणतं मूल्य आहे? तुमच्या स्वत्वाची झालेली हानी काही ते भरून काढू शकत नाहीत. तुम्ही तुमचा 'आत्मा' विकलेला असतो. ते तुम्हाला अगदी नोबेलप्राईज देऊ शकतात, पण

अशी हजारो नोबेल पारितोषिके तुमच्या आत्म्याचं झालेलं नुकसान भरून काढू शकत नाहीत. या बदलाच्या प्रक्रियेत तुम्ही जे काही भोगलेलं असतं ते दु:ख भरून येत नसतं. या सृष्टीतलं तुमचंच म्हणून जे स्थान असतं ते तुम्ही गमावलेलं असतं. तुमचं अत्यंत महत्त्वपूर्ण असं पूर्ण जाणीव असलेलं अस्तित्व तुम्ही गमावलेलं असतं!

मी तुझी अडचण समजू शकतो. प्रेम निरजा, हे सारं समजण्याची कुवत तुझ्यात नाही असं नाही. तेवढी बुद्धिमान तू नक्कीच आहेस. तुला सारं समजतंय. पण केवळ बुद्धीनं समजलेली गोष्ट कोणताही बदल घडवू शकत नाही. त्यामुळे तुला जास्त त्रास होईल. तू काहीतरी मूर्खपणा करतेयस याची जाणीव तुला होत असल्यानं आणखीन चांगला मूर्खपणा करण्यात तू आता तरबेज झालेली आहेस. या तुझ्या मूर्खपणा करण्याच्या कौशल्यामुळे तुला काहीतरी दिलं गेलंय, सन्मानित केलं गेलंय आणि त्या सन्मानाला तू चिकटून राहिली आहेस.

हा फारच मोठा पेच निर्माण झालाय. त्यामुळेच मानसिक संतुलन बिघडतं. खरं म्हणजे तू करतेयस ते चुकीचं आहे हे तुझ्या बुद्धीला पटतंय्, पण ते तुझ्या कृतीत उतरत नाहीये. बुद्धीला झालेलं आकलन खोलवर झिरपत नसल्यामुळे तू ते कृतीत आणू शकत नाहीयेस. बुद्धी ही निष्क्रीय असते. क्रियाशीलता तिच्यात नसते. त्यामुळे ती तुमची चिंतनशीलता होऊ शकत नाही. ते तुमचं फक्त आकलन आहे. आणि नुसतं आकलन काहीही उपयोगाचं नाही. बुद्धीला पटतंय की हे बरोबर नाही. पण तीच बुद्धी हे सुद्धा सांगते की हे बरोबर नसलं तरीही तेच समाजात सन्मानित केलं जाणार आहे. तेव्हा ते सोडू नकोस. या सर्व आचरणात तू तुझा आत्मा गमावून बसली आहेस. तो परत मिळवणं हे शक्य होईल का नाही माहीत नाही. एवढंच काय, पण परत स्व-स्वरूपी येण्याचा रस्ताही तुला आठवत नाहीये.

तुझ्या बुद्धीला जे योग्य वाटत नाहीये त्यालाच तू चिकटून राहिली आहेस. तू तुझ्या हातानं तुझं आयुष्य उद्ध्वस्त करते आहेस. कारण विषाचा प्याला तुझ्या हातात आहे. तो तू प्राशन करते आहेस. तू तुझ्या घराचा रस्ता विसरलेली आहेस.

त्या दिवशी लतिफा रडत होती, आज सगळेच ढग विरून गेले आहेत. तिनं अखेर धाडसी निर्णय घेतलाच. कारण अनंतकाळ ती नुसता विचारच करत होती. अर्थातच दु:खदायक दिवस हे नेहमीच लांबच लांब भासतात. दु:खातला एखादा ताससुद्धा संपूर्ण आयुष्याइतका वाटतो. म्हणूनच मी म्हणतो की खूप दीर्घकाळ तिनं दु:ख भोगलंय. आणि आतामात्र तिची समजूत पटली आहे. कारण सातत्यानं मी तिच्या मनावर बिंबवत होतो की या परिस्थितीत तू

जर दु:खी आहेस; तर यातून बाहेर पडायचा मार्ग समोर दिसत असून तू बाहेर कां पडत नाहीस?

तिला बाहेर पडायची इच्छा आहे... पण आहे त्या परिस्थितीला ती घट्ट चिकटलेली आहे. यातून मुक्त व्हायला, मोकळ्या हवेत यायला, नंतरच्या अज्ञाताला ती घाबरतेय. तिचं अंतर्मन तिला पुढे ढकलतंय, आव्हान स्वीकारायला सांगतंय, अज्ञात गोष्टींमधला रोमांच अनुभवायला सांगतंय. पण तिचं वरवरचं मन मात्र फक्त सुरक्षिततेचाच विचार करतंय. काय माहीत? कदाचित यापेक्षाही वाईट परिस्थितीत आपण जाऊ शकतो. निदान हे आत्ताचं दु:खं परिचित तरी आहे आणि त्याला तुम्ही सरावाचे झालेले आहात. एवढंच काय पण तुम्हाला त्याची इतकी सवय झालेली आहे की तुमच्या मनाच्या कुठल्यातरी कोपऱ्यातली भीती लपून गेली आहे. या सगळ्यावाचून तुम्ही जगू शकाल? हे दु:खदायक आहेच, पण तरीही त्यात काही अर्थ आहे. कारण तुम्ही एकटे नाहीत किंवा निरर्थकपण नाहीत. तुम्ही दु:खानं भरलेले आहात, आणि कदाचित उद्यासुद्धा दु:खच असेल हेही तुम्हाला माहितेय. उद्या कदाचित आपण एकटे पडू किंवा निरर्थक होऊ ही काळजी करण्याचं कारणच नाही. एखाद्याच्या मनात असा सर्वत्र गोंधळ दिसतो.

पण शेवटी लतिफा भानावर आली म्हणायची... अत्यंत धाडसी निर्णय घेतला... आणि आज तिनं मला पत्रं लिहिलं. पत्रातून कृतज्ञता व्यक्त करून तिनं सांगितलंय की शरीरातून एखादी कॅन्सरची गाठ काढून टाकावी तसं आता मोकळं वाटतंय. स्वच्छ, निरोगी, आनंदी आणि सर्वत्र उजळलेलं असं वातावरण अनुभवायला मिळतंय. सगळं दडपण आता दूर झालंय. आणि हाच तो कॅन्सर होता, ज्याला ती चिकटून होती.

हे कशालातरी तुमचं जखडलेपण जर तुम्ही दूर करू शकलात तरच, अतीव आनंदाचा, मुक्ततेचा, आणि मोकळ्या आकाशाचा तुम्ही अनुभव घेऊ शकता. नाहीतर दुसरा मार्गच नाही. पण मंडळीसुद्धा अशी असतात की इथे येऊन जेव्हा माझं ऐकतात तेव्हा त्यांनी मनाशी ठरवलेलं असतं की काय ऐकायचं आणि काय नाही ऐकायचं! त्यांच्या मनात जे पूर्वग्रह असतात त्यांना पोषक जे असेल त्याच वेळी ते मोकळे होऊन ऐकतात आणि त्यांच्या पूर्वीच्या ठाम अशा समजुतींना आधारभूत असं काही मी बोलतोय म्हणताना खूप आनंदी होतात. पण काही वेळा ज्या पूर्वग्रहांमुळे, काही विशिष्ट त्यांच्या आग्रही अशा मतांमुळेच खरं पहाता ते दु:खी असतात. त्याच्या विरोधी मी काही बोललो की ते लगेच स्वत:ला मिटून घेतात. पण असे किती दिवस तुम्ही स्वत:ला मिटून घेणार? तरीही मी तर सतत वेगवेगळ्या मार्गांनी, वेगवेगळ्या प्रकारांनी तडाखे

देतच असतो. तेव्हा आत्ता नाहीतर नंतर तुम्हाला ऐकावंच लागतं.

पण त्यांनंतरही लोकं स्वत:चा बचाव करायला सुरवात करतातच. हा तर मूर्खपणाच! मला आश्चर्य वाटतं की तुम्ही किती काळ वाया घालवता? इथं, या ठिकाणी तुम्ही जर स्वत:चा बचाव करायला पहात असाल तर तो कुठेही करू शकता ना? दुसऱ्या ठिकाणी तो करणं हे सगळ्यात सोपं होईल. पण इथं मात्र ते कठीण आहे. आणि स्वत:चा बचाव करणं या गोष्टीला माझा विरोध आहे. कारण स्वत:चा बचाव करणं म्हणजे तुमच्या सर्व दु:खापासून बचाव करणं आहे की जी दु:खं तुमच्यापेक्षा वेगळी नाहीत. ती तुमच्यातच आहेत. तुम्ही आणि तुमची दु:खं, तुम्ही आणि तुमच्या हालअपेष्टा, तुम्ही आणि तुमचे आदर्श हे एकमेकांपासून वेगळे नाहीत तर एकच आहेत.

तुमचं वरचं व्यक्तिमत्त्व हेच मुळी तुम्हाला त्रास देणारी गोष्ट आहे. त्या गोष्टीतून तुम्हाला बाहेर काढून तुमचं स्वत:चं वैशिष्ट्य तुम्हाला मिळवून देण्याचं काम मला केलंच पाहिजे. स्व-वैशिष्ट्य ही खरोखर अद्भूत गोष्ट आहे. हे स्वत्व तुम्ही जन्मापासूनच बरोबर घेऊन आलेला आहात. तुमचं हे जे वरवरचं व्यक्तिमत्व आहे ते समाजानं तुमच्या स्ववैशिष्ट्यावर घातलेलं एक आच्छादनच आहे. तो एक मुखवटा आहे. आणि हा मुखवटा घेऊन इतका प्रदीर्घ काळ तुम्ही वावरता आहात की आता त्यालाच तुम्ही तुमचं खरं स्वरूप मानायला लागलेला आहात. या खोट्या समजुतीच्या बेहोशीतच मग माणसं या 'कॅन्सर'पासून बचाव करू पहातात.

एका स्त्रीनं मध्यंतरी मला लिहून कळवलं की ती त्या हिमी गोल्डबर्गचा द्वेष करते. मला विश्वासच बसेना की एखादा माणूस या गरीब हिमी गोल्डबर्गचा तिरस्कार करत असेल म्हणून! पण बहुदा ज्यू-विरोधी वातावरणात ती वाढलेली असल्यानं, या माणसाला एकदम हीरो करून टाकलेला तिला पसंत पडलं नाही. हे खरं आहे की, हिमी गोल्डबर्गचं मी चरित्र लिहिणार आहे. याच पत्रात या स्त्रीनं असंही उद्धृत केलंय की ''आम्हा मंडळींबरोबर तुम्ही (म्हणजे मी) हास्यविनोद केलेले मला आवडत नाहीत'' म्हणजे असं दिसतंय की ती हसण्याच्या सुद्धा विरुद्ध आहे. तसं पाहता मी सुद्धा हसतो कमीच. फक्त कधीकधी तुमच्याबरोबर हास्यविनोद करावेसे वाटतात. कारण एकच... मी तुमच्यापेक्षा वेगळा नाही, तर तुमच्यामधलाच आहे ही भावना तुमच्यात निर्माण करण्यासाठी! मी तुमच्यापेक्षा कुठेतरी वरच्या पातळीवर आहे, गंभीर आहे, गौतमबुद्धाप्रमाणे अगदी स्थिरतेचा पुतळा आहे असं तुम्हाला वाटू नये म्हणून हे सारं!

खरोखरच गौतमबुद्ध कधीही हसायचा नाही म्हणे! तसंच जिझस् सुद्धा कधी हसल्याचे उल्लेख नाहीत. ही मंडळी फारच गंभीर आहेत.

पण मी गंभीर माणूस नाही. अगदी वारंवार मी तुम्हाला सांगत आलोय की मी गंभीर नाही. पण, हे माझं सांगणं तुम्ही गांभीर्यानं घेतलं नाहीत. तुम्हाला वाटतं मी गमतीनं हे बोलतोय. ही तर फारच मोठी अडचण आहे. कशी काय सोडवणार? प्रेम निरजा, लोकं तुझ्याशी जे बोलतात त्याला तू बळी पडलेली आहेस. लोकं तुझ्या बाबतीत जे बोलतात, जे बोललेले आहेत, ते सारं इथं या कम्युनमधे पुसलं जाणार आहे आणि तू जशी आहेस तशीच तुला स्वीकारलं जाणार आहे. जशी आता तू पूर्णपणे योग्य अशी आहेस, पात्र आहेस, सभ्य आहेस! त्यामुळे हे सारं बदलून टाकून केवळ दुसऱ्याला हवाय म्हणून खोटा मुखवटा धारण करण्याची काही गरज नाही. इतरांना आनंदी करण्याचे प्रयत्न तुम्ही सतत करता त्याचा परिणाम काय? तर जगात प्रत्येकजण शेवटी आनंदी नाहीच.

तू स्वत: आनंदी रहावंसं अशी माझी शिकवण आहे. इतरांना तू आनंदी कर असं मी कधीही शिकवणार नाही. तुझ्या आनंदी असण्यात जर काही सत्यता असेल, चैतन्य असेल तर ते निश्चितच इतरत्र पसरेल. आणि मग तेच इतरांना आनंदी व्हायला मदत करेल. पण हे काही आनंदाचं मोजमोप होऊ शकत नाही, हा काही आदर्श होऊ शकत नाही. तू इतरांना खूष करायला जातेस, ते सर्व तुला, तसंच इतरांना खूष करायला बघतात आणि शेवटी प्रत्येकजण नाखूष होतो. कारण ते सारेजण ढोंग करत असतात.

मंडळी आनंदी होऊ शकतात. पण त्यासाठी फक्त एकच मार्ग आहे, इतर कोणतेही मार्ग नाहीत. फक्त एकच! तो म्हणजे ते खरेखुरे स्वत:चेच असले तरच ते आनन्दी होऊ शकतात, तरच आनन्दाचा झरा वहायला सुरवात होते, ते सतेज बनतात, आनन्दी बनतात, नाचू-गाऊ शकतात. ते स्वत:च एक गाणं बनतात, ते स्वत:च एक नृत्य बनतात. पण ते नृत्य इतरांच्या परवानगीनं केलेलं नसतं किंवा कुणी स्तुती करावी म्हणून केलेलं नसतं तर त्यांच्या स्वत:च्या अपरंपार आनंदातून ते निर्माण झालेलं असतं.

हे सारं जगसुद्धा नृत्य, संगीत, गायन, सृजनशीलता, जिवंतपणा आणि हास्यानं भरलेलं राहू शकतं. पण त्यासाठी मुळातल्या समजुती, ज्या आत्तापर्यंत जशाच्या तशा चालत आलेल्या आहेत, त्या पहिल्याप्रथम नष्ट केल्या गेल्या पाहिजेत. कोणतीही दया न दाखवता!

एका काऊंटीपरगण्यातले रहिवासी चर्चमधली आपली सेवा पूर्ण करून चालले असता त्यांना धन्यवाद देण्यासाठी चर्चच्या दारात एक नवीन पाद्री उभा होता. लोकं मोठ्या मनानं त्याच्या प्रवचनाची स्तुती करत होते. पण एक माणूस मात्र त्यांना म्हणाला, ''फारच कंटाळवाणं प्रवचन दिलंत तुम्ही...!''

आणखीन एका मिनिटांनी परत तोच माणूस येऊन त्यांना म्हणाला, ''फारच कंटाळवाणं प्रवचन दिलंत तुम्ही.'' पुन्हा एकदा तो समोर येऊन म्हणाला, ''खरंच! तुमच्या प्रवचनात काहीच फार मोठं सांगण्यासारखं नव्हतं.''

पाद्री जरा विचारात पडले. संधी मिळताच त्यांनी सहकाऱ्याला याबद्दल विचारलं तेव्हा तो म्हणाला, ''ओह! त्या वेड्या माणसाकडे लक्ष देऊ नका. त्याला ती सवयच आहे. इतर लोकं जे काही बोलतात ते पुन्हा पुन्हा बडबडायची त्याची सवयच आहे.''

हे जग खरोखरच विचित्र आणि अडाणी माणसांनी भरलेलं आहे. प्रत्येकजण कुठल्यातरी खोट्या समजुतीत जगत असतो. फक्त स्तुती ऐकण्यासाठी, टाळ्या मिळवण्यासाठी, इतरांचं लक्ष वेधण्यासाठी प्रत्येकजण हपापलेला असतो. ज्यांना तुम्ही खरोखरच मोठे पुढारी समजत असता ते तर लोकांचं लक्ष वेधण्यासाठी भीक मागत असतात. संपूर्ण जीवन, अशी भीक मागण्यात घालवतात. किती लोकं आपल्याकडे लक्ष देतायत यावरच त्यांचा अहंकार पोसला जात असतो. ''जास्तीत जास्त लोकं तुमच्याकडे आकर्षित झाले तर तुम्ही सर्वांचं लक्ष वेधून घ्याल'' असं आश्वासन जर कुणी त्यांना दिलं तर कोणत्याही थराला जाऊन मूर्खपणा करायला ते तयार होतात.

एक गमतीशीर गोष्ट मला माहितेय. ही कल्पितकथा नाहीये. ही खरीखुरी घडलेली गोष्ट आहे. एका प्रसिद्ध माणसाची ही कथा आहे. ती व्यक्ती म्हणजे अब्राहम लिंकन. तो अतिशय गरीब घरात जन्माला आला होता. त्याचा चेहरा कुरूप होता. त्याचे वडील चांभाराचं काम करायचे. तो स्वत:ही लाकडं तोडण्याचा उद्योग करून पैसे मिळवत असे आणि शाळेचा खर्च भागवत असे. अत्यंत गरीब घराणं होतं त्याचं!

त्याच्या चेहऱ्यात काहीच आकर्षकता नव्हती. अगदी घाणेरडा चेहरा होता त्यांचा. पण बुद्धिमत्ता मात्र अचाट होती. कदाचित त्याच्याइतका बुद्धिमान माणूस अवघ्या अमेरिकेत तेव्हा नसेल. त्याचा सुज्ञपणा, तर्कशुद्धता, त्याची वादविवादाची पद्धती हे सारं खरोखर अदभुत होतं. पण केवळ चेहऱ्याच्या कुरूपतेमुळे त्याचं व्यक्तिमत्त्व गचाळ दिसत असे. तो जेव्हा निवडणुकीला उभा राहिला आणि त्यानं प्रचाराला सुरवात केली तेव्हा एक छोटी बालिका... माझ्या माहितीप्रमाणे अब्राहम लिंकन राष्ट्राध्यक्ष बनायला केवळ ती बालिका कारणीभूत ठरली असं म्हणावं लागेल. अन्यथा त्या मुलीची कुणी आठवणही काढणार नाही. तर प्रचाराच्या वेळी लिंकनशी तिची - त्या बालिकेची भेट झाली तेव्हा त्याच्याजवळ जाऊन ती म्हणाली, ''अंकल लिंकन! या अशा चेहऱ्यानं तुम्ही काही निवडणुक जिंकू शकणार नाहीत. मी एक छोटीशी सूचना करते. ती

अशी, तुम्ही जर दाढी-मिशा वाढवल्या तर बराचसा तुमचा चेहरा झाकला जाऊ शकेल. शिवाय त्या दाढी-मिश्यांना जर थोडासा आकार दिला तर तुमच्या चेहऱ्याचं सगळं चित्रच बदलून जाईल!''

ती खरंतर एक छोटीशी मुलगी पण अत्यंत नेमकेपणानं ती त्याच्या चेहऱ्याचं निरीक्षण करत होती.

त्याच्या बोलण्यात तिला रस होता. पण स्त्रिया अगदी लहानपणापासूनच शारीरिक सौंदर्याच्या बाबतीत नेहमीच जागरूक असतात. दाढी-मिशा वाढवल्यानं चेहरा झाकला जाईल, तसंच त्या वाढलेल्या दाढी-मिश्यांना आकार दिल्यास एक नवीनच चेहरा निर्माण होईल हे तिचं म्हणणं लिंकनला मनोमन पटलं. या अशा चेहऱ्याचं काय करायचं हा त्याच्यापुढेही प्रश्न होताच. तिच्या म्हणण्याप्रमाणं त्यानं दाढी-मिशा वाढवायला सुरवात केली. आता त्याच्या फोटोत कोणताच कुरूपपणा तुम्हाला दिसत नाही. सगळी कुरूपता त्या दाढी-मिश्यांमधे झाकली गेली. एवढंच काय, पण त्या दाढी-मिश्यांनी त्याला एक निराळं व्यक्तिमत्त्व दिलं.

लोकं विसरून गेले, पण लिंकन विसरला नाही. अध्यक्ष झाल्यानंतर पहिलं पत्रं त्यानं त्या छोट्या मुलीला लिहिलं, आणि धन्यवाद देताना म्हटले, ''तुझी सूचना योग्य ठरली.'' खरोखरच तो अतिशय नम्र आणि समजूतदार माणूस होता.

परंतु हे जग तुम्ही ''आंत खरे'' कसे आहात हे पहात नाही. तुमची बुद्धिमत्ता पहात नाही, तुमचे गुण पहात नाही, सृजनशीलता पहात नाही. ते फक्त बाहेरचं, वरवरचं व्यक्तिमत्त्व पहातात. आणि तुम्हाला तर इतरांचं लक्ष वेधून घ्यायचं असल्यानं तुम्हाला लोकांचं म्हणणं मान्य करणं भागच पडतं. तुम्हाला त्यांच्याकडून तुमच्या पात्रतेची हमी पाहिजे असल्यानं त्याच्याबरोबर तडजोडही करावीच लागते. पण प्रश्न असा उभा रहातो की माणूस हा संपूर्णपणे खोटा कधीच होऊ शकत नाही. काहीतरी एवढंसं खरेपण रहातंच आणि तेच खरेपण इतरांच्या दृष्टीनं तुम्हाला अपात्र ठरवतं.

आणि त्यामुळेच 'बाहेरच्या' जगात पाहिजे तेवढं यश आपल्याला मिळत नाही म्हणून तुम्ही दुःखी होता. ज्या कुणाला या जगात यश पाहिजे असतं, जे कोणी महत्त्वाकांक्षी असतात, अहंकारी असतात त्यांना या दुःखातून जावं लागतं. जशी तू आत्ता जाते आहेस. पण अडचण फारच क्षुल्लक आहे. तेव्हा फारसे प्रयत्न न करताही त्यातून मार्ग काढता येईल. तो म्हणजे मनामधे एक समजूत पाहिजे की आपल्याला दुसऱ्यानं फार महत्त्व देण्याची खरं म्हणजे गरज नाहीये, गरज आहे ती मनाच्या तळापर्यंत स्वत: सुखी भावनेनं वावरण्याची!

आणि हे केव्हा शक्य आहे? तर तुम्ही स्वत: 'खरे' असलात तर. इतर काय म्हणतात याकडे मुळीच लक्ष देऊ नका. काळजी करू नका. त्याचं काही विशेष नाही. तुमचा आत्मिक आनंद, शांती, स्तब्धता आणि शाश्वत जीवनाची खरीखुरी जाणीव हेच फक्त महत्त्वाचं आहे.

तू विचारतेस, "माझ्या अपात्र असण्याबाबत मी काय करू शकते? माझ्या आयुष्यावर त्याचा अजूनही प्रभाव आहे आणि मी त्या भावनेला इतकी जखडून गेलेय की यातून बाहेर पडणं शक्य होत नाही!"

फक्त थोडीशी बुद्धी वापरण्याची गरज आहे, थोडी समजूत आणण्याची गरज आहे. फार नाही. कारण या गोष्टीला 'तू' जखडून घेतलंयस. ती तुला जखडलेली नाही.

एक सूफी कथा आहे. एकदा नदीला पूर आलेला होता. नदीचं वाढत जाणारं पाणी पहात अनेक लोक काठावर उभे होते. एक सूफी योगी पण तिथं उभा होता. सूफी लोक नेहमी फक्त एक लोकरी घोंगडं पांघरतात, दुसरं काही नाही. हा 'सूफी' शब्द सुद्धा त्यावरूनच तयार झालेला आहे. पर्शियन भाषेत 'सूफ' म्हणजे 'लोकर'! म्हणून सूफी म्हणजे जो फक्त लोकरी वस्त्र वापरतो तो! तर असा हा सूफी एक लोकरी घोंगडं पांघरून तिथं इतरांकडे पहात उभा होता. एकाएकी त्या नदीच्या प्रवाहात एक सुरेख लोकरी घोंगडं वहाताना सगळ्यांना दिसलं. एका तरुणाला राहवलं नाही. सगळेजण सांगत होते, कारण आलेला पूर भयंकर होता. तरुण म्हणाला, "छे छे हे सुंदर घोंगडं मी गमावणार नाही." असं म्हणून त्यानं उडी घेतली.

पण ते घोंगडं नव्हतं तर तो एक लांडगा होता. म्हणून त्या तरुणानं त्याला घोंगडं म्हणून धरल्यानंतर त्या लांडग्यानंच तरुणाला पकडलं. तो ओरडायला लागला, "वाचवा.. वाचवा!" सगळेजण काठावरून ओरडले, "वाचवा वाचवा.. काय? तूच टाकून दे ना ते घोंगडं!" तो तरुण ओरडला, "हे घोंगडं नाही. हा लांडगा आहे. आता तो मला सोडतो का नाही माहीत नाही." म्हणजेच त्या लांडग्याचं शरीर लांबून लोकरी घोंगडीसारखं दिसत होतं.

सूफीनं त्याच्या दैनंदिनीमध्ये लिहिलं, "आज मी जे पाहिलं तो फारच मोठा प्रश्न होता. आत्तापर्यंत हे त्यागावं का ते त्यागावं अशा प्रश्नात अडकलेले लोक मी पाहिले. पण ते सारं चुकीचं होतं कारण प्रश्न त्यांना चिकटलेले नव्हते, तर तेच प्रश्नांना चिकटलेले होते. अडचणी त्यांनी लादून घेतलेल्या होत्या. त्यामुळे 'त्यांना' दुसऱ्यांनी कोणी मदत करण्याचा प्रश्नच नव्हता. 'त्यांच्या' इच्छेनं ते केव्हाही यातून सुटका करून घेऊ शकत होते. सूफी पुढे लिहितो, "पण आजची गोष्ट वेगळी होती. आजची अडचण खरीखुरी होती.

आज त्या गरीब माणसाच्या आवाक्यापलीकडचं सारं होतं. कारण इथं संकट 'त्याला' चिकटलेलं होतं. तो संकटाला चिकटलेला नव्हता. त्यामुळेच तो लांडगा त्याला ओढून घेऊन गेला.

ही मात्र आनन्दाची गोष्टी आहे की असे लांडगे तुम्हाला चिकटलेले नाहीत. तुम्ही ज्याला जखडले गेलेले आहात त्या नुसत्या 'इतरांनी' तुम्हाला दिलेल्या खोट्या-नाट्या कल्पना आहेत. आणि तुम्ही त्या कल्पनांना चिकटून का आहात? तर या 'मंडळींशिवाय' आपण निरर्थक बनू, रिते बनू ही भीती तुम्हाला असते. आपण 'अज्ञात' अशा भविष्याच्या चिंतेत राहू या भीतीनं तुम्हाला घेरलेलं असतं. पण जगण्यातला प्रत्येक क्षण अशा अनिश्चिततेत घालवणं ही तर ईश्वरीकृपाच समजेन मी. कारण सारं निश्चित असलं, ठरवलेलं असलं, ज्ञात असलं तर ते निश्चितच कंटाळवाणं असेल. प्रत्येक क्षण, प्रत्येक दिवस एकसारखाच! ही अवस्था कंटाळवाणीच! मग जीवन जगण्यात काय अर्थ? असं तर तुम्ही सतत जगताच.

म्हणून बदलाला प्रेमानं स्वीकारा, तसंच अनिश्चित, आणि अज्ञात अशा जगण्यावर प्रेम करा. असंच माझं सांगणं असेल.

अनिश्चिततेत उडी घेण्याची तयारी ठेवा. मग बघा परमानन्दाचा अनुभव तुम्ही घेता का नाही ते! जे अशा तऱ्हेचं जगणं पसंत करतात त्यांच्यासाठी अज्ञातात बरंच काही मौल्यवान लपलेलं असतं, वाट पहात असतं. तुमची ही उत्तम कमाईच! - फक्त एकच! हे जे चिकटून राहणं आहे, खोट्या आभासाला चिकटून राहणं आहे त्याचा त्याग तुम्हाला करायला हवा; तुमचाच तो निर्णय हवा. तरच तुम्ही आनन्दाचे धनी व्हाल!

□

प्रिय ओशो

आम्ही सारे आता ज्ञानी झालो आहोत, 'आतून' प्रकाशित झालो आहोत असं तुम्ही म्हटलेलं मी ऐकलंय. आणि ते तुमचं म्हणणं आम्ही आता विसरलो आहोत. आमच्या 'विसरण्याची' ही वेळ योग्य आहे का? बरोबर आहे का?

प्रेमबोधी...

होय... अतिशय योग्य वेळी आपल्याला विस्मरण झालेलं आहे आणि ते तसं का झालंय हे मी सांगू शकेन. आठवणींच्या बाबतीत थोडंसं मागे जायचा प्रयत्न करून पहा. जास्तीत जास्त किती काळ मागे जाऊ शकशील? फार फार तर वयाच्या चौथ्या वर्षापर्यंत. किंवा तिसऱ्या वर्षापर्यंत एवढ्या वयापर्यंतच तू तुझ्या आयुष्यातल्या आठवणी सांगू शकशील. त्यापूर्वीच्या नाही. त्या तीन-चार वर्षं वयापर्यंतचा काळ हा पूर्णपणे कोरा आहे. काहीही स्मरण नसलेला, कोणत्याही आठवणी नसलेला! वयाच्या तीन-चार वर्षापर्यंत (जे तुम्हाला आठवत नाही) बरंच काही घडलेलं असणार की जे तुम्हाला माहीत नाही. तू रडला असशील, तुझे लाड झाले असतील, तू कधी कधी एकटा राहिला असशील, रात्रीच्या अंधारात घाबरला असशील. अशा हजारो गोष्टी त्या ठराविक काळात घडून गेल्या असतील. तू कधी कधी पडला असशील, तुला दुखापत झाली असेल, कदाचित कधीतरी खूप आजारी पडला असशील, इ. इ. पण यातलं काहीही तुझ्या स्मरणात नाहीये. काहीही नाही. याचाच अर्थ या तीन वर्षांत तुझ्या स्मृतिपटलावर काहीही कोरलं गेलेलं नाही हे निश्चित. म्हणजेच हाच तो काळ आहे की ज्यामधे तुझं स्व-अस्तित्व विसरलं गेलंय! दुसऱ्या शब्दात असं सांगता येईल. आपण ज्ञानी

झाल्याचं, आपल्याला बोध प्राप्त झाल्याचं 'ज्या क्षणाला' आपल्याला विस्मरण झालंय 'तोच क्षण' तुमच्या जग समजून घेण्याची, जगातल्या असंख्य गोष्टी आठवणीत ठेवण्याची सुरवात झाल्याचा म्हणता येईल. जेव्हा तुम्ही 'इतर गोष्टी' स्मरणात साठवायला लागता, इतरांना आठवायला लागता तेव्हा तुम्हाला 'स्वत:चा विसर' पडलेला असतो.

समजा आत्ता तुम्ही पन्नास वर्षांचे आहात. तर यामधे पहिली तीन वर्षं वगळता सत्तेचाळीस वर्षं या जगातल्या अगणित गोष्टी, अनेक माणसं तुम्ही आठवणीत ठेवलेली असतात, अनेक प्रसंग स्मरणात साठवलेले असतात. अशा तऱ्हेनं अनंत आठवणींची एक भक्कम भिंत तुम्ही स्वत:भोवती उभारलेली असते. ही भिंत दिवसेंदिवस जास्त जास्त घट्ट होत असते, वाढत असते आणि त्यामागे तुमच्या आयुष्यातला पहिला तीन वर्षांचा काळ लपून गेलेला असतो की ज्यामध्ये तुम्ही पूर्णपणे निष्पाप असं जीवन जगलेलं असतं. त्या जगण्यातला प्रत्येक क्षण तुम्ही जगलेला असतो तसाच तो नष्टही झालेला असतो. प्रत्येक क्षणी नव्यानं तुम्ही जन्म घेतलेला असतो.

म्हणून त्या तीन वर्षांतलं तुमचं जगणं हे एका क्षणापासून दुसऱ्या क्षणापर्यंतच असतं. तुम्ही भूतकाळाची फिकीर केलेली नसते भविष्यकाळाची फिकीर केलेली नसते. समुद्रकिनाऱ्यावर शंखशिंपले गोळा करणं, किंवा बागेमधे फुलपाखरांच्या मागे धावणं, किंवा जंगलात रानटी फुलं गोळा करणं, हे सारं म्हणजे काही सगळं... अशा भावनेनं पूर्णपणे मनापासून, आवेगानं आणि झोकून देऊन त्या क्षणांमधे तुम्ही जगलेले असता. तिथं भूतकाळ नव्हता, भविष्यकाळ नव्हता, तर त्या तीन वर्षांमधे तुम्ही फक्त वर्तमानात जगलेले होता. आणि तेच दिवस तुमच्या आयुष्यातले वैभवाचे होते, सुवर्णक्षण होते.

मी असं म्हणतो की हा काळ प्रत्येकाच्या स्वाभाविक जडण-घडणीवर अवलंबून आहे. कोणाच्या बाबतीत तो तीन वर्षांचा असेल, कोणाच्या बाबतीत तो चार वर्षांचा असेल. मुलींच्या दृष्टीनं तो तीन वर्षांचा असेल तर मुलांच्या दृष्टीनं तो चार वर्षांचा असेल. मुली या एक वर्ष पुढे असतात. त्या परिपक्व लवकर होतात. लैंगिक दृष्ट्याही त्या मुलांपेक्षा एक वर्ष लवकर परिपक्व होतात. मानसिक परिपक्वताही मुलांपेक्षा मुलींच्यात एक वर्ष लवकर येते आणि म्हणूनच मुली आठवणींच्या बाबतीत वयाच्या तिसऱ्या वर्षापासून घडलेलं सांगू शकतात. आणि मुलांना मात्र चौथ्या वर्षापासूनचं आठवतं.

तू विचारतोस हे 'स्वत:च्या संबंधातलं' विस्मरण का होतं? कारण... तुम्ही या अफाट जगातलं सर्व काही जाणून घेण्याच्या मागे लागलेले असता. ही माहिती मिळवण्यात जास्त जास्त रस घ्यायला लागलेले असता. सर्व

गोष्टींबाबत उत्सुकता वाढलेली असते. तुम्हाला सगळं काही माहिती करून घ्यायचं असतं. तुम्ही लहान मुलांचं बोलणं फक्त ऐका. बघा. ती सतत प्रश्न करत असतात. न कंटाळता सारखे प्रश्न करत रहातात. तुम्ही कंटाळता, पण ती खूपच उत्सुकतेनं भारलेली असतात. कारण नवीन जगात त्यांनी प्रवेश केलेला असतो.

नऊ महिने आईच्या पोटात, संपूर्ण अंधारात त्यांनी घालवलेले असतात. तिथं रोमांचकारी काहीही घडत नसतं, प्रश्न कुठलेच नसतात, जबाबदाऱ्या नसतात, कुणाशी सहवास नसतो. फक्त संपूर्ण शांती आणि खुशाल अवस्था. त्यानंतर ही तीन वर्षं! ज्या वेळी स्मरणप्रक्रिया चालू झालेली असते, बुद्धी काम करायला लागलेली असते, अबकपासून सुरवात होते. तीन ते चार वर्षांपर्यंत स्मरण राखणं, बुद्धीनं काम करणं, या अफाट जगातल्या असंख्य गोष्टींविषयी जाणून घेण्याची उत्सुकता कार्यरत होणं या गोष्टी सुरू होतात आणि या सर्व रोमांचकारी मनाच्या अवस्थेत स्वाभाविकच एक गोष्ट मुलं विसरतात ती म्हणजे स्वअस्तित्व! सातत्यानं बाहेरच्या विश्वाशी समरस होण्याच्या नादात 'स्वगृह' विसरलं जातं. त्यापासून दूर जायला होतं. ती घरापासून दूर दूर जातात. आकाशातल्या ताऱ्यांपर्यंत ती पोचतात. घर खूप मागे पडतं, ज्या मार्गावरून आपण इथपर्यंत आलो आहोत तो मार्गही परत लक्षात येत नाही. त्या तीन वर्षांमध्ये खरं काय होतं हे सुद्धा त्यांना माहीत नसतं. फक्त अगदी खोलवर मनाच्या जाणिवेत आठवणीचा एखादा अंश मात्र शिल्लक असतो. की जो अंश सुंदर होता, शांतीपूर्ण होता, वैभवशाली होता, गूढ होता, चमत्कार होता. सर्व काही आश्चर्यकारक होतं. त्यातल्या प्रत्येक क्षणानं एक नवीन अनुभव मिळालेला होता, नवीन आनंद मिळालेला होता. तो छोटा अंश म्हणजे मागच्या काळातला एखादा हलकासा प्रतिध्वनी. ते क्षण खरे होते का खोटे होते हे तुम्ही सांगू शकणार नाही, तुमच्या कल्पनेतले का स्वप्नातले हे सांगू शकणार नाही. ते जणु स्वप्नवतच म्हणावे लागतील.

हे असं का? याचं कारण खूप साधं आहे. कारण हे जग इतकं वैविध्यपूर्ण आणि जिज्ञासेला आव्हान देणारं आहे की, त्याविषयी जाणून घेणं हे खूपच रोमहर्षक आहे.

हे सारं स्वाभाविक आहे. तू असं करू शकणार नाहीस हे मला म्हणायचं नाही. तू ते टाळूच शकणार नाहीस. आणि ते टाळणं चांगलं नव्हतंच.

तू या सर्व प्रक्रियेतून गेलास हे फारच छान झालं! आता तुला जगातल्या सर्वच गोष्टींचं आकलन झालंय. चांगलं-वाईट दोन्हीही! त्यातला कडू-गोडपणा, सुंदरता आणि कुरूपता, आनंद आणि यातना हे सारं सारं तू बघितलयंस आणि

आता पुन्हा तुझ्या स्व-अस्तित्वाबद्दल जाणून घेण्यात तू मग्न झाला आहेस. तुझा नैसर्गिक स्वभाव तुला जाणून घ्यायचाय. तुझा स्व-स्वभाव आहे ज्ञानी होण्याचा, प्रकाशित होण्याचा. मी एक गोष्ट वाचत होतो. एका वेगळ्या संदर्भात तिचं खूप महत्त्व आहे. तो संदर्भ त्या गोष्टीचा भाग नाही. मला नाही वाटत की ज्यानं ही कथा शोधून काढली त्याच्या मनात हा विचार असेल म्हणून.

एकदा एक काळा माणूस (निग्रो) स्वर्गाच्या दारात सेंट पिटरला भेटला आणि म्हणाला, ''मला स्वर्गात प्रवेश हवाय.''

''फारच छान'' सेंट पिटर म्हणाला. ''पण मला हे सांग की इथं प्रवेश घेण्याच्या योग्यतेचं असं कोणतं काम तू केलयंस?''

काळा माणूस म्हणाला, ''नागरी हक्कासंबंधीच्या मोर्चात मी भाग घेतलाय.''

सेंट पिटर त्यावर म्हणाला, ''ते तर काय? सगळेच करतात! आणखीन दुसरं काहीतरी काम असेल.''

''होय,'' काळा माणूस म्हणाला ''दुपारी बारा वाजता मी लग्न केलंय.''

''त्यात काय विशेष?'' पिटर म्हणाला.

''मी गोऱ्या बाईशी लग्न केलंय.'' निग्रो म्हणाला.

''केव्हा?''

''ओह... बरोबर दोनच मिनिटांपूर्वी'' निग्रो म्हणाला.

ही गोष्ट वाचतानाच एक वैज्ञानिक गणित मला आठवलं. ते म्हणतात, जर आपण ही सृष्टी म्हणजे एक दिवस असं समजलो, या छोट्या परिमाणात समजलो तर असं होईल. रात्रीच्या बारा वाजता सृष्टीचा जन्म झाला, तारे-तारकांचा जन्म झाला, सूर्यमालेची निर्मिती झाली. आणि या प्रत्येकासाठी विशिष्ट वेळा दिल्या गेल्या. उदाहरणार्थ पहाटे चार तसंच सकाळी सहा वाजता सूर्यमाला कार्यान्वित झाली. त्यानंतर सकाळी आठ वाजता पृथ्वी सूर्यापासून अलग झाली. अकरा वाजता चंद्र पृथ्वीपासून अलग झाला. पृथ्वीनं पहिल्याप्रथम डोळा उघडला (जन्म) तो बरोबर बारा वाजता आणि त्यानंतर बरोबर दोन मिनिटांनी माणसाचं आगमन झालं. म्हणजे बारा वाजून दोन मिनिटांनी!

या चोवीस तासांच्या परिमाणात सृष्टीचं अस्तित्व गृहित धरलं तर आपण फक्त दोन मिनिटांपूर्वी या सृष्टीत आलो असं म्हणावं लागतं. ही कथा वाचतानाच तो निग्रो माणूस म्हणतो तसं ''ओह, फक्त दोन मिनिटांपूर्वी!'' तेव्हा ही विज्ञानकथा मला आठवली. त्या निग्रो माणसानं त्या स्त्रीबरोबर लग्न केलं बरोबर बारा वाजता. नंतर चर्चमधून बाहेर पडल्यावर दोन मिनिटांनी तो निश्चितच मारला गेला असणार, कारण गोऱ्या मंडळींना एका गोऱ्या स्त्रीनं, निग्रो माणसाशी

लग्न केलेलं पसंतच नसणार. म्हणूनच फक्त दोनच मिनिटं तो विवाहित पुरुष म्हणून टिकला.

आपण जास्तीतजास्त या गणिती हिशेबात जर शिरलो तर लक्षात येतं की जर दोन मिनिटांपूर्वी माणसाचा या सृष्टीत प्रवेश झाला असं मानलं तर त्यानंतर फक्त पंधरा सेकंदापूर्वी गौतमबुद्ध जन्माला आला... म्हणजेच ज्ञानी होणं, आत्मज्ञान होणं, आत्मप्रकाशित होणं ही कल्पना फक्त पंधरा सेकंद जुनी म्हणायला हवी...

आणि आमच्याजवळ तर अजूनही बारा तास शिल्लक आहेत. या सर्वांची वाढ करण्यासाठी, ही कल्पना पुढे नेण्यासाठी अजूनही बारा तास शिल्लक आहेत. जर फक्त पंधरा सेकंदांत गौतमबुद्ध, पायथागोरस, लाओत्से, महावीर, जिझस्, रामकृष्ण, रमण महर्षी, जे. कृष्णमूर्ती, गुर्डीफ, इ. सर्व मंडळी घडू शकतात तर मग नंतर येणाऱ्या बारा तासांत जर मनुष्यप्राणी तग धरून राहू शकला तर येणारे दिवस किती बहारदार असतील याची कल्पनाच केलेली बरी. खरोखर केवढं तरी सामर्थ्य आमच्यापुढे आता आहे आणि आम्ही मात्र या पृथ्वीवर फक्त दोनच मिनिटं आहोत.

क्षणाक्षणाला आम्ही आमच्यात प्रगती करू पहातोय अन् ही मूर्ख राजकारणी मंडळी आत्महत्या करायला निघाली आहेत. आम्ही अतिशय वेगानं स्वत:त प्रगती करतोय कारण सृष्टीतला अर्धा वेळ तर गेलाच आहे, फक्त अर्धा वेळच आता शिल्लक आहे.

या उरलेल्या वेळेत ही संपूर्ण मनुष्यजात आत्मज्ञानी झाली पाहिजे. येणारं युद्ध जर आपण टाळू शकलो तर ही निश्चितच एक नवी पहाट असेल, नव्या जाणिवांनी युक्त असं नवीन चैतन्यदायी जीवन असेल. कधीही यापूर्वी न अनुभवलेला सुगंध आपल्या जीवनात पसरू शकेल आणि हे सारं आपल्याच हातात आहे.

ठीकय, मनीषा?

होय, ओशो!

□□□

सत्र : तीन

२५ जून १९८७ सकाळ

सकारात्मक विचार करणाऱ्या माणसानं आग्रही असलंच पाहिजे. त्यानं जगासमोर यायलाच पाहिजे. अन्यथा नकारात्मक विचारांच्या माणसांच्या हातात जगाचा कारभार राहिल्यामुळे, ही नकारात्मक मंडळी मग इतरांच्या आत्मशोधाच्या कार्यावर निर्बंध आणू शकतील.

हृदयाच्या शांतीतून आलेले शब्द!

प्रिय ओशो,

आत्तापर्यंत तुमच्याविषयी तसंच तुमच्या पुस्तकांविषयी मी बरंच काही लिहिलंय. ते शब्द अगदी खोलवरच्या अंतरंगातून किंवा मनाच्या पल्याड असलेल्या जगातून लिहिले गेले आणि नंतर मात्र माझी मलाच लाज वाटली... जे काही मी सांगितलं ते सांगण्याचा मला काहीही अधिकार नाही हे जाणवून गेलं. या काही वर्षांत तुमच्या सहवासात मला जाणवतंय की मी बदललोय. एकेक आवरणं गळून पडली आहे. आणि एक प्रकारची प्रगाढ शांतता की जी शांतता मला आवाक्याबाहेरची वाटायची ती आता हळूहळू प्राप्त होते आहे. पण तरीही माझ्या मनाची ही सुस्पष्टता केवळ काल्पनिक तर नव्हे? का हा माझा उद्धटपणा म्हणता येईल? का तथाकथित म्हणता येईल? मला माहीत नाही की हा एक प्रश्न आहे, का हे तीन प्रश्न आहेत? का माझं हे खोटं समर्थन आहे? प्रिय ओशो, कृपा करून हा गोंधळ सोडवण्यासाठी मदत कराल?

देवासरितो...

जीवन हे खरंच एक गूढ आहे. जितकं जास्त ज्ञान प्राप्त करून घ्याल तितकं तुमचं अज्ञानही वाढत जातं. दुसऱ्या शब्दात सांगायचं झालं तर असं म्हणता येईल की, जितकं ज्ञात होत जातं तितकं अज्ञाताचं प्रमाण सुद्धा वाढत जातं. आणि ज्या दिवशी सर्व काही ज्ञात होतं, त्याच वेळी काहीही माहिती नसतं ही वस्तुस्थिती. असं म्हणतात की, विज्ञानाची सुरवात अज्ञातापासून होते आणि शेवट ज्ञाताकडे होतो. आणि याचाच नेमका अर्थ 'विज्ञान'! आणि धर्म किंवा अध्यात्माची सुरवात ज्ञातापासून होते आणि शेवट होतो अज्ञाताकडे. अध्यात्माचा एक अंतिम टप्पा असा येतो की तिथं सर्व काही 'अज्ञात' होऊन जातं. या 'अज्ञात' असण्याला, अज्ञानी असण्यालाच दुसरं नाव आहे 'निष्पापपणा! निष्कपटीपणा!...

आणि तुमच्यातल्या 'लहान मुलाकडे' तुम्ही जर परत वळला नाहीत, लहान मुलाची उत्सुकतेची नजर जर तुम्हाला परत मिळाली नाही, लहान मुलाचा ताजेपणा तुम्ही परत मिळवला नाहीत तर अध्यात्माला अर्थच काय?

तुझ्या बाबतीत जे काही घडतंय ते बरोबर असंच घडायला हवं. तुला कोणकोणते अनुभव आले आहेत, तुला काय वाटतं, आत्तापर्यंत कोणकोणत्या बदलाला तू सामोरा गेला आहेस, हे सर्व सांगण्याचा तुला पूर्ण अधिकार आहे. हे सांगणं अत्यंत महत्त्वाचं आहे.

कारण दुर्दैवाची परिस्थिती अशी आहे की माझ्याबद्दल काहीही माहिती नसताना मंडळी माझ्याविरुद्ध काहीबाही लिहीत असतात.

ज्या माणसांशी माझा कधीही संबंध आलेला नसताना, माझ्याबद्दल काहीही ऐकलेलं नसताना, जगभरात सर्व भाषांमधून हे लोक अगदी ठामपणे माझ्याबद्दल खोटंनाटं लिहून, माझ्यावर दोषारोप करून, माझ्याविरुद्ध काहीही ठोस पुरावा नसताना अफवा पसरवत असतात. त्यामागची कोणतीही खरी वस्तुस्थिती त्यांना माहीती नसते. आणि नकारात्मक वागणारी माणसं ही नेहमीच स्पष्ट बोलणारी असतात. कारण 'नाही' म्हणण्यासाठी बुद्धी लागत नाही. कोणताही मूर्ख माणूस हे करू शकतो. पण एखादी गोष्ट मान्य करण्यासाठी, 'होय' म्हणण्यासाठी मात्र विलक्षण धीटपणा जरूर लागतो, तसंच बुद्धीही लागते. आणि जी माणसं होय म्हणत असतात, जी माणसं 'सकारात्मक' भावना जपत असतात, ती माणसं मात्र कायम 'स्वत:चं' गूढ हृदयात जपून ठेवत असतात. ती स्पष्ट होत नाहीत या अशा गोष्टींमुळे परिस्थितीचा तोल बिघडून जातो.

त्यामुळे माझ्याबद्दल काहीही माहिती नसणारी माणसं माझ्याबद्दल काय वाट्टेल ते लिहितात. माझ्यावर आघात करत रहातात.

आता नुकतंच एका (spiegel) जर्मन नियतकालिकात असं लिहून आलं की, अमेरिकेप्रमाणेच जर्मनीत सुद्धा 'कम्युन' उघडण्यासाठी माझे प्रयत्न चालले आहेत म्हणून! त्यामुळे जर्मन सरकारनं, तसंच जर्मन नागरिकांनी सावध रहायला हवं असं त्यांचं म्हणणं. आश्चर्य वाटतं... कुठून हे लोक या कल्पना लढवतात? जर्मनीला जाण्याविषयी माझ्या स्वप्नातही विचार नाही. अगदी त्यांची इच्छा असली तरीही माझा नकार असेल. काही दिवसांपूर्वी इस्राइलच्या एक 'हिब्रू' वर्तमानपत्रात एक लेख आला. त्यात म्हटलंय की इस्राइलच्या जनतेनं 'माझ्या' संकटापासून सावध रहावं. कारण मी म्हणे इस्राइलमधे येण्याच्या प्रयत्नात आहे. धर्म बदलून मी ज्यू होणार असंही त्यात म्हटलंय आणि एकदा का मी ज्यू झालो की मी म्हणे स्वत:ला 'मोझेसचा' अवतार म्हणून जाहीर करणार! आहे की नाही गंमत!

या अशा लोकांबरोबर कसं वागायचं? आणि मंडळी या सर्वांवर विश्वास ठेवतात, ते वाचतात... आणि याउलट जी मंडळी मला ओळखतात, जी माझ्या अगदी अंतरंगापर्यंत माझ्याशी संवाद साधतात, ज्यांनी माझा अनुभव घेतलाय ती माणसं मात्र मूग गिळून गप्प रहातात.

या गोष्टी खरं पहाता नवीन नाहीत. माणसाच्या विचित्रं मनोवृत्तीचाच तो एक भाग आहे. सकारात्मक माणूस नेहमीच नम्र असतो, काही स्पष्टपणे बोलणं त्याला जमत नसतं, काही बोलायचं म्हणजे त्याला संकोच वाटतो.

कारण त्याला चांगलं माहीत असतं की त्याला जो अनुभव येतोय तो व्यक्त करण्यासारखा नाही. ते व्यक्त करणं अतिशय अपुरं आहे आणि म्हणूनच मग संकोचानं गप्प बसणं!

'नकारात्मक' माणसाला कसलंच भय नसतं, कसलाच संकोच नसतो. कारण प्रत्यक्षपणे त्यानं कशाचाच अनुभव घेतलेला नसतो. त्यामुळे एखाद्या गोष्टीला खोटं ठरवणं, विरोध करणं अथवा कल्पित कथा बनवणं हे त्याच्या दृष्टीनं सनसनाटीच असतं. अनेक प्रकाशक अशी माझ्याविरुद्ध लिहिली गेलेली पुस्तकं छापण्यात अगदी पुढाकार घेत रहातात. त्यात कायकाय गचाळ आणि अर्थशून्य मजकूर लिहिलाय याबद्दल त्यांना काही माहिती नसते.

माझ्याबरोबर अगदी सुरवातीपासून असलेल्या काही संन्यासींनी या सर्व खोट्या-नाट्या दोषारोपांना उत्तरं देऊन सर्वस्वी खरं काय ते लिहिलंय. पण प्रकाशकांना त्यात काहीच सनसनाटी मिळत नसल्यानं ते छापायला उत्सुक नाहीत. आणि खोटं हे नेहमीच सनसनाटी असतं. सत्यामधे काहीच सनसनाटी नसतं. समूहाला नेहमीच या अशा खळबळजनक गोष्टीत रस असतो. सत्य जाणून घेण्यात त्यांना काहीही रस नसतो. कारण सत्य हे नेहमी साधं सरळ असतं. पण ही परिस्थिती बदललीच गेली पाहिजे. कारण प्रत्येक गोष्टीला मर्यादा आहे. 'सकारात्मक' मंडळींनी पुढे येऊन ठामपणे, त्यांना आलेले अनुभव तसंच माझे लोकांशी असलेले सौहार्दपूर्ण संबंध हे सांगितलेच पाहिजेत. ते जर तसे पुढे आले नाहीत तर नकळत त्यांचा या 'उथळ' मंडळींना पाठिंबा आहे असं होईल. कारण या मंडळींच्या मतांचं खंडन केलं गेलं नाही, तर त्यांच्या बाजूनं वादासाठी भक्कम परिस्थिती आपोआप निर्माण होईल. का नाही त्यांच्या म्हणण्याचं खंडन करायचं? म्हणूनच सरितो, मी समजू शकतो की, तुझ्याजवळ अनुभव आहेत, पण ते कोणत्यातरी गोष्टीशी निगडित असल्यामुळे ते अनुभव निर्भेळ म्हणता येत नाहीत. अजूनही थोडा स्पष्टपणा येण्याच्या दृष्टीनं ते कमी पडतायत. पण तरीसुद्धा दोन्ही बाजू लोकांना कळण्याच्या दृष्टीनं ते निश्चितच उपयोगी पडतील. नकारात्मक दृष्टिकोनाची माणसं स्पष्टवक्ती असतात, पण त्यांचं स्पष्ट बोलणं निरर्थक असतं. त्याचा इतरांना काहीच उपयोग नसतो. मंडळींना माझ्याकडे येण्याला फक्त परावृत्त करणं हाच फक्त त्यांच्या बोलण्याचा उपयोग आणि ही जी मंडळी अशा तऱ्हेची पुस्तकं किंवा लेख लिहितात ती कधीच लोकांना कोणत्याही प्रकारे मदत करू शकत नाहीत. त्यामुळे असे लोक समाजाचे शत्रूच बनतात.

त्यामुळे सकारात्मक दृष्टिकोन असणाऱ्या माणसांनी पुढे येऊन या नकारात्मक वागणाऱ्या माणसांच्या कृतीचं, लिखाणाचं खंडन करायलाच पाहिजे. त्यामुळेच

जे कोणी सत्याच्या शोधार्थ प्रयत्न करतायत, शांतीसाठी, स्वस्थतेसाठी प्रयत्न करतायत त्यांच्यासाठी आशेचा किरण दिसू शकेल. ते जर इथं येत असतील तर इतरांच्या बाबतीतसुद्धा ते घडू शकेल. तुमच्यासारख्या सकारात्मक विचारांच्या माणसांचं अस्तित्वच मुळी नवीन संन्याशांसाठी आशादायी असेल, सत्याच्या शोधार्थ निघालेल्या माणसांसाठी निमंत्रण असेल.

म्हणूनच ते तुझ्या मनाच्या कप्प्यात बंद करून ठेवू नकोस. मनातल्या मनात त्याचा आनंद घेऊ नकोस, जितक्या जास्तीत जास्त लोकांबरोबर तो वाटून घेता येईल तितका वाटून घे, सगळ्या प्रसार-माध्यमांबरोबर वाटून घे. म्हणजे दूरदूरच्या जगापर्यंत तुझं म्हणणं, तुझे विचार पोहोचू शकतील.

सकारात्मक विचार करणाऱ्या माणसांना अनेक अडचणींना तोंड द्यावं लागतं. ते नकारात्मक माणसांना नाही द्यावं लागत. पहिलं म्हणजे सकारात्मक माणूस प्रथम विचार करतो, "मला वाटणारी शांती, आनंद, सुखाची भावना ही कदाचित फक्त कल्पनाच असावी." पण याच बाबतीत नकारात्मक माणूस मुळीच विचारात पडत नाही. त्याला ठामपणे माहीत असतं की ही फक्त कल्पनेतलीच गोष्ट आहे म्हणून! त्यामुळे त्याच्या बाबतीत प्रश्नच नसतो. पण सकारात्मक दृष्टिकोनाच्या माणसाच्या बाबतीत मात्र ती फक्त 'कल्पनेतली' गोष्ट नसल्यामुळे प्रश्न उदभवतो.

इतकी वर्षं इथं रहातोय... फक्त कल्पनेत रहाणं ही फार क्षणिक गोष्ट आहे. सलग बारा-पंधरा वर्षं तुम्ही फक्त कल्पनेत राहू शकत नाही. काही क्षणापुरतं कल्पनेत जगणं शक्य आहे. कारण कल्पनेत जगणं याला खरेपणा नाही. ते तर साबणाचे बुडबुडे आहेत. एक क्षणभरच ते सूर्यप्रकाशात चकाकतात, इंद्रधनुष्य निर्माण करतात आणि लगेच फुटून जातात. सारी इंद्रधनुष्यं अदृश्य होतात. आणखीन एक महत्त्वाची गोष्ट तुला लक्षात ठेवायला हवी, तुझ्यापुरती! ती म्हणजे शांतीपूर्ण अवस्थेची तुम्ही कल्पना करू शकत नाही. कारण ती काही स्वाभाविक गोष्ट नाही. तुम्ही अनेक विचार कल्पनेत आणू शकता पण निर्विचाराची शांतीपूर्ण अवस्था, कल्पनेत नाही आणू शकत! कुणालाच अजूनपर्यंत ते शक्य झालं नाही. ते खरोखरच अशक्यप्राय आहे. तसंच सुखाची भावना! सुखाची भावनासुद्धा कल्पनेत आणता येत नाही. त्याबद्दल कोणताही तर्क तुम्हाला करता येत नाही. कशी काय याची कल्पना करणार?

कारण एखादी गोष्ट कल्पनेत आणण्यासाठी त्याचा पूर्वी कधीतरी अनुभव घेतला असला पाहिजे. तरच तुम्ही ती डोळ्यापुढे आणू शकता. पण परमानन्दाची, अतीव शांतीपूर्ण सुखाची भावना तुम्हाला माहीतच नाही तेव्हा ती कल्पनेत कशी काय येणार? दु:ख, हालअपेष्टांची मात्र तुम्ही निश्चित कल्पना करू शकता. कारण दु:खातच तुम्ही रुजलेले असल्यामुळे प्रश्नच नसतो. तुम्हाला

ते माहीत असते. त्यामुळे तुम्ही त्याची कल्पना करू शकता, त्याबद्दल अतिशयोक्ती करू शकता, हजारोपटीनं ते मोठं करून सांगू शकता. ते तुमच्याच हातात असतं. पण सुखाची, साफल्याची भावना तुम्हाला अज्ञात असते. त्याची कशी काय कल्पना करणार? त्यामुळेच तू शांततेचा, स्तब्धतेचा, धन्यतेचा अनुभव घेत असशील, तुझ्यामधे, तुझ्या जाणिवांमधे घडत असलेले बदल अनुभवत असशील तर ती 'नुसती कल्पना' नाही हे निश्चित समज -

दुसऱ्या एका गोष्टीबाबत तुला काळजी वाटते. तू म्हणतोस, हे माझं सोंग आहे का? हा उद्धटपणा म्हणता येईल का? 'आपले अनुभव सांगणं' हे कदाचित उद्धटपणाचं लक्षण वाटेल. अशी जागरूकता ज्या कोणाच्या मनात असते तो आधीच उद्धटपणाच्या पलीकडे गेलेला असतो. कारण उद्धटपणा हा कधीही स्वत:ला ओळखता येत नसतो. जसं अहंकारी माणसाला स्वत:चा अहंकार ओळखता येत नाही किंवा तो ते मान्य करत नाही तसं! तसंच उद्धट माणसाच्या मनात 'आपण उद्धट आहोत' हा विचारही येत नसतो.

पण त्याबद्दल काळजी करणं याचाच अर्थ उद्धटपणा हा काही वेळेस नम्रपणाचा एखादा भाग असू शकतो, असं समजायला हरकत नाही. कारण नम्र माणूस नेहमीच विचार करत असतो की अमुक एक अशी गोष्ट बोलता कामा नये, अमुक एक गोष्ट अशी करता कामा नये की जे कृत्य उद्धटपणाचं वाटेल. कारण उद्धटपणातून निर्माण होणारी दु:खं किंवा तोटे त्याला माहीत असतात. त्यातल्या यातना त्याला माहीत असतात आणि म्हणूनच अशा विळख्यात पुन्हा सापडण्याची त्याची इच्छा नसते. पण जर का तुम्ही जागरूक असाल तर मात्र उद्धटपणा तुमच्याजवळही कधी फिरकत नाही. जसं तुमच्या घरात जर दिवा पेटत असेल तर बाहेरचा अंधार आत येऊ शकत नाही.

गौतमबुद्ध म्हणत असत- "तुम्ही एखाद्या प्रकाशानं उजळलेल्या घरासारखं असायला पाहिजे - त्या घराच्या दारं-खिडक्यांमधून जर प्रकाश बाहेर पडत असेल तर चोर कधीच येणार नाही. पण त्या घरात अंधार असेल तर मात्र चोरासाठी ती चांगली संधीच मिळाल्यासारखं होणार! हे चोर तरी कोण? तर तुमचं आत्मिक सौंदर्य, तुमची उदात्तता आणि तुमच्यातल्या साधा मौल्यवान वृत्तींचा नाश करणारे विकार! ते म्हणजे उद्धटपणा, उद्दामपणा, श्रेष्ठत्वाचं आणलेलं सोंग, आपण कोणीतरी विशेष असल्याची भावना– या सगळ्या गोष्टी तुमच्यातल्या शांतीचा, स्तब्धतेचा नाश करीत असतात. तुमचं कुठेही 'नसणं' ते नष्ट करत असतात. स्वत:च्या 'नसण्याची' तुम्ही कधी कल्पनाच करू शकणार नाही. एखाद्या भिकाऱ्यानं राजा होण्याचं स्वप्न बघावं तसं आहे ते. भिकारी नेहमीच स्वप्नं पहात असतो. प्रत्यक्ष जागृतावस्थेत कधीही न

मिळणाऱ्या गोष्टींबद्दल तो स्वप्नं पहात असतो. पण एखाद्या राजानं, आपण भिकारी कधी होऊ असं स्वप्न पाहिल्याचं आपल्या ऐकीवात नाही. आणि कोण कशाला भिकारी होण्याचं स्वप्न पाहील? भुकेला माणूसच स्वप्नं बघू शकतो. एखाद्या राजेशाही मेजवानीचं आमंत्रण आलेलं आहे. सुग्रास भोजन मिळतंय... इ. गोष्टींचं स्वप्न तो पाहू शकतो. पण जो राजा राजवाड्यात रहातोय, रोज उत्तमातलं उत्तम अन्न सेवन करतोय तो माणूस 'आपण भुकेले कधी होऊ' असं स्वप्न कधीच पहाणार नाही. तसं घडलं तर ते काहीतरी अतार्किक किंवा विकृतीचं वाटेल

आपण नेहमीच आपल्याजवळ नसलेल्या गोष्टींबाबत स्वप्न पहात असतो; आपल्याजवळ ज्या गोष्टी नाहीत त्यांची कल्पना करत असतो. पण ज्या क्षणी खरोखरचे अनुभव मिळायला लागतात तेव्हा आपल्या जीवनाची तऱ्हा बदलायला सुरवात होते. येणाऱ्या परिस्थितीतली वागणूक बदलायला लागते, तुम्हाला स्वत:मधे बदल जाणवायला लागतो. एक प्रकारच्या प्रगाढ शांततेचा प्रत्यय यायला लागतो. प्रकृतीचं देणं ही जणू ईश्वरी कृपा वाटून त्याबद्दल कृतज्ञता वाटायला लागते आणि या प्रगाढ शांतीतून, स्तब्धतेतून, सुंदर अशा अनुभवातून निर्माण होत असलेली तुमची कृती ही उच्च दर्जाची घडून येते. तुमच्या हृदयाच्या प्रगाढ शांतीतून तुमचे शब्द बाहेर पडतात. शब्दांना त्यांच्या मूलस्त्रोतापासून प्राप्त झालेलं संगीत असतं.

जिझ्ससारखा माणूस अशिक्षित होता हे तर सर्वांनाच माहितेय. पण ज्यूंच्या चार हजार वर्षांच्या संपूर्ण इतिहासात असा एकही यहुदी धर्मगुरू दाखवता येणार नाही की जो या अशिक्षित सुताराच्या मुलाच्या पासंगाला पुरेल. खरं पहाता यहुदी धर्मगुरू इतर धर्मांच्या धर्मगुरूपेक्षा खूपच बुद्धिमान असतात. पण तरीही ते जिझ्ससारख्या अशिक्षित माणसाशी बरोबरी करू शकले नाहीत. त्याला पवित्र ग्रंथ माहीत नव्हते. वक्तृत्वाची कला अवगत नव्हती... पण त्याच्या मताशी सहमत नसलेले लोक सुद्धा म्हणायचे, "याच्यासारखा परिणामकारक बोलणारा माणूस आम्ही आत्तापर्यंत पाहिलाच नाही."

आणि तो तर अगदी साध्यासाध्या शब्दांचा वापर करीत असे. सामान्य माणसांची बोली तो बोलत असे, पण त्याच्या ओठांवर मात्र ती बोली काही वेगळीच प्रत्ययाला येत असे. कारण ते शब्द विलक्षण अशा गांभीर्यानं, सखोलपणे प्रकट व्हायचे. बरोबर एक प्रकारचा सुगंध घेऊन प्रकट होणारे ते शब्द त्याच्या अनुभवांचं सच्चेपण दाखवायचे. तेच शब्द. अक्षरश: सगळे ख्रिश्चन धर्मप्रसारक तेच शब्द रोजच्या रोज उच्चारत असतात. पण काहीही परिणाम जाणवत नाही. हा एवढा फरक का असावा?

फरक एवढ्यासाठीच आहे की जिझ्स हा अनुभवातून बोलत होता आणि ही मंडळी मात्र फक्त शिक्षणामुळे बोलत असतात. जिझ्सच्या दृष्टीनं विचार करता ते त्याचं जीवनगान होतं आणि या मंडळींचं बोलणं हे पगारी बोलणं आहे. या मंडळींचं ते जगण्याचं साधन आहे, पण जगणं नव्हे! पण जिझ्सच्या बाबतीत मात्र तो जे बोलत होता ते इतकं महत्त्वाचं होतं की, त्यासाठी तो आयुष्याची आहुती द्यायला तयार होता, पण कोणत्याही गोष्टीबाबत तडजोड करायला तयार नव्हता. पण हे धर्मप्रसारक मात्र, एखाद्या कोणी जरी जास्त पगार दिला तरी तत्क्षणी धर्मसुद्धा बदलायला तयार होतील, ही सगळी मंडळी व्यावसायिक आहेत आणि म्हणूनच त्यांच्या शब्दांना वजन नाही, ते जिवंत वाटत नाहीत, त्यांचे शब्द मृत वाटतात. ते जिझ्ससारखंच बोलतात... पण...

पूर्व-पश्चिम दोन्ही भागांमध्ये एक प्रसिद्ध मिशनरी होता. स्टॅनली जोन्स! तो वर्षातले सहा महिने आशिया खंडात रहात असे. हिमालयात त्याचा एक सुंदर आश्रम आहे. उरलेले सहा महिने तो पाश्चात्त्य देशात राहात असे आत्तापर्यंत बरेच धर्मप्रसारक मी पाहिले आहेत, पण या माणसाइतकी विलक्षण पात्रता मी कुणात पाहिली नाही. तो फारच व्यासंगी होता., विलक्षण बुद्धिमान होता. पण माणूस कितीही बुद्धिमान असला तरीही त्याच्या शब्दात संपूर्ण 'आयुष्याचा अनुभव' कधीही येत नसतो.

मी ज्या विद्यापीठात शिक्षक म्हणून काम करीत होतो त्याच्याजवळच तो रहात असे. त्यामुळेच हळूहळू आमची मैत्री जमली. तो फारच प्रामाणिक आणि प्रांजळ मनुष्य होता. मी एकदा त्याला म्हणालो, "तुम्हाला पटो अथवा न पटो पण एक फरक मला जाणवतो तो म्हणजे तुम्ही जे रोजच्या रोज प्रवचन देता ते अक्षरश: जिझ्सचेच शब्द आहेत पण तरीही त्यात काहीतरी हरवलेपण मला जाणवतं. ऐकताना ते शब्द अगदी तस्सेच वाटतात, त्याचे उच्चारसुद्धा. तुमचे शब्द कदाचित जिझ्सपेक्षा चांगले असावेत कारण जिझ्स तर अशिक्षितच होता आणि तुम्ही तर बुद्धिमान आहात" आणि खरोखरच स्टॅनले जोन्स हे प्रसिद्ध प्रवचनकार होते. पुढे त्यांना म्हणालो, "जिझ्सला तर वक्तृत्वकलाही अवगत नसावी, पण त्याच्या शब्दांना जिवंतपणा आहे, त्या शब्दांना उडणारे पंख आहेत आणि म्हणूनच ते जिवंत होऊन तुमच्यापर्यंत थेट पोहोचतात. ते मृत नाहीत! ते काही नुसते जिवंत दिसणारे, पण प्रत्यक्षात मात्र मृत असलेले पोकळ पक्षी नाहीत."

माझ्या या बोलण्यावर एक क्षणभर तो शांत बसला आणि नंतर उत्तरला, "तुमचं खरंय! मी जे काही सांगतो ते म्हणजे तो माझ्या शिक्षणाचा परिपाक आहे. ती माझी विद्वत्ता आहे. ते म्हणजे माझं आयुष्यभर चालणारं शिक्षण

आहे. पण जिझसचं ते शिक्षण नव्हतं. तो कोणत्याच शाळेत गेलेला नव्हता. त्याच्या मुखातून बाहेर पडणारे शब्द हे त्याच्या अनुभवातून निर्माण झालेले होते. जगण्यातून निर्माण झालेले होते.'' म्हणूनच मी म्हणतो की, सकारात्मक विचाराच्या माणसानं ठाम असलं पाहिजे. त्यानं पुढे आलं पाहिजे. अन्यथा जगाचा कारभार नकारात्मक विचारांच्या माणसांच्या हातात जाईल आणि हीच माणसं मग आत्मशोधार्थ निघालेल्या माणसांची अडचण बनून राहतील.

मला नेहमी टर्जिनिव्ह या रशियन कादंबरीकाराची एक कथा आठवते. अत्यंत सुंदर कथा आहे. हा जगातला सर्वश्रेष्ठ लेखक! जर जगातली सर्वोत्कृष्ट दहा पुस्तकं निवडायची म्हटली तर कोणताही विचार न करता टर्जिनिव्हसाठी एक जागा ठेवायलाच लागेल. जगातल्या सर्व भाषांमधल्या साहित्यकृतीमध्ये त्याच्या लेखनाची संख्या जास्तच भरेल. पण एक कथा मात्र निश्चितपणे सुंदर आहे. त्या कथेचं नाव आहे The fool! एक मूर्ख!

एका छोट्याशा खेड्यात एक साधा माणूस रहात होता. त्याचा भोळसटपणा आणि साधेपणा इतका पराकोटीचा होता की तो जवळजवळ मूर्खच वाटायचा. त्यामुळे सगळं गांव 'एक मूर्ख' म्हणून त्याचा धिक्कार करत होतं. याच भोळसटपणातून तो काहीतरी विचित्र गोष्टी करायचा आणि त्यामुळे गावातली धूर्त मंडळी त्याचा आणखीनच तिरस्कार करायची. गावातल्या मंडळींच्या या वागणुकीमुळे तो आणखीनच भित्रा बनलेला होता. कारण एखादा शब्द जरी त्यानं उच्चारला तरी लगेच सगळे लोक त्याच्या बोलण्याची चिकित्सा करून त्याची टर उडवायचे. त्यामुळे एक शब्दसुद्धा बोलायला तो घाबरत असे. काहीही कृती करायला घाबरत असे. कारण कसंही वागलं तरी लोक टपलेलेच! त्याचं आयुष्य म्हणजे त्रासदायक बनलेलं होतं. एक दिवस एक साधू त्या गावातून चालला होता. त्या बावळट माणसानं त्याला गाठलं आणि स्वतःच्या परिस्थितीची कल्पना देऊन काहीतरी यात मदत करण्याची साधूला विनंती केली - साधू म्हणाला, ''कोण म्हणतं तुला मूर्ख! तू तर एक साधा, निष्पाप माणूस आहेस. तू तुझ्या भोळेपणानं ज्या गोष्टी करतोस त्या गोष्टी आजूबाजूच्या धूर्त माणसांच्या पचनी पडणाऱ्या नाहीतच. तेव्हा मी सांगतो तसं कर.

साधारण महिनाभरानंतर याच मार्गानं मी परत जाणार आहे. त्यामुळे मी सांगितल्याप्रमाणे तू वागलास का नाही ते मला कळेलच. मी एक छोटंसं रहस्य तुला सांगतो. उद्या येणाऱ्या सकाळपासून तू तुझा संपूर्ण आविर्भाव बदलायचा! तुझ्या बोलण्यात, वागण्यात आक्रमकता आणायची, सगळं काही ठासून मांडायचं. समजा एखादा तुला म्हणाला, ''काय छान सूर्योदय आहे नाही? तर लगेच तू उसळून म्हणायचं... काय आहे तिथं? काय छान आहे?

कशाबद्दल बोलताय? सुंदरपणाची व्याख्या तरी सांगा! मी आत्तापर्यंत असंख्य असे सूर्योदय पाहिले आहेत. हा तर अगदी सामान्य सूर्योदय आहे. त्यात एवढं विशेष काय आहे? तो काय? रोजच होत असतो.’’

तुझ्या या असल्या बोलण्यानंतर एक लक्षात येईल की कोणताही माणूस सुंदरपणाची व्याख्या करू शकणार नाही, सूर्योदय सुंदर दिसतोय म्हणजे काय हे प्रत्यक्ष कोणीही सिद्ध करू शकणार नाही. त्यामुळे तिथं वाद-प्रतिवाद करायला मार्गच नाही.

एखादा तुला म्हणेल ’’बघ.. बघ. ती स्त्री किती सुंदर आहे बघ जरा!... लगेच तू प्रत्युत्तर कर, त्याच्या बोलण्याचं खंडन करत त्याला पुरावा माग! अशा तऱ्हेनं ज्या ज्या वेळी कोणी माणूस एखाद्या गोष्टीबद्दल काही चांगलं सकारात्मक बोलायला लागला, की ज्या गोष्टी सिद्ध करता येत नाहीत, त्याबद्दल तू लगेच पुरावा माग. त्या सिद्ध करून माग...’’ एखाद्या सामान्य स्त्रीला सुंदर म्हणायचं म्हणजे तुमच्या बोलण्याचा अर्थ काय? ती साधी ‘दहाजणींसारखी’ सुद्धा दिसत नाही! काय आहे काय तिच्यात सुंदर? कशात आहे? तिचे डोळे सुंदर आहेत? का नाक सुंदर आहे? का केस आहेत? काय आहे सुंदर? तुम्ही स्पष्टपणे दाखवून द्या आणि मग विधान करा...’’

आणि सौंदर्य हे काटेकोरपणे कधीच स्पष्ट करता येत नसतं हे आपल्याला माहीतच आहे... एवढं सांगून तो साधू निघून गेला.

एक महिन्यानंतर तो जेव्हा परत त्या गावात आला तेव्हा तोपर्यंत तो मूर्ख माणूस आता मात्र गावातला सगळ्यात शहाणा माणूस बनला होता. एखादा कोणी जर म्हणाला की ’’हा एक पवित्र ग्रंथ आहे’’ तर लगेच तो मूर्ख माणूस उसळून विचारायचा, ‘पवित्र’ म्हणजे तुम्हाला काय म्हणायचंय? आणि या ग्रंथात पवित्र असं काय आहे? यात वापरलेला कागद पवित्र आहे, का शाई पवित्र आहे? का यातले शब्द पवित्र आहेत? प्रत्येक पुस्तकात तोच कागद, तीच शाई, तेच शब्द वापरलेले असतात. मग या पुस्तकात वेगळं पवित्र असं काय आहे? अर्थातच ते सिद्ध करणं शक्यच नसायचं.

म्हणूनच नंतर नंतर त्याच्या सान्निध्यात रहायला सगळी मंडळी घाबरायला लागली. त्याच्या समोर येण्याचा प्रत्येकानं धसकाच घेतला. त्याच्यासमोर कोणीच काही बोलेनासं झालं. अशा तऱ्हेनं एक महिन्यानंतर परिस्थिती संपूर्ण उलट झाली.

पूर्वी ‘तो’ सतत घाबरलेला असायचा आणि आता मात्र तो कोणालाच घाबरेनासा झाला. कोणताही माणूस त्याला प्रश्न विचारण्याच्या भानगडीत पडायचा नाही. कारण साधूनं सांगितलं होतं की कोणीही प्रश्न केला की तू उलट प्रश्न

करत जा. कारण उत्तर दिलंस तर त्या उत्तरात दोष काढले जातील. त्यामुळे प्रश्नाला उत्तर न देता उलट प्रश्न करत जा... "तुम्हाला काय म्हणायचंय?... प्रत्येक शब्दाचं, वाक्याचं मला स्पष्टीकरण द्या, अर्थ सांगा. असं सतत म्हणत समोरच्या माणसाला भंडावून सोड! इतकं भंडावून सोड की एखाद्या सामान्य प्रश्नाचं सुद्धा भलंमोठं कोडं बनेल!

त्याप्रमाणेच तो मूर्ख माणूस महिनाभर वागत होता. साधू गावात परत आला. त्या वेड्या माणसानं त्याचे पाय धरले आणि म्हणाला, "तुम्ही सांगितलेली युक्ती बरोबर लागू पडली. आता सध्या मी या गावातला सर्वांत शहाणा माणूस झालोय."

साधू म्हणाला, "फारच छान! असंच चालू ठेव... त्यामुळेच या सर्व भागात तू शहाणा म्हणून गणला जाशील आणि आजूबाजूचे लोक केवळ तुझा आशीर्वाद घेण्यासाठी तुझ्यापाशी येतील."

खरोखर एव्हढीशी गोष्ट! पण खूपच अर्थपूर्ण! या गोष्टीतून तात्पर्य एवढंच निघतं की सतत नकारात्मक वागत, बोलत राहिलात तर एखादा मूर्ख माणूस सुद्धा शहाणा ठरवला जातो.

पण याला कांही खरा शहाणपणा म्हणता येणार नाही. खरा शहाणपणा हा सकारात्मक वागण्यातच आहे. प्रकृतीनं दिलेल्या गोष्टींबाबत कृतज्ञता राखून, प्रेमभरानं होकारात्मक कृती करणं म्हणजे शहाणपणा! शहाणपण किंवा चातुर्य या गोष्टींना 'नकार' माहीत नसतो. नकारात्मक कोणत्याच कृतीशी शहाणपणाचा संबंध येत नसतो.

म्हणूनच तुझं पूर्णपणे बरोबर आहे. शांत राहू नकोस. तुझ्या मनातली शांतता गाण्यामधे प्रतीत होऊ दे, तुझे अनुभव मनात न ठेवता ते व्यक्त होऊ दे. कोणतंही भय न बाळगता तुला जे माहीत आहे ते खुल्या मनानं जगासमोर सांग! एक शेवटचं लक्षात ठेव की, नकारात्मक विचाराचा माणूस नेहमी अस्वस्थ असतो. कारण त्याच्याजवळ काहीच नसतं, त्याच्यापाशी रितेपण असतं, तो सतत कावलेला असतो, अतृप्त असतो आणि या वैतागलेपणामुळे, रितेपणामुळे, अतृप्तीमुळेच तो सूडबुद्धीनं ग्रासलेला असा हिंसक बनतो. पण सकारात्मक माणसाजवळ काहीतरी भारून जाण्यासारखा अनुभव असतो. त्यामुळेच तो शांत आणि निवांत असतो. त्यामुळे आक्रमकपणानं वागण्याची त्याला गरजच नसते, काहीही बोलायची, सांगायची जरूर नसते. प्राप्त झालेल्या अनुभवसाफल्यामुळे तो इतका परिपूर्ण तृप्त झालेला असतो की त्यातला एखादा श्वासाइतका सुद्धा अंश वाया घालवायची त्याची तयारी नसते. त्याच्या स्वत:तल्या केंद्रबिंदूतच तो स्थिर झालेला असतो. हे जे स्थिर होणं असतं ते जास्त जास्त

पटी पटीनं गाढ होत जातं आणि अशा स्थितीला पोहोचतं की तिथं तो संपूर्णपणे स्वत:ला विसरतो. आजूबाजूच्या विकारांना विसरतो. त्याला फक्त दु:खाचाच विसर पडतो असं नाही, तर त्याला सुखाचाही विसर पडतो. तो त्या अतीव सुखाच्या इतका सवयीचा होऊन जातो की साध्या श्वासोच्छ्वासातून सुद्धा सुखच सुख तो पहातो. ते त्याचं स्वाभाविक अंग होऊन जातं. आपण अतीव सुखात आहोत हे सुद्धा त्याला विसरायला होतं. आपल्याला परमानंदाचा अनुभव येतोय हे त्याला विसरायला होतं.

हृदयाचे ठोके जसे आपोआप पडतात किंवा श्वासोच्छ्वास आपोआप सहजपणे घेतला जातो अगदी तितकंच सहजपणे त्याच्या बाबतीत हे सहजपणे घडतं.

पण हे घडण्यापूर्वी, लोकांना या मार्गाची ओळख करून देण्यासाठी, करुणेच्या भावनेनं इतरांना हा मार्ग दाखवण्यासाठी तुम्हाला काही प्रयत्न करावे लागतील. हे सारे लोक अंधारात चाचपडतायत, कुठलंतरी दार त्यांना उघडून पाहिजे. या बेड्यांचा त्यांना आता कंटाळा आलेला आहे. कुणीतरी येऊन आपल्याला मुक्त करेल या इच्छेनं ते वाट पहातायत. "होय, तिथं मुक्तता आहे'' असं ठामपणे कोणीतरी त्यांना सांगावं असं त्यांना वाटतं. कदाचित पूर्ण स्वातंत्र्याची, सुखाची आणि परमानंदाची गोष्ट कुठे नसेलच अशा भावनेनं ते गोंधळून गेलेत आणि अशात्यांच्या अवस्थेत नकारात्मक विचाराची माणसं त्यांच्या मनावर परत परत बिंबवत आहेत की हे सारं म्हणजे केवळ कल्पना आहे. ही मोहनिद्रेची अवस्था आहे. यामधे काहीही खरं नाही. पण तरीही या आत्मज्ञानाच्या शोधार्थ निघालेल्या माणसांच्या हृदयात मात्र तहान लागलीये. नकारात्मक विचारांच्या मंडळींनी जरी त्यांचं मन गोंधळवून टाकलेलं असलं, ते आचारभ्रष्ट केलेलं असलं, तरीही त्यांच्या आतल्या मनात ही तहान अजून जिवंत आहे.

म्हणूनच ज्या कोणाला असे अनुभव आले आहेत ते अनुभव इतरांसाठी फार मोठा मौल्यवान आधार बनू शकतात, प्रोत्साहन देऊ शकतात. त्यांच्या आशा पल्लवित व्हायला मदत होऊन एखादी खिडकी तरी किलकिली होऊ शकते. त्यांच्याकडून आत्तापर्यंत दुर्लक्षिली गेलेली दारं त्याला कळू शकतात, आत्तापर्यंत त्यानी चुकीच्या लोकांचं ऐकलेलं असतं, नकारात्मक विचारांच्या मंडळींच्या प्रभावाखाली तो वावरलेला असतात, कोणत्याही आशादायक प्रकाशाचा त्यानी विचारच केलेला नसतो... आणि म्हणूनच तू संपूर्ण ब्रह्मानंदाचा धनी 'होण्यापूर्वी'च तुला या मंडळींना मदत करावी लागेल.

तुला लाभलेल्या संपूर्ण ब्रह्मानंदामधे तू पूर्णपणे हरवून जाण्यापूर्वी तुला हे करावं लागेल. सुखाचा अनुभव आपण केव्हा घेऊ शकतो? तर दु:ख समोर

असेल तरच. तेव्हा अनेक वर्षं तू जर परमानन्दी अवस्थेत घालवली असशील तर साहजिकच दु:खाचा तुला विसर पडला असेल. त्याच्याशी तुझी ओळखही नसणार. आत्ता या काळात केवळ 'परमानन्द' हाच तुझा अनुभव झालेला आहे. तुझ्या आसपासचे दु:खदायक अनुभव टप्प्याटप्प्यानं तू पार करतोयस आणि परमसुखाच्या दिशेनं वाटचाल करतोयस हा जो मधला काळ आहे, हे जे मधलं अंतर आहे, की ज्यामधे तू पहिल्याप्रथम प्रकाश पाहिला आहेस... तोच क्षण आहे तू स्वत: व्यक्त होण्याचा! तुला हे इतर मंडळीसाठी व्यक्त केलंच पाहिजे की, "नाही, कोणीही निराश व्हायचं कारण नाही, कोणीही आशा सोडायचं कारण नाही. 'मी' पाह्यलाय प्रकाश! तुम्हालाही तो दिसू शकेल!"

पण हे तुला फार चट्‌कन करावं लागेल. तू जेव्हा तो प्रकाशाचा तारा पहातोयस तेव्हाच! एकदा का तू स्वत:च तो 'तारा' बनून गेलास की मग संपलंच. मग लोकांना सांगण्याच्या दृष्टीनं फारच उशीर होईल. तू काहीही सांगू शकणार नाहीस. एवढंच काय पण सांगण्याचं कारणच उरणार नाही.

मला एक गोष्ट माहितेय. एकदा पोप मरण पावला अन् स्वर्गात गेला. त्याला कुणाला भेटावंसं वाटतंय याची विचारणा सेंट पिटरनं त्याच्याजवळ केली. "मला सेंटमेरीला, जिझ्सच्या आईला भेटायचंय" पोप म्हणाला.

सेंट पिटरनं त्याला एक भव्य दिवाणखान्यात नेलं. तिथं लांब एका कोपऱ्यात एक वृद्ध ज्यू स्त्री बसली होती. विलक्षण आदरानं पोप तिच्यापाशी गेले आणि गुडघे टेकून बसले. म्हणाले, "पृथ्वीवरचं माझं संपूर्ण आयुष्य मी याच एका क्षणाची वाट पहाण्यात घालवलं. मला तुम्हाला एक प्रश्न विचारायचाय... तो प्रश्न म्हणजे आमच्या परमपूज्य जिझ्सला जन्म दिल्यानंतर तुम्हाला काय वाटलं?" त्या वृद्ध स्त्रीनं हसून मान हलवली आणि ती म्हणाली, "ओह... खरं म्हणजे आम्हाला मुलगी पाहिजे होती."

या गोष्टीचं तात्पर्य एवढंच सांगता येईल, जिझ्सच्या मातेला जिझ्सची नित्य सवय होऊन गेल्यानं तिच्या दृष्टीनं तो कोणी विशेष नव्हताच. उलट तो झाल्यानंतर ती निराश झाली होती. कारण त्यांना मुलगी हवी होती. आणि झाला तो हा असा मुलगा. जो त्यांना त्रासदायक ठरला. कारण त्याच्यामुळे ते वाळीत टाकले गेले, शिवाय तो क्रूसावर चढवला गेल्यानं म्हातारपणी त्यांना दु:ख भोगावं लागलं. जेव्हा सगळे शिष्य बाजूला झाले तेव्हा ती वृद्ध आई क्रूसाखाली जिथं जिझ्स पडला होता तिथं बसली होती. तिच्या मनात निश्चितच विचार येत असतील की हीच जर मुलगी असती तर बरं झालं असतं. मुलगा, तोही अशा तऱ्हेनं क्रूसावर गेलेला पहाणं इतक्या म्हातारपणी! हे दु:खदायक होतं! शिवाय मुलगा असा तरुण, केवळ तेहेतीस वर्षांचा! त्यानं दु:खाशिवाय,

चिंतेशिवाय आईवडिलांना काहीही दिलं नाही. पोपच्या दृष्टीनं जिझ्स हा देव होता. पण त्या आईच्या दृष्टीनं तो एक त्रास देणारा मुलगा ठरला होता. त्याला क्रूसावर चढवलं गेल्यानं विनाकारण ते अतीव दु:खात लोटले गेले होते.

म्हणजेच जिझ्सनं अगदी तुमच्याजवळ जरी जन्म घेतला तरीही नित्य सवयीमुळे तुम्हालाही त्याचं काही वाटणार नाही. तसंच परमानन्दाविषयी म्हणता येईल. एकदा का परमानन्दाचा अनुभव कायमस्वरूपी तुम्ही घेत राहिलात तर त्याचंही काहीच वाटेनासं होईल. म्हणूनच त्या आनंदाशी अतिपरिचित होण्यापूर्वीच ही आनंदाची गोष्ट जितकी जास्तीत जास्त लोकांपर्यंत पोचवता येईल तितकी पोचवायचा प्रयत्न करा. अशी अनेक तहानलेली मंडळी नकारात्मक विचारांच्या लोकांच्या प्रभावाखाली, त्यांच्या आक्रमकतेमुळे, त्यांच्या सनसनाटी व्यक्तिमत्त्वामुळे दडपली गेली आहेत. ती उपेक्षितांचं जिणं जगतायत. ते फक्त नकारात्मक गोष्टीच ऐकत आहेत. ओघानंच आशादायी गोष्ट अस्तित्वात तरी आहे का नाही याबद्दल त्यांच्या मनात संशयच आहे. किंवा या तथाकथित हुशार मंडळींनी सर्व शक्यतांबद्दल विरोधीच सूर काढलेल्या असल्यानं त्यांना वाटतंय की आपण एखाद्या सावलीमागे, अदृश्य भूतामागे धावतोय.

नवीन मानवी अवस्थेसाठी कोट्यवधी बदल आता घडू पहातायत. त्यांतला एक महत्त्वाचा बदल असा असेल की, सकारात्मक दृष्टिकोनाच्या माणसाला स्पष्ट विचारांची कृती करायलाच लागेल. कोणाचाही मुलाहिजा न ठेवता, कोणताही संशय मनात न बाळगता, संकोच न धरता एकवेळ कल्पना का असेना, पण त्यानं स्वत:ला येत असलेले अनुभव जगाला ओरडून सांगितले पाहिजेत. त्या कल्पना का वाटेनात? पण तेही चांगलं आहे.

आणि त्या कल्पना नाहीतच. कारण आध्यात्मिक अनुभवांची तुम्ही नुसती कल्पना करू शकत नाही. तुम्हाला त्याचं खरं स्वरूप मांडता येत नाही. तेव्हा तुम्हाला ते माहीत असतात तेव्हा कल्पनांना तिथं वावच नसतो. आणि तुम्ही त्या अनुभवांना प्रत्यक्ष सामोरे जाता तेव्हा तर 'कल्पनांचा' प्रश्नच उरत नाही.

जगातल्या साऱ्या मंडळींना आता अशा स्पष्ट विचारांच्या, सकारात्मक दृष्टिकोनांच्या आपल्या मताशी ठाम असणाऱ्या आणि स्व-स्वरूपाची ओळख पटलेल्या अशा व्यक्तींची निकडीची गरज आहे. केवळ अशा व्यक्तींचे शब्दच उपयोगी होणार नाहीत, तर नुसतं त्यांचं 'असणं' ही उपयोगी होणार आहे. त्यांचं 'अस्तित्व' सुद्धा मौल्यवान ठरणार आहे. कारण त्यांच्या अस्तित्वामुळेच त्यांच्या शब्दांना महत्त्व येऊ शकतं. त्यांच्या कृतीनं, त्यांच्या प्रतिसादानंसुद्धा बरीचशी मदत होऊ शकते. दुसरा कोणताही पुरावा नाहीच. तुम्ही खरोखर शांतीमधे जीवन जगताना जीवनाचं नि:शब्द गाणं गाताना; तुमच्या कृतीतून ते

घडताना जर लोकं पहातील तर या जगातल्या नकारात्मक विचारांच्या तसंच एका प्रकारच्या आजारी मनोवृत्तीला आपण सहज बदलवू शकू. नाहीतर आपण पाहतोच की जगाच्या इतिहासात आत्तापर्यंत अशा नकारात्मक लोकांचाच वरचष्मा राहिलेला आहे. कारण या लोकांना ते सहज शक्य असतं. कोणीही ते करू शकतं. कोणीही सोम्यागोम्या उठून उद्या गौतमबुद्धांनाही म्हणू शकतो की, ''तुम्ही आत्मज्ञानाविषयी जे म्हणताय तो सारा मूर्खपणा आहे'' म्हणून. आणि या बाबतीत गौतमबुद्धांसारखा महायोगी सुद्धा स्वत:च्या 'प्रकाशित' होण्याविषयी 'आत्मज्ञानी' झाल्याविषयी निश्चित पुरावा देऊ शकत नाही. कारण जोपर्यंत समोरचा माणूस आडमुठा आहे, हेकट आहे, अट्टाहासानं अज्ञान पांघरलेला आहे, तोपर्यंत कोणताही मार्गच नाही.

जर मनुष्य मोकळ्या दृष्टीचा, सहजपणे बदलाला सामोरा जाणारा, ग्रहणशील असेल, बुद्धांचं अस्तित्व अनुभवायला तयार असणारा, त्यांच्या विचारांचा सुगंध घ्यायला तयार असणारा असेल तर बुद्ध निश्चितपणे अशा माणसाला मदत करू शकतील, पण जगातले सर्वसाधारण लोक नेहमीच नकारात्मक लोकांच्या प्रभावाखाली जगत असतात. हे जगणं एकप्रकारची बेहोशी निर्माण करत असतं. त्यामुळे मंडळी जास्त जास्त बेहोशीत, जास्त जास्त अंध:कारात बुडत जातात.

काही काही वेळा मला वाटतं, पौर्वात्य विचारसरणीला काहीतरी मानसिक दृष्ट्या महत्त्व आहे. प्रत्यक्षरीत्या किंवा ऐतिहासिक दृष्ट्या ते खरं नसेल पण मानसिक भूमिकेतून मात्र... खरं म्हणजे याचा काही कोणी शोध वगैरे लावलेला नाही. डार्विनच्या उत्क्रान्तवादाच्या सिद्धान्ताप्रमाणे पौर्वात्य जगामधे बरोबर उलट पद्धतीची विचारप्रणाली हजारो वर्षं चालत आलेली आहे. ती विचारसरणी म्हणजे (Involution) अंतर्वलित किंवा वक्रकेंद्रीय विचारपद्धती! ही उत्क्रांतीची विचारपद्धती नाही, तर अंतर्वलित विचारपद्धती... बाहेरून आत आत येऊन केंद्रापर्यंत प्रवास करणे. म्हणजेच बरोबर उत्क्रांतीच्या विरुद्ध विचार! म्हणजेच माणसाची वाटचाल प्रगतीच्या दिशेनं चाललेली नसून ती खालच्या दिशेनं चाललेली आहे आणि त्यामधे पहिला सोनेरी वयाचा काळ म्हणजे अगदी सुरवातीचा काळ! ही संपूर्ण कल्पना केवळ मानसिक स्पष्टीकरण म्हणूनच स्वीकारली गेली आहे. इतिहास म्हणून किंवा विज्ञान म्हणून नाही, तर फक्त मानसशास्त्रीय दृष्टिकोनच!

वयाचा आरंभाचा काळ, ज्याला पौर्वात्य योगी 'सत्ययुग' म्हणतात. केवळ सत्याचं वय. सोनेरी काळ! आपण पहातो की प्रत्येक माणूस या सोनेरी काळातून जात असतो, परत परत जात असतो, जेव्हा तो लहान मूल असतो, जेव्हा त्याचं संपूर्ण माणूसपण या लहानपणाच्या काळातच फक्त टिकून असतं.

त्यानंतर मात्र मुलाला खोटं बोलायला शिकावंच लागतं. कारण शिक्षण दिलं नाही, तर तो सतत खरंच बोलत रहाणार! पण सत्य हे शिकवावं लागत नाही. ते तुमच्या निष्पापपणात असतंच. पण खोटेपणासाठी, चातुर्यासाठी, कावेबाजपणासाठी मात्र मुद्दामहून शिक्षण घ्यावं लागतं - सत्यासाठी फक्त निष्पाप असण्याची गरज असते. म्हणून पौर्वात्यांच्या हिशोबानुसार हा वयाचा आरंभकाळ म्हणजे सत्ययुग! सत्याचा काळ. त्यांनी त्याला सोनेरी काळ म्हटलंय. त्यांचं या बाबतीतलं स्पष्टीकरण हे खूपच महत्त्वाचं आहे. या सत्ययुगाचं वर्णन करताना ते एखाद्या चारपायी मेजाचं उदाहरण देतात. चार पायांवर पूर्णपणे समतोल राखलेला! सत्ययुगाला चार पाय असल्याचं समजून ते पूर्णपणे संतुलित अवस्थेत आहे हे स्पष्ट होतं!

त्यानंतरच्या काळात एकेक गोष्टी गळून पडायला लागल्या

ही पूर्ण कल्पना डार्विनच्या सिद्धान्ताच्या पुरेपूर उलट आहे. त्यालाच मी म्हणतो Involution! not evolution.

मेजाचा एक पाय गळून पडला. याचा अर्थ एवढाच– मेजाचा तोल बिघडला. जीवनाचं संतुलन बिघडलं. पूर्वी होतं तसं काहीच उरलं नाही. शांतीपूर्ण वातावरण, स्वस्थता काहीच राहिलं नाही. तीन पाय उरल्यामुळे सगळं संतुलन ढळलं. पण अजूनही मेज तीन पायावर 'तिपाई' म्हणून उभं राहू शकतं. तीन पाय असल्यामुळे अजूनही थोडा समतोल शिल्लक रहाण्याची शक्यता आहे. हे दुसरं युग म्हणजे त्रेता! तीन पायांमुळे ते त्रेता... म्हणजेच तीन. मूळ इंग्रजी Three हा शब्द संस्कृत 'त्रे' वरून निर्माण झालेला आहे. त्रेता शब्दसुद्धा याच त्रेवरून आलाय. आता जीवन हे सोनेरी राहिलं नाही. निष्पापपणा संपला. आता माणूस हुशार झाला, कावेबाज झाला.

याप्रमाणे दिवसेन् दिवस गोष्टी या खाली खाली उतरायला लागल्या. तिसरं युग म्हणजे द्वापार! आणखीन एक पाय गळलेला. फक्त दोन पाय शिल्लक. आता सगळच संतुलन बिघडलेलं! द्वापार म्हणजेच इंग्रजी अर्थानं Two ! मूळ संस्कृत शब्द 'द्वा'! 'द्वा' शब्द अनेक भाषांतून काहीवेळा 'त्वा' म्हणून वापरला जातो. काळानुसार तोच इंग्रजीमधे जव्हा पोचला तेव्हा 'त्वा' पासून Two तयार झाला. आता जीवन अगदीच घाणेरडं झालं. क्रूर झालं, पिळवणुकीचं बनलं, नकारात्मक बनलं.

आणि आपण आता चौथ्या युगात आहोत. आणखीन एक पाय गळून पडला - आता आपण फक्त एका पायावर आहोत. चौथं युग म्हणजे 'कलीयुग'! अंध:कारमय काळ. हे बरोबरच आहे. कारण खरोखरच आपण अंध:कारात आणि बेशुद्धीतच जीवन जगतोय. आपण आपल्या स्वत:च्या आत्महत्येची

तयारी चालवली आहे. यापेक्षा आणखीन बेहोशी ती कोणती असू शकते? भविष्यकाळ तर संपूर्ण अर्थशून्यच वाटतोय. असं दिसतंय की रोजच्या रोज आयुष्याच्या अखेरीजवळ आपण चाललोय. रोजच्या रात्री या जास्त जास्त अंध:कारमय बनतायत.

सध्या हजारो लहान मुलं सुद्धा अमली पदार्थांच्या आहारी गेलेली आढळतायत. यापुढे नवीन पिढीला भविष्य नाही, तरुण माणसांना आशेचा किरण नाही. शाळेतली मुलंसुद्धा अमली पदार्थ घेतात. ती सुद्धा एकमेकांचे खून करताना दिसतात. त्यांनी बलात्कार केलेले आढळतात. ते सुद्धा फक्त अपवादानं नाही. अमेरिकेत अशी पाहणी केली गेली तेव्हा त्यांचा विश्वास बसला नाही. सरकारनं सगळे अहवाल दाबून टाकायचा प्रयत्न केला. जगाला काहीही कळू नये म्हणून प्रयत्न केले. पण तरीही ते बाहेर पडलंच.

अत्यंत प्रगत देश! प्रबळ देश! वैज्ञानिक तसंच औद्योगिक दृष्ट्या आत्यंतिक प्रगत असं हे राष्ट्र सध्या आता अतिशय अंध:कारमय परिस्थितीतून जात आहे, मानवी इतिहासातल्या अत्यंत कठीण काळातून जात आहे.

अर्थातच ज्याचं जीवन ध्यानधारणेनं युक्त असं आहे, प्रेम आणि करुणेनं भरलेलं आहे त्या मंडळींच्या सहवासानं मात्र ही बेहोशी खंडित होऊ शकते. झोपलेल्या मंडळींसाठी 'जाग' आणण्याचं ते कारण होऊ शकतं. "हीच वेळ आहे. जागे व्हा, तयार व्हा, कारण रात्री अंधाऱ्या होत जातात तेव्हा त्याचाच अर्थ पहाट जवळ आलेली आहे. पण तुम्ही झोपूनच राहिलात तर मात्र पहाट आली काय अन् नाही आली काय, तुमच्यासाठी रात्रच रहाणार. तुम्ही डोळे मिटून घेतलेत तर अंध:कार चालूच रहाणार.

मानवी आयुष्यक्रमासाठी, निरागसतेसाठी, नवीन निखळ बालपणासाठी तसंच नवीन सत्ययुगाच्या दृष्टीनं, नवीन सोनेरी युगाच्या दृष्टीनं एक नवी पहाट येणं हे सहज शक्य आहे. मात्र यासाठी सकारात्मक वृत्तीच्या माणसांनी स्वत:ला ठामपणे व्यक्त केलंच पाहिजे. इतिहासावरून तरी तसं झालेलं दिसत नाही. कारण त्यांना आलेल्या अनुभवांचा त्यांनी आनंद घेतला आणि आता आपलं काम संपलं या भावनेनं ते तिथंच थांबले.

म्हणूनच मला हे आठवणीनं सांगावंसं वाटतं की ज्या वेळी तुमच्यापाशी काही मौल्यवान असेल तर थांबू नका. ते वाटून टाका. आत्तापर्यंत नव्हती इतकी गरज आता या माणुसकीची आहे, या नव्या पहाटेसाठी नवी आशा घेऊन येणाऱ्या लोकांची आता गरज आहे.

: एकदा एक ज्यू खूप रात्र झाल्यानंतर एका पथिकाश्रमात येतो. नाइलाजानं त्याला एका रशियन ऑफिसरबरोबर एकाच खोलीमध्ये रहावं लागतं. त्याला

भेटायच्या अनिच्छेनं तो ज्यू, पथिकाश्रमातल्या कर्मचाऱ्याला सांगतो की सकाळची लवकरची गाडी पकडायची असल्यानं जरा लवकर उठव!

कपडे काढून तो बिछान्यावर झोपतो. नंतर अगदी पहाटे, अंधारात विश्रामगृहाचा नोकर त्याला उठवतो. बाहेर खूपच अंधार असतो. घाईघाईनं तो कपडे करतो आणि बाहेर येतो. बाहेर आल्यानंतर त्याला आश्चर्याचा धक्काच बसतो कारण सगळे सैनिक त्याला सलामी देत असतात - तो ट्रेनमधे शिरल्यानंतर आरशात पहातो तेव्हा त्याला कळतं की आपण सैनिकी गणवेश घातलाय म्हणून!... तो नोकरावरून पुटपुटतो - मूर्ख कुठला! त्यानं चुकीच्या माणसाला जागं केलं! :

ठीकय, मनीषा?

होय, ओशो.

□□□

सत्र : चार

२५ जून १९८७ संध्याकाळ.

*ए*खाद्या विशिष्ट मर्यादेपर्यंत *मूर्खपणा मान्य आहे. अर्थात विशिष्ट मर्या-देपर्यंतच! पण सतत मूर्खपणाच करत राहणं म्हणजे तो तुमचा दुसरा स्वभावच बनणं होय! त्यानंतर मात्र यातून बाहेर पडणं कठीणच.*

चुका करत - करत शहाणे व्हा

रासो...

जगातल्या बहुतेक भाषांमधून 'अक्कल' याविषयी फार गैरसमजुतीचं स्पष्टीकरण केलेलं आढळतं. ही गैरसमजूत वाढण्याचं कारण म्हणजे ''ज्ञान' हा शब्द! कारण लोक हे दोन्हीही शब्द एकच मानतात. एक-सारखाच अर्थ सांगतात. परंतु प्रत्यक्षात मात्र हे दोन्हीही शब्द एकमेकांच्या बरोबर विरुद्ध आहेत.

ज्ञानी माणूस हा प्रत्यक्षात अक्कलवान किंवा शहाणा असतोच असं नाही. ज्ञानी माणूस हा बाहेरून अनेक प्रकारची माहिती मिळवून स्वत:चा अडाणीपणा झाकत असतो. त्याची विद्वत्ता भरपूर असते, मिळवलेली माहिती, ज्ञान प्रचंड असतं, कदाचित त्याची स्मरणशक्तीही अचाट असू शकते, परंतु तरीही त्याला अक्कलवान किंवा शहाणा माणूस म्हणता येत नाही. कारण विद्वत्ता, ग्रंथव्यासंग, स्मरणशक्ती या गोष्टींशी शहाणपणाचा संबंधच नाही. कारण शहाणपणा, किंवा अक्कल म्हणजे फक्त बुद्धिमत्ताच! की जी आपो-आप आपल्या अस्तित्वातून बहरून आलेली असते.

ज्ञान हे बाहेरून मिळतं, पण अक्कल किंवा शहाणपणा हा तुमच्या अगदी आतल्या गाभ्यातून येतो. ज्ञान हे मिळवावं लागतं, दुसरीकडून उसनं घेतलं जातं. तसं अकलेचं नाही. ती दुसरीकडून घ्यावी लागत नाही. तुम्हाला ती दुसरीकडून घेता येत नाही, तशीच

प्रिय ओशो
शहाणपणा आणि अक्कल याविषयी तुम्ही काही सांगू शकाल?

तुम्हाला ती दुसऱ्याला देणं शक्य होत नाही.

'शिक्षण' या शब्दानं यातला फरक समजायला मदत होईल. याचा मूलभूत अर्थ म्हणजे ओढणे, खेचून काढणे! जसं तुम्ही विहिरीतून पाणी बाहेर काढता अगदी तस्संच शिक्षणाबद्दल म्हणता येईल. तुमच्यातलं अव्यक्त बुद्धिसामर्थ्य बाहेर काढण्यासाठी शिक्षण ही केवळ संधी आहे, मागचा आधार आहे. तुमच्या वाढीव वयात केवळ 'बी' च्या रूपात असलेलं ते सामर्थ्य वाढवणं आणि बहरू देणं एवढंच शिक्षणाचं काम!

शहाणपणा हा तुमच्या अगदी अंतर्गत अस्तित्वातला झरा आहे. ते एक परिवर्तन आहे, नुसतं भरलेलं ज्ञान नाही. पण आत्तापर्यंत शिक्षणाच्या नावाखाली शतकानुशतकं जे काही चाललंय ते म्हणजे बरोबर उलट आहे. तुमचं बुद्धिसामर्थ्य इथं विहिरीतून पाणी काढण्याच्या क्रियेसारखं बाहेर काढलं जात नसून उलटपक्षी बाहेरून तुमच्या मेंदूत माहिती अक्षरशः ओतली जाते. जशी ती कॉम्प्युटरमध्ये ओतली जाते. संपूर्ण शिक्षण हे तुम्हाला हुशार बनवतं, परिपूर्ण माहीतगार बनवतं. बरीच माहिती गोळा होते. परंतु जसजसे थरावर थर जमतात तसतशी तुमच्या स्व- अस्तित्वाच्या वाढीची शक्यता कमीकमी होत जाते. तो उन्नतीचा मार्ग दिसेनासा होतो. उसन्या माहितीनं सर्व जागा व्यापली जाते. या गोष्टींमुळे शहाणपणा किंवा अक्कल ही गुदमरली जाऊन लवकरच मृत्यू पावते.

आश्चर्याची गोष्ट अशी की या विसाव्या शतकात आम्ही जेव्हा स्वतः सुसंस्कृत, सभ्य, सुशिक्षित असे झालो आहोत असं मानतो, तेव्हा हे आजचं शिक्षण हे अजूनही त्या पूर्वीच्या काळातल्या प्राथमिक अवस्थेतल्या शिक्षणासारखंच आहे असं जाणवतं. प्रत्येकाचं, यांत्रिक माणसात रूपांतर करण्याचं तेच जुनं कार्य चालू आहे; स्मरणशक्ती यांत्रिक बनवायचं तेच काम अजूनही चालू आहे. हे काही बुद्धीला धार चढवण्याचं काम निश्चित नाही. हे फक्त तुम्हाला अनेक गोष्टी लक्षात ठेवण्याच्या दृष्टीनं हुशार बनवतं, इतकंच.

पण आठवणीत ठेवणं किंवा स्मरण ठेवणं म्हणजे जाणून घेणं नव्हे. जाणून घेणं हे फक्त ध्यानधारणेतच शक्य असतं. ध्यानधारणा म्हणजे तुमच्या मनात साठलेल्या निरर्थक गोष्टी काढून टाकणं, उसनं घेतलेलं सारं काढून टाकणं की, जे तुम्हाला बाहेरून दिलं गेलंय! आणि एखाद्या निष्पाप बालकात पुन्हा पुन्हा तुमचं रूपांतर करणं; हेच होय!

सर्व काही अज्ञात असण्याच्या या भावनेत जर एखादा येऊ शकला तर या विशाल अशा अज्ञातात आपोआप काहीतरी 'आत आत' फुलायला लागतं, हे काही बाहेरून येत नाही, तर जीवनाच्या उगमातून आतल्या गाभ्यातून, तुमच्या रुजलेल्या मुळातून प्रकट होत असतं. ते तुम्हाला सुंदर फुलं देत

असतं. म्हणूनच जिझ्रस, संत कबीर, रईदास या सर्वांना ते शक्य आहे. हे सारे अशिक्षित, अडाणी संत! जिझ्स हा सुताराचा मुलगा, कबीर तर एक अनाथ माणूस. कुणालाच माहीत नाही की हा हिंदू आहे, का मुसलमान! तो एक गरीब विणकर म्हणूनच आयुष्यभर जगला. रईदास हा एक चांभार - असे हे तिघं जास्तीतजास्त पिळवणूक झालेल्या, समाजाकडून अपमानित केल्या गेलेल्या, माणसापेक्षाही खालच्या वर्गात गणल्या गेलेल्या जातीतून आलेले. पण त्यांच्याकडे शहाणपणा होता. ग्रंथांबद्दल, लेखनाबद्दल अजाण असलेल्या या संतांचा प्रत्येक शब्द मात्र अगदी चोवीस कॅरेट सोन्याचा! त्यांच्या प्रत्येक श्वासानं जगात एक प्रकारची पवित्रता आणलेली! त्यांच्या हृदयाचा प्रत्येक ठोका हा अवघ्या विश्वाच्या हृदयाचा ठोका! कोणतंही ज्ञान न घेता सर्वकाही त्यांना ज्ञात होतं. कोणत्याही माध्यमाशिवाय थेटपणानं ते सारं समजून होते.

आणि हे खरोखरच घडलंय.. असंच घडलंय.

एक फार मोठा ख्रिश्चन मिशनरी काही जपानी लोकांना ख्रिश्चन धर्मात रूपांतरित करण्याच्या प्रयत्नात होता. त्यासाठी तो एका झेन साक्षात्कारी पुरुषाकडे गेला. त्यानं त्या महान पुरुषाची सारी माहिती आधीच गोळा केलेली होती. तो फारच प्रसिद्ध आणि कीर्तिवान माणूस असल्याचं कळलं होतं. एवढंच नाही, तर जपानचा राजाही त्याच्या दर्शनाला येऊन पाया पडत असे.

पण मिशनरी माणसाला एक कोडं होतं, कारण तो झेन संत अशिक्षित आणि खेडेगावात राहणारा होता. मिशनऱ्यानं विचार केला, "हा माणूस अशिक्षित असल्यानं त्याला ख्रिश्चन धर्मात रूपांतरित करणं फारच सोपं आहे. ही तर फार चांगली गोष्ट आहे. काही अडचणच येणार नाही. कारण याला तर्कशास्त्र माहीत नाही, याला वेदान्ताचं ज्ञान नाही, त्यानं तत्त्वज्ञानाचा तर एकही शब्द ऐकलेला नाही, या साऱ्या गोष्टींमुळे तो कोणत्याच गोष्टीत प्रतिवाद करू शकत नाही किंवा प्रतिकार करू शकत नाही. मला विरोध करू शकत नाही. मला फक्त त्याच्याकडे जाऊन जिझ्सचे काही शब्द ऐकवावे लागतील इतकंच."

असं म्हणून त्यानं जिझसच्या प्रवचनातला अगदी उत्तमातला उत्तम भाग शोधून काढला... 'पर्वतावरचं प्रवचन!'

झेन साधूची परवानगी मागत तो पुढे म्हणाला, "माझा सुद्धा एक आदर्श माणूस आहे. त्याचे काही शब्द तुम्हाला ऐकवण्याची माझी इच्छा आहे. तुमचं त्याविषयीचं मत ऐकण्याची माझी इच्छा आहे."

त्यानं त्याप्रमाणे एकदोन ओळी वाचल्या त्याच क्षणी तो झेन साधू म्हणाला, "थांब! ज्या कोणी या दोन ओळी उच्चारल्या तो नक्कीच पुढच्या आयुष्यात आत्मसाक्षात्कारी होईल. कृपा करून माझा वेळ वाया घालवू नकोस आणि

तुझाही घालवू नकोस!'' त्या मिशनरीला हे ऐकून धक्काच बसला. हा असा प्रतिसाद मिळेल असं त्याला वाटलंच नव्हतं.

तो साक्षात्कारी झेन माणूस पुढे म्हणाला, ''आश्चर्य वाटून घेऊ नकोस. मी खूप दयाळू माणूस आहे. तो पुढच्या आयुष्यात साक्षात्कारी बनेल हे पूर्णपणे खरं नाही. मी फक्त तुझं समाधान करतोय. तो ''बहुतेक बनू शकेल'' तो आत्ता 'बोधीसत्त्व' अवस्थेत आहे. पण अजून वेळ जावा लागेल. 'बोधीसत्त्व' अवस्थेतून बुद्ध होण्यापर्यंत मजल तो केव्हा मारेल ते कुणीच सांगू शकत नाही.

फरक एवढाच आहे की बोधीसत्त्व म्हणजे बुद्धांचा अर्क, बुद्धाचं अव्यक्त सामर्थ्य असणं! प्रत्यक्षात नव्हे! फक्त 'बी' तिथे असणं. म्हणूनच कोणत्याही क्षणी बुद्ध होण्याची शक्यता 'तिथं' आहे. ते बी रुजण्यासाठी जेव्हा योग्य जमीन सापडते, योग्य ऋतू येतात तेव्हाच त्या 'बी'मधून अंकुर फुटायला सुरुवात होते. पण ते कधी होईल याचं भविष्य कुणीच सांगू शकत नसतं.

तो मिशनरी सगळा राग आवरून, संतापाचा उद्रेक दाबून टाकून परत फिरायला लागला तेव्हा तो झेन थोर पुरुष त्याला म्हणाला, ''हे पहा - एक गोष्ट ऐक! बोधीसत्त्व म्हणजे काही फार विशेष नाही. प्रत्येकामध्ये बुद्ध होण्याची क्षमता अंशरूपानं, साररूपानं असतेच. प्रश्न आहे तो फक्त वेळेचा. कोणत्या वेळी हे घडेल हे सांगणं कठीण आहे. ज्या वेळी हे तुमच्यातलं बुद्धाचं अव्यक्त सामर्थ्य तुम्हाला जाणवायला लागतं तेव्हाच तुम्ही बुद्ध बनता. तुम्ही बोधीसत्त्व असताच. प्रत्येकामध्ये शहाणपण, अक्कल ही सुप्तरूपात असते. तुमच्याबरोबरच ती आलेली असते. ती तुम्हाला नैसर्गिक देन असते.

ज्ञान हे पोषण असतं, ते नैसर्गिक नसतं! पण लाखो मंडळी या एकाच गैरसमजुतीत संपूर्ण आयुष्य घालवताना दिसतात. ती म्हणजे ज्ञान हेच शहाणपण! जर ज्ञान म्हणजेच शहाणपण असतं तर हे सगळे हुशार लोक, प्रोफेसर्स, पी.एच. डी., डीलिट झालेली मंडळी ही सारीजणं आत्मसाक्षात्कारीच झाली असती. पण ही एक चमत्कारिक गोष्ट आहे की जी काही आत्मसाक्षात्कारी मंडळी आत्तापर्यंत होऊन गेलेली आहेत ती मुळीच उच्चविद्याविभूषित नाहीयेत, तर ती एका अशिक्षित पण निष्पाप अशा छोट्या समूहातून आलेली आहेत. सुतार लोक सुशिक्षित नाहीत, किंवा विणकरही सुशिक्षित नाहीत. तसंच चांभार किंवा कुंभारही सुशिक्षित नाहीत. पण त्याच समूहानं आत्तापर्यंत साक्षात्कारी लोक निर्माण केलेले आहेत, जगाला बहाल केलेले आहेत. त्यांचा शहाणपणा हा त्या वेळेपासून ते आत्तापर्यंत सुद्धा एखाद्या पहाटेच्या दंवबिंदूसारखाच ताजा आणि नव्हाळीचा आहे. शहाणपण कधीही जुनं होत नसतं. पण ज्ञान हे जुनं होत असतं. ते कधीच ताजं राहू शकत नाही. ज्ञान हे एका पिढीकडून दुसऱ्या

पिढीकडे संक्रमित होत असतं. एका हातातून दुसऱ्याच्या हातात ते सोपवलं जातं. तसं शहापणाबाबतीत नाही. शहाणपण हे स्वत:च स्वत:ला मिळवावं लागतं. शहाणपण हा स्वत:चा शोध आहे आणि त्या शोधाचं ते साफल्य आहे. "मी कोण आहे?" या प्रश्नानं या शोधाची सुरवात होत असते. आणि तुमच्या जीवनाच्या दृष्टीनं तसंच तुमच्या जागृतीच्या दृष्टीनं तुमच्यामध्ये कोणती शक्ती आहे याचा शोध लागणं हा त्याचा शेवट आहे. आणि ज्या क्षणी तुमच्या अस्तित्वाविषयी तुमचा शोध पुरा होतो त्या क्षणी तुमच्या अमरत्वाची तुम्हाला जाणीव होते.

उपनिषद् सांगतात की अमृतस्य पुत्रः! तुम्ही सारे अमृत्वाचे पुत्र आहात. पण उपनिषदांची पारायणं न करता ते स्वत:च माहीत करून घेणं किंवा स्वत:च अनुभवणं म्हणजेच शहाणपण.

गौतमबुद्ध, महावीर ही फार थोर मंडळी आहेत, शहाणी आहेत कारण त्यांच्या स्वत:तल्या खरेपणाशी त्यांनी समोरासमोर सामना केलेला आहे. ते जे काय विचारधन देतात ते काही दुसऱ्या कोणी लिहिलेलं फक्त 'अवतरण' नसतं किंवा कोणत्या धर्मग्रंथातले उतारे नसतात. ते जे काय बोलतात ते सर्वस्वी त्यांचं भाष्य असतं. म्हणूनच शहाणपणाला स्वत:चाच एक अधिकार असतो, मागचा कोणताही आधार त्याला जरुरीचा नसतो.

ज्ञान हे कोणात कधी बदल करू शकत नाही. ते तुमच्यावर फक्त बोजा बनून राहतं. ते कदाचित तुम्हाला मान-सन्मान, प्रतिष्ठा, अधिकार देऊ शकेल, पण तुमच्यातल्या 'स्व'ची जाणीव करून देण्यास असमर्थ ठरेल. तुम्ही तुमचा शोध करू शकणार नाही. तुम्ही कोण आहात याची माहिती तुम्हाला होणार नाही. तुमच्या आईवडिलांनी, शिक्षकांनी, तुमच्या धर्मगुरूंनी, थोडक्यात म्हणजे तुमच्या पूर्वजांनी तुमच्यावर लादल्यामूळे म्हणा तुम्ही ख्रिश्चनतर ख्रिश्चनच राहू शकाल, हिन्दू म्हणून राहू शकाल, मुसलमान म्हणून राहू शकाल. कारण त्यांनी निश्चित केलेल्या परंपरागत ज्ञानाचे डोस तुम्हाला दिले गेले आहेत. तुम्ही कोण' हे त्यांनी ठरवलेलं आहे.

पण शहाणपण किंवा विचार हा कोणीच कुणाला देऊ शकत नाही. तेच त्याचं सौंदर्य आहे, तीच त्याची उदात्तता आहे. ते तुम्ही तुमच्यातूनच शोधू शकाल. तिथंच त्याचा तो उगम असेल. ते अगदी ताजं, जिवंत, रसरशीत असेल. पण ज्ञान हे मृत होणारं असतं. त्याला मृत्यूची दुर्गंधी असते. शहाणपणाला जीवनातल्या प्रेमाचा आणि परमानन्दाचा सुवास असतो.

हॉलीवूडमधल्या एका मान्यवर कुटुंबातला मुलगा जेम्स एकदा त्याच्या वडलांच्या अभ्यासिकेत गेला आणि, यापुढे तो त्याच्या एका 'गे' असलेल्या

मित्राबरोबर उघडपणे रहाणार आहे अशी धक्कादायक बातमी त्यानं त्यांना सांगितली.

डॅम इट्... जेम्स, आपलं कुटुंब म्हणजे कोलंबस आणि मेफ्लॉवरचा वारसा सांगणारं! आपल्या कुटुंबात अशी तिरस्करणीय गोष्ट आत्तापर्यंत कधीच घडलेली नाही... त्याचे वडील उत्तरले. जेम्स त्यावर म्हणाला, "पण आता मी कांहीच करू शकत नाही. कारण मी त्याच्या खूपच प्रेमात पडलोय." वडील संतापून ओरडले, "पण मुला, तो कॅथॉलिक आहे!"

याला म्हणतात ज्ञान! त्यांना समलिंगी नात्याविषयी चिंता नव्हती, पण चिंता होती ती तो कॅथलिक नाही याची! म्हणून क्वचितप्रसंगी ज्ञानी माणसं मूर्खपणानं वागताना आढळतात. कारण त्यांचं सारं ज्ञान हे वरवरचं, उथळ असतं. अगदी आतमधे तो फक्त एक जुनापुराणा मूर्खच असतो. एखाद्या गाढवानं पाठीवर कितीही पोथ्यापुराणांचं ओझं वाहिलं तरी ते काही पवित्र गाढव होऊ शकत नाही. ते फक्त गाढवच रहातं. त्यानं पाठीवर पवित्र ग्रंथ वाहिले काय किंवा नुसत्या विटा वाहिल्या काय? त्यानं काही फरक पडत नाही. ते फक्त ओझं वहाणारं एक माध्यमच! ते त्याच्या मतीप्रमाणेच वागणार.

म्हणून ज्ञान मिळवलेला माणूस हा अक्कलवान किंवा चांगली समजूत असलेला असा नसतो. त्याची वागणूक, त्याची कृतीच त्याचा मूर्खपणा दाखवते. होय. हे मान्य आहे की तो एखादं चांगलं व्याख्यान देऊ शकतो. तो एखादा मोठा प्रबंध लिहू शकतो, तो मोठा शब्दपंडित असू शकतो. पण प्रत्यक्ष जीवनात एखाद्या कसोटीच्या प्रसंगात मात्र त्याचा प्रतिसाद हा अगदी थंड, अडाणी माणसासारखा असतो. तो फक्त ज्ञानाच्या ओझ्याखाली दडपला गेलेला असतो. म्हणूनच एखाद्या विशिष्ट परिस्थितीसाठी त्यानं जर काही माहिती मिळवलेली नसेल, काही मानसिक तयारी केलेली नसेल तर अडाणीपणानं, थंडपणानं प्रतिसाद देणं त्याला भागच पडतं. दुसरा कोणताही पर्याय, कोणत्याही शक्यता नसतातच. पण शहाणा माणूस हा फार निराळ्या अवस्थेत असतो. तो ज्ञानी नसतो. तो पूर्णपणे निष्पाप आणि शांत असतो. पण त्याची बघण्याची दृष्टी स्वच्छ असते. ज्ञानाची धूळ त्याच्या डोळ्यांवर साचलेली नसते. तो स्वच्छपणे, अगदी थेटपणानं, तत्क्षणी, उत्स्फूर्तपणे पाहू शकतो. तो त्याच्या संपूर्ण अस्तित्वासकट पूर्णपणे सतत जागा असतो. त्याच्या बहरलेल्या जाणिवांसकट तो जागा असतो. तो जी काही कृती करेल ती पूर्ण जाणिवेनं! म्हणूनच त्याच्या कृतीतूनच त्याचा शहाणपणा प्रकट होतो.

हे असं एकदा घडलंय. गौतमबुद्ध एकदा एका खेडेगावातून दुसरीकडे चालले होते. त्या गावात सगळे ब्राह्मण, तसंच पंडित आणि विद्वान माणसांची वस्ती होती. हे सारे लोक बुद्धांच्या विरोधातच होते. कारण या तथाकथित ज्ञानी

मंडळींच्या दृष्टीनं शहाणा माणूस नेहमीच धोकादायकच ठरणार! त्यामुळे ही सगळी मंडळी बुद्धांच्या भोवती गोळा झाली आणि त्यांची निर्भर्त्सना करू लागली. "तुम्ही लोकांची मनं आचारभ्रष्ट केलेली आहेत, तुम्ही तरुणांना बिघडवलेलं आहे, लोकांचं सदाचरण नष्ट केलंय" तेच तेच आरोप परत त्यांच्यावर होत होते.

ज्ञानी माणसं तेवढी पुरेशी ज्ञानी कधीच नसतात, म्हणूनच तेच तेच आरोप ते करत असतात. नवीन आरोप शोधून काढण्याइतकाही शहाणपणा त्यांच्यापाशी नसतो.

हेच ते जुने आरोप सॉक्रेटीस, महावीर, जिझ्स अशा अनेक मोठ्या विभूतींच्या विरोधात झाले आहेत. कारण ही थोर मंडळी या तथाकथित ज्ञानी माणसांच्यात धोकादायक ठरत होती. या माणसांच्या तुलनेनं बुद्धासारख्या थोर माणसाजवळ निश्चितच काहीतरी मौल्यवान आणि जिवंत अशी गोष्ट होती

लोकांचे आरोप होत असताना गौतमबुद्ध शांतपणानं, लक्षपूर्वक त्यांचं बोलणं ऐकत उभे राहिले. जसं काही ती मंडळी काहीतरी महत्त्वाचंच सांगत होती. उलट ती मंडळी जास्तीतजास्त त्यांची निर्भर्त्सनाच करीत होती. ज्या माणसानं त्यांचं काहीही वाकडं केलेलं नव्हतं त्याची ते लोक अतिशय वाईट पद्धतीनं, वाईट रीतीनं निर्भत्सना करीत होते. बुद्धांचे अनुयायी जे त्यांच्या बरोबर होते त्यांचाही संयम आता सुटायला लागला. पण बुद्धांसमोर ते काहीही करू शकत नव्हते. नाहीतर त्यांनी या सर्व पंडित मंडळींना नक्कीच त्यांची जागा दाखवली असती. कारण ते सारे कसलेले शिपाई होते. गौतमबुद्ध स्वत:सुद्धा लढवैय्यांच्या घराण्यातूनच आलेले होते. राजपुत्र होते. त्यामुळे त्यांचे बहुतेक अनुयायी सुरवातीला क्षत्रियच होते.

खरं पहाता त्या लोकांच्या ओरडण्याला, अपशब्दांचा मारा करणाऱ्या, घाणेरडी भाषा वापरणाऱ्या सर्व मंडळींना वठणीवर आणण्यासाठी अगदी एखादासुद्धा बुद्धांचा शिष्य पुरा पडला असता.

त्यांचं सारं ऐकून घेतल्यानंतर गौतमबुद्ध शांतपणे म्हणाले, "मला एक प्रश्न विचारायचा आहे! पण प्रश्न विचारण्यापूर्वी मला तुमची परवानगी घेणं भाग आहे. कारण आज फारसा वेळ मी तुम्हाला देऊ शकत नाही. मला दुसऱ्या गावात पोचायचं आहे. तिथले लोक माझी वाट पहात असतील. पण तरीही अजून आणखीन तुम्हाला काही बोलायचं असेल, सांगायचं असेल, काही संदेश द्यायचा असेल तर परत येताना मी इथं जास्त वेळ थांबेन आणि तसं जरूर कळवेन. म्हणजे तुम्ही तयारीत रहाल आणि नंतर मात्र तुम्ही म्हणाल तितके दिवस मी इथं राहू शकेन.

त्या गर्दीतला एक माणूस म्हणाला, "हे तर विचित्रच आहे. आम्ही तुम्हाला कोणताही संदेश बिंदेश देत नाहीये. आम्हीतर तुमची फक्त निर्भर्त्सना करतोय. याचा अर्थ आम्ही इतक्या वेळ जे बोलतोय त्याचा तुमच्यावर काहीही परिणाम झालेला दिसत नाहीये!"

गौतमबुद्ध हसले आणि म्हणाले, "माझ्यावर या साऱ्या गोष्टींचा परिणाम व्हावा अशी जर तुमची इच्छा असेल तर मात्र तुम्हाला खूपच उशीर झालाय. त्यासाठी जर तुम्ही दहा वर्षांपूर्वी माझ्याकडे आला असतात तर आत्तापर्यंत तुम्ही कोणीही जिवंत राहिला नसतात. पण आता मात्र फार उशीर झालाय. आता मला काहीच फरक पडत नाही आणि तेच तर मला तुम्हाला सांगायचं होतं. इथे येण्यापूर्वी मी या गावाच्या अलीकडच्या गावातून येत होतो. खरं तर तिथं माझ्या स्वागतासाठी लोकांनी मिठाई, फुलं आणि असंच काय काय आणलं होतं. मी त्यांना म्हणालो, "हे पहा, आम्ही एकावेळचं जेवण घेतलेलं आहे. आमच्या नियमाप्रमाणे फक्त एकवेळचं जेवण आम्हाला घेण्याची परवानगी आहे. शिवाय आम्ही बरोबर अन्न बाळगणं हे आमच्या नियमात बसत नाही. तेव्हा आम्हाला क्षमा करा. तुम्ही आणलेल्या या भेटींबद्दल आम्ही खरोखर तुमचे फारच आभारी आहोत. आम्हाला प्रेम आणि आदर दिल्याबद्दल मनापासून धन्यवाद. पण क्षमा करा. तुमच्या भेटी आम्ही घेऊ शकत नाही. त्या तुम्हाला परत घेतल्या पाहिजेत."

एवढं सांगून गौतमबुद्धांनी गर्दीतल्या लोकांना उद्देशून विचारलं, "त्या लोकांनी त्या मिठाई आणि फुलांचं काय केलं असेल तुम्हाला वाटतं? सांगा." गर्दीतला एकजण उत्तरला, "हा काय प्रश्न झाला का? त्यांनी ती मिठाई गावात वाटून टाकली असेल आणि स्वत: खाऊन आनन्द घेतला असेल!"

बुद्ध म्हणाले, "अगदी बरोब्बर! आता तुम्ही काय कराल? तुम्ही अतिशय वाईट वाईट शब्द माझ्यासाठी आणलेत. ते शब्द तर मी स्वीकारले नाहीत. आणि जर मी ते स्वीकारू शकत नसेन, तर ते तुम्ही मला देऊ शकत नाही! होय की नाही! तुम्हाला ते परत घेतलेच पाहिजेत... जसे त्या गांवातल्या मंडळींनी आपल्या मिठाया-फुलं परत घेतली तसं तुम्ही माझ्यासाठी आणलेलं हे बक्षीस म्हणजे (माझी निर्भत्सना) तुम्हाला परत घ्यावंच लागेल. आम्ही बक्षीसं स्वीकारत नाही. तेव्हा तुम्हाला ती परत घ्यावीच लागतील. काय करणार, बोला?"

सगळेजण एकमेकांकडे पहायला लागले. बुद्ध हसून म्हणाले, "त्या गावातल्या लोकांसारखंच करा. तुमची ही बक्षीसं सगळ्यांच्यात वाटून टाका, मजा करा."

शहाणपणा हा असा आपलं कार्य करत असतो. गौतमबुद्ध शिष्यांकडे

वळले आणि त्यांना म्हणाले, "लक्षात ठेवा, जोपर्यंत एखाद्यानं केलेला अपमान तुम्ही मनावर घेत नाही, स्वीकारत नाही तोपर्यंत तो अपमान होत नसतो. तुम्ही जेव्हा तो स्वीकारता तेव्हाच तुम्ही अपमानित होता. तुमचा झालेला पाणउतारा जोपर्यंत तुम्ही मान्य करता तोपर्यंत तो होत असतो. अन्यथा नाही. तो तुम्ही मान्य केला नाहीत तर त्या माणसाला तो परत घेणं भागच पडतं." पण लोकांच्याबद्दल मला काहीच देणं-घेणं नाही. मला देणं-घेणं आहे ते तुमच्याशी! कारण जरी अत्यंत शांतपणे तुम्ही माझ्यामागे उभे होतात तरीही तुमच्या रागाची कंपनं मला स्वतःला जाणवत होती.

मी त्या मंडळींना एकवेळ क्षमा करू शकेन, कारण ती मंडळी ज्ञानी असली तरी अडाणी आहेत. पण मी तुम्हाला मात्र क्षमा करू शकत नाही. कारण तुम्ही चिंतनशील आहात, ध्यानधारणेत आहात. तेव्हा तुमच्याकडून चिडण्याची, राग येण्याची अपेक्षा नाही. कोणती का परिस्थिती असेना, तुम्ही आत्मरत आणि शांतच असलं पाहिजे आणि तुमच्या चिंतनशीलतेचा प्रभाव दाखवला पाहिजे. तुमच्यातल्या चिंतनशील सुगंधाचा प्रसार करण्यासाठी आलेल्या संधीचा उपयोग करा.

पण आत्ताच्या या सुंदर परिस्थितीत तुम्ही उणे पडलात. या मंडळींनी खरं म्हणजे केवढी सुंदर परिस्थिती निर्माण केली होती. तुम्ही त्यांचे आभारच मानायला हवे होते. तुमच्या ध्यानधारणेची कसोटी पहाण्याची संधी त्यांनी दिली होती. तुम्ही किती शहाणे झाला आहात, याची ती परीक्षा ठरली असती. पण तुम्ही मात्र रागारागानं संतप्त व्हायला सुरवात केलीत. तुम्ही अगदी शांतपणे उभे होतात, तरीही मला स्वतःला सुद्धा तुमच्या रागाची तप्तता, आणि आजूबाजूला पसरलेल्या तुमच्या संतापाची कंपनं जाणवत होती. तुम्ही स्वतःवर ताबा ठेवलेला होता तरीही तुमच्या रागाची अगदी सूक्ष्म जाणीव मला होत होती. ती मला नेहमीच होते. तुमच्यातली शांतता, स्तब्धता, प्रेम, कृतज्ञता या साऱ्या साऱ्या गोष्टींमधली अगदी सूक्ष्म अनुभूती मी जाणू शकतो. हे सगळं वातावरण बदलत असताना मी पाहिलं. एकाएकी तुमच्यातला सगळा थंडपणा, शांतपणा नाहीसा झाला आणि वातावरणात तुमची संतापाची लहर पसरल्याचा मी अनुभव घेतला. तुमच्या शहाणपणातली सखोलता इथं मुळीच दिसली नाही.

पुढच्या वेळी लक्षात ठेवा. कदाचित याच गावात आपण पुन्हा येण्याची शक्यता आहे. जर त्यांनी आपल्याला 'आमंत्रण' दिलं तर दुसरी संधी मिळू शकेल. पुढच्या वेळी तुमच्यातला शहाणपणा अजिबात भंगू देऊ नका. नुसत्या ज्ञानाला कुठलीही खोली नसते. त्यामुळे कोणत्याही सहज गोष्टींनंही ते आपला तोल गमावून बसते.

रासो- तुझा प्रश्न होता, शहाणपण याविषयी काही विशेष सांगू शकाल का म्हणून! तर आत्तापर्यंत मी जे काही बोलतोय ते शहाणपणासंबंधितच आहे... प्रश्न कोणता का असेना त्यानं काहीच फरक पडत नाही... मी जे सांगतोय ते शहाणपणाविषयीच सांगतोय!

तुझे प्रश्न निरनिराळ्या पद्धतीचे असले तरीही तू जर लक्षपूर्वक ऐकलंस तर तुला जाणवेल की माझं उत्तर तेच आहे! संदर्भ वेगळे असू शकतात, वाक्यं वेगळी असतील, तुझ्या प्रश्नानुरूप माझी शब्दरचना वेगळी असते, पण मी जे काही सांगत असतो ते, व्यक्त करत असतो ते शहाणपणाविषयीच्या वेगवेगळ्या स्वरूपाविषयीच.

◻

प्रिय ओशो

आता यानंतरची पायरी गाठण्यासाठी मला कोणत्या गोष्टींची गरज आहे? गेली नऊ वर्षे तुमचे शब्द ऐकूनसुद्धा तुमच्या-माझ्यातलं अंतर सांधलं गेलं नाहीये. किंवा माझ्या शांतीपूर्ण अनुभवाचाही काही फायदा झालेला नाहीये. आता मी तुम्हाला कुठे आणि कसा भेटू? आणि त्या भेटीत सारं विसर्जित करू?

देव अर्पणा...

तू विचारलेला प्रश्न वरवर पहाता सोपा आहे, पण तरीही गुंतागुंतीचा आहे. तो सोपा या कारणासाठी आहे की, गेले नऊ वर्षं तू जे काही ऐकलंस असं म्हणतोयस ते तू अजिबात ऐकलेलं नाहीस. एक शब्दही ऐकलेला नाहीयेस.

ऐकणे या बाबतीत दोन गोष्टी असतात. एक म्हणजे कानावर पडणे आणि दुसरं म्हणजे कान देणे. (मनापासून, लक्षपूर्वक ऐकणे) त्यांपैकी कानावर पडणे - नुसतं श्रवण करणे हे कोणाही व्यक्तीच्या बाबतीत घडू शकतं. कारण तुम्हाला 'कान' हा अवयव आहे. पण 'कान देणे' किंवा लक्षपूर्वक ऐकणे ही प्रक्रिया पूर्णत: निराळी आहे.

ज्या वेळी नुसतं कानानं ऐकणं घडत असतं किंवा असं म्हणूया की 'कानावर पडत असतं' तेव्हा तुमचं मन एका बाजूला हजारो गोष्टींमधे गुंतलेलं असतं. आणि मनाच्या त्या गजबजलेल्या बाजारात, की ज्या ठिकाणी असंख्य गोष्टी चालू असतात, ज्या वेळी तुमच्या कानावर पडणाऱ्या गोष्टी पूर्णपणे दुर्लक्षित तरी केल्या जातात किंवा इतर गोष्टींमधे मिसळल्या तरी जातात किंवा पूर्वापार मनावर असलेल्या पूर्वग्रहानुसार तुम्ही त्या गोष्टींचा अर्थ लावलेला असतो, अशा या मनाच्या बाजारात एक गोष्ट निश्चितपणे सांगता येईल ती म्हणजे जे काही दुसऱ्याकडून बोललं जातं ते तुम्ही काहीही ऐकलेलं नसतं.

कारण ते नीट ऐकण्यासाठी मनाच्या शांतीची गरज असते.

हे सारं तू मान्य करावंस असं नाही. माझं म्हणणं मान्य करणं, वा न करणं हा मुद्दा इथं नाहीये. मी फक्त दोनही क्रियांमधला फरक स्पष्ट करतोय इतकंच! तू पहिल्याप्रथम 'लक्षपूर्वक' ऐकायला पाहिजेस. 'मनापासून' ऐकलं पाहिजेस. त्यानंतर मग ते मान्य करायचं का नाही हे तुझ्यावर अवलंबून! पण जे काही सांगितलं जातंय ते पूर्णत: 'लक्ष' देऊन ऐकणं हे अत्यंत महत्त्वाचं. हे 'लक्ष देणं' कधी घडू शकतं? तर मन शांत असेल तेव्हाच! पण जर तुमच्या मनात कोणतेही हजारो विचार गर्दी करत असतील तर एखादी सांगितली जाणारी महत्त्वाची गोष्ट तुम्ही फक्त 'ऐकू' शकता, पण लक्षपूर्वक नाही! तुमच्या कानावर ते सांगणं फक्त 'पडत' असतं. पण 'मनापर्यंत' ते जात नसतं - म्हणूनच सुरवातीलाच मी म्हटलं तसं की तुझा प्रश्न तसा सोपा आहे. परंतु एका दृष्टीनं खूप अवघड आहे. कारण चिंतन किंवा ध्यानधारणेच्या दृष्टीनं विचार करता यातून आणखी मोठा प्रश्न उद्भवतो. ध्यानधारणेच्या अवस्थेत, चिंतनाच्या अवस्थेत कसं रहाता येईल?

कारण ध्यानधारणा करणारी व्यक्तीच फक्त 'ध्यान' देऊन ऐकू शकते. नुसतं 'मन' ते काम करू शकत नाही.

मानसशास्त्राचा सखोल अभ्यास करणाऱ्या संशोधकांनी एक विचित्र निष्कर्ष काढलाय - आत्तापर्यंत अशी समजूत रूढ होती की मन हे बाहेरच्या जगाशी तुमचा संबंध जोडण्यासाठी एक माध्यम आहे; एक पूल आहे. एक खिडकी आहे. पण संशोधकांनी निष्कर्ष असा काढलाय की ते माध्यम नसून ते एक प्रकारचं कुंपण आहे, ती एक प्रकारची अडथळा निर्माण करणारी भिंत आहे. ती खिडकी आहे, परंतु बंद आहे. उघडी नाही. तुमच्यासमोरून ज्या गोष्टी जात असतात त्यावर नियंत्रण ठेवण्यासाठी ही खिडकी वापरली जाते. संशोधकांच्या म्हणण्यानुसार तुम्ही ऐकत असलेल्या हजारो गोष्टींपैकी अठ्ठ्याण्णव टक्के गोष्टी तुमच्या मनापर्यंत पोचत नाहीत. किंबहुना मन त्या स्वीकारत नाही. फक्त दोन टक्के गोष्टी तुमच्या मनाच्या आंतपर्यंत पोचतात आणि त्यासुद्धा विपरीत स्वरूपात!

जर या ठिकाणी पाच हजार लोकं आहेत असं धरलं तर माझ्या सांगण्याविषयी त्यांची पाच हजार मतं असणार. जर तुला सांगितलं की माझ्या आत्ताच्या बोलण्याचा थोडक्यात सारांश लिही तर वेगवेगळी पाच हजार मतं, एकमेकांच्या विरोधातली पाच हजार मतं तुला पहायला मिळतील. खरं पहाता ते सारे इथ प्रत्यक्ष हजर असलेले, प्रत्यक्ष साक्षी असलेले होते. तरिही

हे असंच एकदा घडलेलं आहे. एक इंग्लीश इतिहासकार एडमंड बूर्क. तो जगाचा इतिहास लिहीत होता. अत्यंत महत्त्वाकांक्षी असा हा माणूस. अगदी

मत्स्य अवतारातल्या माणसाच्या सुरवातीपासून ते आत्तापर्यंत असा परिपूर्ण इतिहास लिहायचा अशी त्याची महत्त्वाकांक्षा होती. या संपूर्ण कालखंडात घडून गेलेले प्रसंग आणि सनावळ्या जमा करण्यात त्यानं जवळजवळ संपूर्ण आयुष्य घालवलं होतं.

एका दुपारी, त्याच्या घराच्या मागे, त्यानं गोळी झाडल्याचा आवाज ऐकला. त्यानं धावत जाऊन पाहिलं तर बरीच गर्दी जमलेली आणि एक माणूस रक्ताच्या थारोळ्यात पडलेला. त्यालाच गोळी मारलेली होती. अजून तो मेला नव्हता, पण काही क्षणातच तो मरणार होता. गर्दीतली सर्व माणसं प्रत्यक्ष साक्षीदार होती. त्यांच्या डोळ्यासमोर त्याला गोळी मारली गेली होती, तरीही मारेकरी पळून गेला होता.

एडमंडनं अनेकांजवळ चौकशी केली त्या वेळी प्रत्येकानं वेगवेगळ्या बाजू सांगितल्या. खरं म्हणजे ते प्रत्यक्ष साक्षीदार होते, पण प्रत्येकानं सांगितलेल्या हकीकती, वर्णनं वेगवेगळी होती. प्रत्येकजण विसंगत बोलत होता. त्याचा विश्वासच बसेना. त्याच्या मनात विचार आला, "हे मी काय करतोय? समुद्रातल्या माशापासून सुरू झालेल्या मानवाच्या जीवनापासून ते आत्तापर्यंतच्या मानवासंबंधित घटनांचा जगाचा इतिहास मी लिहितोय. आणि तरीही हे मी शोधून काढू शकत नाही. अगदी माझ्या घराच्या मागे मी बंदुकीचा आवाज ऐकलाय, साक्षीदार हजर आहेत, तरीही प्रत्यक्ष घटना काय घडली त्याबद्दल मी सांगू शकत नाही? माझ्या या इतिहासलेखनाची काय किंमत?"

त्यानं तो सर्व प्रकल्प बंद करून टाकला. आयुष्यभर जमवलेल्या असंख्य संदर्भांकडे त्यानंतर त्यानं ढुंकूनही पाहिलं नाही. त्याचे सारे मित्र म्हणू लागले, एका एवढ्याशा घटनेवरून हे असं सगळं बंद करणं हे बरोबर नाही. तो म्हणाला, "ही घटना लहानसहान नाहीये. या घटनेवरून एवढंच लक्षात येतं की, मी आत्तापर्यंत जे काही लिहीत होतो ते सर्व माझ्या मनातल्या पूर्वगृहीतावर आधारित आहे, आणि ज्या गोष्टीविषयी मी प्रत्यक्ष साक्षीदार नाही त्या गोष्टीविषयी मी बिनदिक्कत लिहीत आहे. शिवाय असंही लक्षात येतंय की प्रत्यक्ष साक्षीपुरावे असतानाही काही उपयोग नाही. एखादी गोष्ट प्रत्यक्ष माझ्या घरामागे घडते, मला गोळीबाराचा आवाज ऐकायला येतो, मी धावत जातो! एक माणूस प्रत्यक्ष डोळ्यासमोर मरत आहे, आणि आजूबाजूची गर्दी ते सारं पहातेय आणि तरीही प्रत्येकाचं त्या घटनेविषयीचं वागणं पूर्णपणे निरनिराळं असू शकतं? कोणीही निश्चित असं काहीच सांगत नाहीये, तर मग मी कुठल्या मागच्या काळातल्या कन्फ्यूशसबद्दल किंवा मोझेसबद्दल, कृष्णाबद्दल काय सांगू शकणार? ही थोर मंडळी खरंच होऊन तरी गेलीत का नाही हा प्रश्न आहे.

नाही! मुळीच नाही! इतिहास कथन करणं साधं सोपं नाहीये आणि हे अगदी सत्य आहे. तुम्ही ते पाहू शकता. जवळजवळ तीनशे वर्षं हा देश इंग्रजांच्या गुलामगिरीत होता. ब्रिटिश इतिहासकारांनी त्या तीनशे वर्षांचा इतिहास लिहून ठेवलेला आहे. तसंच भारतीय इतिहासकारांनी सुद्धा हा इतिहास लिहिलेला आहेच. पण दोन्हीही इतिहासकार कोणत्याच मुद्द्यावर एक होत नाहीत. राज्य करणारे जे असतात त्यांचा स्वतंत्र दृष्टिकोन असतो, स्वतंत्र पूर्वग्रह असतात. तसंच ज्यांच्यावर राज्य केलं जात त्यांचेही काही स्वतंत्र दृष्टिकोन, स्वत:चे पूर्वग्रह असतात. त्यामुळे ते एकमेकांशी सहमत कसे काय होणार? कोणाचं बरोबर आहे हे कोण ठरवणार? तटस्थ असणारा इथं तिसरा कोणीही नाही.

गेली नऊ वर्षं अर्पणा, तू इथं आहेस. परंतु हृदयापासून तू काहीच ऐकलेलं नाहीस आणि तरीही तुझी विचारणा आहे की यानंतरची पायरी गाठण्यासाठी मला काय करावं लागेल? यानंतरची उडी घेण्यासाठी असं तू विचारतेयस. पण मी म्हणतो पहिली उडी कधी झाली? तू तर अजून पहिल्या पायरीवरसुद्धा नाहीस. नऊ वर्षांपूर्वी जिथे होतीस तिथेच अजूनही आहेस! तू कदाचित मनाच्या त्याच त्याच वर्तुळात, त्याच त्याच परंपरागत पूर्वग्रहात फिरत आहेस.

तेव्हा प्रश्न विचारायचा झालाच तर पहिल्या पायरीबद्दलच विचार आणि पहिली पायरी हीच आहे की ''मन:पूर्वक ध्यान देऊन कसं ऐकावं'' हे शिकण्याची! माझी कल्पना तर तू आधीच मान्य केली आहेस. ''गेले नऊ महिने तुम्हाला ऐकतेय'' असं तू म्हणतेस तेव्हा असं दिसतं की, 'ऐकण्यासाठी' आपली 'तयारी' असल्याचं तू गृहीतच धरलंयस! पण एक लक्षात घे की, एका ठराविक शिस्तबद्ध सोपस्कारातून गेल्याशिवाय इथला कोणीही ग्रहणक्षम होऊ शकत नाही.

एकदा एक बाप्तिस्मा देणारा पुरोहित, एक प्रेस्बिटेरीयन आणि एक मेथॉडिस्ट तसंच एक कॅथॉलिक असे चौघजणं जेवायला बसले. एक खूप मोठा मासा टेबलावर आणला गेला. कॅथॉलिक होता तो चटकन उठला आणि माशाचा तिसरा भाग अर्थात डोक्याकडचा घेऊन बढाईनं म्हणाला, ''पोप हा चर्चचा 'हेड्' असतो ना!... त्याच्या समजुतीप्रमाणे म्हणूनच माशाच्या डोक्याकडचा (हेड) भाग त्यानं घेणं हे संयुक्तिक आहे. हे त्याचं धर्माबद्दलचं ज्ञान!

मेथॉडिस्टनंही अजिबात वेळ घालवला नाही. तोही चटकन उठला आणि त्यानं माशाचा तिसरा भाग (शेपटीकडचा) घेतला आणि म्हणाला ''कार्याचं सार्थक हे शेवटाकडे असतं.''

प्रेस्बिटेरीयननं ताबडतोब उरलेला तिसरा भाग, मधला भाग उचलला आणि तो म्हणाला - दोन टोंकाच्या गोष्टींच्या मधोमध नेहमीच सत्य असतं.

शेवटी बाप्तिस्ट माणसानं रिकाम्या ताटलीकडे पाहिलं, समोरचा पाण्याचा पेला ओढला आणि त्या तिघांच्या तोंडावर ते पाणी फेकत तो ओरडला, ''देवाच्या नावानं मी तुम्हाला ख्रिश्चनधर्मात प्रवेश देतो.''

याचाच अर्थ प्रत्येक माणूस हा स्वत:च्या धर्माप्रमाणे कृती करत असतो. त्या पुरोहितापैकी एकजण ख्रिस्तिधर्माची संथा देतोय, प्रेस्बिटेरीयन... जे नेहमी सुवर्णमध्य काढतात जे नेहमीच मध्यावर असतात, कोणत्याही टोकाच्या भूमिका गाठत नाहीत अशा माणसानं बरोबर मधला तुकडा उचलला. कॅथॉलिकनं डोक्याकडचा तुकडा घेतला. कारण पोप हा चर्चचा प्रमुख! इ. इ.

ही अशी परिस्थिती प्रत्येकाचीच आहे. तुमचा धर्म हा तुमच्या सोयीप्रमाणे, तुमच्या समाधानाच्या कल्पनेत, तुमच्या व्याख्येप्रमाणे बसणारा आहे. तुम्ही जे ऐकता ते फक्त निवडक ऐकता, तुमच्या गरजेपुरतं जे असेल तेच ऐकता. मनामध्ये आधीच कोणतंतरी पक्कं मत घेऊन जर इथं तुम्ही ऐकायला येत असाल तर ते 'ऐकणं नाहीच. कारण काय बरोबर आणि काय चूक आहे हे तुमच्या मनात आधीच पक्कं आहे.

तेव्हा अपर्णा, तुझ्यासाठी पहिली पायरी हीच आहे, ती म्हणजे 'गेली नऊ वर्षं आपण ऐकत आलोय' ही तुझ्या मनातली कल्पना पूर्णपणे काढून टाक. कारण नऊ वर्षं जर तू मनापासून श्रवण केलं असतंस तर आत्तापर्यंत तुझ्यामध्ये इतका बदल घडून आला असता की तुला स्वत:ची ओळखच पटली नसती. पण तू तर यत्किंचित सुद्धा बदललेली नाहीस. तू काहीही 'न ऐकल्याचा' हाच तर मोठा पुरावा आहे. तेव्हा पहिली गोष्ट म्हणजे ध्यानधारणेला सुरवात कर आणि शांतीपूर्ण वातावरण निर्माण कर. तरच तू जेव्हा माझ्यासमोर बसशील तेव्हा पूर्णपणे मला आकलन करू शकशील. ज्या वेळी तुझ्या मनामधे मागची काहीही गर्दी नसेल; तेव्हाच मी तुझ्या हृदयापर्यंत पोहोचू शकेन. पण, तू स्वत:ला जर बंद करून घेतलंस तर मात्र इलाज नाही.

तू मला निमंत्रित केल्याशिवाय मी तुझ्या अंतरंगात ढवळाढवळ करणार नाही. अत्यंत खुल्या मनानं, आदरानं तू मला निमंत्रित केल्याशिवाय मी तुझ्या आयुष्यात ढवळाढवळ करणं हे मनुष्यप्राण्याच्या मूलभूत हक्कांवर गदा आणण्याप्रमाणे आहे. कारण प्रत्येकाला स्वत:चं व्यक्तित्व एकटेपणानं जपण्याचं स्वातंत्र्य आहे. तू जोपर्यंत मला 'निमंत्रण' देत नाहीस तोपर्यंत मी तुझ्या मनाच्या कवाडापाशी वाट पहात रहाणार. मी त्या दरवाज्यावर टकटक सुद्धा करणार नाही; कारण कदाचित मग तू 'नाइलाजानं' दार उघडशील आणि तेच मला नकोय. कारण अद्यापही तू 'तयारीत' नसणार. मनाची तयारी नसताना ते अडथळाच निर्माण करणार. पण जर का दारं उघडी टाकून तू माझी वाट पहात

असशील, डोळे उघडे ठेवायची तुझी तयारी असेल, मी जवळ आल्यानंतर, माझा पदरव ऐकून जर तुला आनन्द होत असेल तरच तुझ्या-माझ्यातल्या पवित्र संवादाची शक्यता आहे. तरच मी काहीतरी सांगू शकेन किंवा काही सांगण्याची गरजच उरणार नाही. कारण नुसतं सान्निध्य सुद्धा पुरेसं आहे. तुझ्यामधे बदल होण्याची निश्चितच शक्यता आहे. कुणीही काहीही न सांगता! या प्रकृतीचा हाच तर विरोधाभास आहे. तू इथं नऊ वर्षं बसतेस. ऐकतेस. पण एकही शब्द तुझ्या मनापर्यंत पोचत नाही. मी सांगतो ''शांत चित्तानं बस. मग बघ. मला बोलण्याची गरज सुद्धा रहाणार नाही. सगळं कांही तुला उमजेल. सगळं कांही तू 'ऐकू' शकशील - माझा संदेश तुला आपोआप कळू शकेल. कारण माझा संदेश हा शांतीचा असणार आहे. त्याला शब्दांची गरजच नाही. अर्पणा - ती नऊ वर्षं विसरून जा. ते सारं गेलं कचऱ्यात. नवी, ताजी सुरवात कर. हा तुझा पहिला दिवस समज. आजपासून मोजायला सुरवात कर. पुन्हा कधीही या नऊ वर्षांचा उल्लेखही करू नकोस. पण स्वत:त बदल करायचा प्रयत्न कर. मी फार काही सांगत नाहीये. मी फक्त 'शांत' रहायला सांगतोय. आणि 'ध्यानधारणे' शिवाय तू शांत राहू शकणार नाहीस.

खरं पहाता हे असं घडतं– ध्यानधारणेचे विविध प्रकार तू करतेयस, कारण कुणालाच माहीत नाही की तुला कोणती पद्धत योग्य आहे? माणसं निरनिराळी असतात त्यामुळे ध्यानधारणेचे मार्गही निरनिराळे असतात. मी ज्या मार्गानं ध्यानधारणा सांगतो तो अत्यंत मूलभूत स्वरूपाचा असा आहे. तेव्हा त्यातला एखादा तुझ्यासाठी योग्य होऊ शकतो. तोच तुला आनंद देऊ शकतो, नाचायला उद्युक्त करतो. त्यामध्ये खोलवर आत प्रवेश कर. तुला जर असं वाटलं की ध्यानधारणेत प्रवेश करताना काही मानसिक अडचणी येतायत, तर काही समूहात असे निष्णात मार्गदर्शक आहेत की ज्यांच्या मार्गदर्शनाखाली तू ती मानसिक अडचण दूर करू शकशील

हे याप्रमाणे सारं केल्यानंतरच कदाचित माझ्याबरोबर शांतीपूर्ण अवस्थेत बसणं तुला शक्य होईल आणि त्याचीच खरी गरज आहे. जिझ्स आणि मोझेस गोल्फ खेळतायत - जिझ्सनं चेंडूला असा काही फटका मारला की तो जवळजवळ त्या खळग्यात आता पडणार तोच एका सशानं उडी मारून तो चेंडू तोंडात घेतला. ससा पळत असतानाच एका गरुडानं झेप मारून सशाला पकडलं आणि परत त्याच्यासकट त्यानं आकाशात झेप घेतली. तेवढ्यात एका शिकाऱ्यानं येऊन त्या गरुडाला गोळी मारली, ससा त्याच्या पंज्यातून खाली पडला. खाली पडताक्षणी त्याच्या तोंडातून तो चेंडू पटकन बाहेर पडला आणि त्या खळग्यात गेला.

जिझ्स उदगारला "तर मोझेस आता तू काय म्हणणार?"

"ठीकय, जिझ्स" मोझेस रागानं, चिडून म्हणाला, "खरं म्हणजे दिवसभर माझ्या मनात तुला विचारायचं घोळत आहे ते म्हणजे, 'गोल्फ खेळायची तुला खरोखरच 'मनापासून' इच्छा आहे, का उगीचच आजूबाजूला घाण करायची आहे?"

हेच ते अर्पणा, मला हेच म्हणायचं आहे. तुला खरोखरच मनापासून माझं बोलणं ऐकायची इच्छा आहे का? का उगीचच आजूबाजूला... नऊ वर्षं खरं पहाता पुरेशी आहेत. तेव्हा आता यापुढे वेळ वाया घालवू नकोस. हे फक्त तुझ्या बाबतीत असं होतंय असं नाही. तुझ्याप्रमाणे अनेक मंडळींचं हे असंच होत असतं.

उदाहरणार्थ, देवविमलनं असाच प्रश्न उपस्थित केला, तो म्हणतो, "मला तर असं वाटतंय की तुमच्या सान्निध्यात, नुसत्या उबेत रहाणं आता खूप झालं. तुम्ही आता जमीन तयार केलीय आणि आता मी त्यात काहीतरी मशागत करण्याची वेळ आलीये निश्चित.

एका घाणेरड्या प्रेमाच्या त्रिकोणात मी स्वत:ला तसंच आणि दोन स्त्रियांना दु:खी केलंय आणि ध्यानधारणेत दिरंगाई केली आणि त्यानंतरच्याच रात्री तुम्ही सांगितलेलं माझ्या कानावर पडलं. "बेसावधपणानं केलेलं काहीही काम हे चुकीचं ठरतं" हाय राम...!

ओशो, कृपा करून मला धैर्य जमा करण्यासाठी मदत कराल?

एका बाजूला तू म्हणतोस - मी दिरंगाई केली, प्रयत्नपूर्वक मी ध्यानधारणेपासून दूर गेलो. आणि तरीही तुझ्याच मनानं निर्माण केलेल्या प्रश्नातून तुला बाहेर पडायचंय! प्रश्न तरी का निर्माण झाले आहेत? तर तू ध्यानधारणा करीत नाहीस म्हणून! त्याचा पुरावा आहेच. तो लगेच मिळतोच. तू म्हणालास, "आणि नंतर त्या रात्री तुम्ही सांगत असलेलं मी ऐकलं, तुम्ही सांगत असलेलं..." जसं काही त्या रात्री मी पहिल्यांदाच सांगितलं. खरं तरं माझं संपूर्ण आयुष्यभर मी एकच गोष्ट सांगत आलोय की बेसावधपणे कोणतीही गोष्ट करायला जाल तर ती चुकीचीच होईल आणि तीच गोष्ट अत्यंत सावधचित्तानं कराल तर सारं कसं सुरळीत होईल. बरोबर होईल! कारण सावधचित्त म्हणजे बरोबर गोष्ट! आणि बेसावधपणा म्हणजे चूक. गेली अनेक वर्षं हेच आवश्यक शिक्षण मी देत आलोय आणि तू ऐकलंस... फक्त त्या दुसऱ्या रात्री! त्याच वेळी तू ध्यानधारणा करण्याची इच्छाही धरत नाहीस. तू स्वत:हूनच जाहीर करतोयस की ध्यानधारणेसाठी मनाची विशिष्ट तयारी करण्याचे मी प्रयत्नच केले नाहीत.

तुला हवंय तरी काय? या गोंधळातून तू कसा काय बाहेर पडणार. तुझं

संपूर्ण आयुष्य असंच एक कोडं होऊन राहील आणि त्यात तू गुरफटून जाशील. परत फिरण्याचा रस्ताही तुला सापडू शकणार नाही आणि हा प्रेमाचा त्रिकोण वगैरे... त्या दोन स्त्रियांबरोबर... हे काय करतोयस?

तुला आत्मसाक्षात्कारी बनवायला एकच स्त्री पुरेशी आहे. दोन स्त्रिया म्हणजे... तुझ्या उन्नतीपासून तुला दूरच नेणाऱ्या ठरणार!

तू काय एखाद्या सिनेमाची कथा-बिथा किंवा एखादी कादंबरी लिहितोयस की काय? कारण नेहमीच असं दिसतं की 'प्रेमाच्या त्रिकोणाशिवाय' कोणतीही कथा-कादंबरी होणं शक्यच नाही. तेव्हा कृपा करून तुझं आयुष्य म्हणजे कथा - कादंबरी बनवू नकोस. पूर्णपणे व्यावसायिक किंवा एखादा सिनेमा, एखादी कथा किंवा कादंबरी प्रेमाच्या त्रिकोणाशिवाय कधी पूर्ण झालीय का? कधी कधी दोन बायका, एक पुरुष तर कधी कधी दोन पुरुष एक स्त्री! एवढंच... कथा तयार करण्यासाठी ही आवश्यक गोष्ट होऊन बसलीये.

परंतु तुझ्या जीवनाची मात्र अशी कथा बनवू नकोस. आयुष्य हे फार मौल्यवान आहे. त्याची 'अशी' कथा करणं म्हणजे विनाशच आहे. आयुष्याची सुंदर उन्नती कर. बहरलेल्या जीवनाचा उत्सव कर. तुझ्या अंतरीचा दिवा पेटव, त्या प्रकाशाचा लाभ इतरांना दे. ज्या कोणाला त्यात सहभागी व्हायचं असेल त्यांना सहभागी करून घे. रात्र अंधारी आहे, तशीच लांबलचक आहे. तेव्हा लाखो माणसांपैकी एखाद्याच्या हातात जरी दिवा पेटलेला असेल तरी तो लाखोंना प्रचंड मदत करू शकतो, नवा उदय, नवी पहाट जवळ आणू शकतो, एखादा उजळलेला माणूससुद्धा लाखोंना मार्ग दाखवू शकतो.

"म्हणूनच एका ठराविक मर्यादेत मूर्खपणा ठीक आहे. पण तो सुद्धा ठराविक मर्यादेपर्यंतच! पण तोच मूर्खपणा तुम्ही परत परत जर करत राह्यलात तर मात्र तो तुमचा दुसरा स्वभावच बनून जातो आणि मग त्यातून बाहेर पडणं हे कठीण होऊन बसतं. एकदा का तुमचा विदूषक झाला की तुम्हाला तसंच समजलं जातं आणि मग नंतर तुम्ही त्यावरून धडा घेता; आणि त्यानंतर मात्र यातून बाहेर पडण्यासाठी तुम्ही जे काही प्रयत्न करता त्याला कोणीही अटकाव करू शकत नाही. हा प्रेमाचा त्रिकोण तुम्हाला बांधून नाही ठेवू शकत, त्यालाच तुम्ही बांधून ठेवता. लहानपणीच खरं पहाता ज्या मूर्खपणाच्या गोष्टी सोडून द्यायला हव्यात त्या गोष्टी माणसं म्हातारपणापर्यंत करत रहातात ही तर लाजीरवाणी गोष्ट!

तीन निवृत्त म्हाताऱ्या माणसांची एक गोष्टी मी ऐकलीय. त्यातला एक सत्तरीतला, एक ऐंशी वर्षांचा आणि एक नव्वदीचा होता. जवळच्याच बागेमध्ये रोजच्यारोज भेटायचा त्यांचा शिरस्ता होता. सकाळच्या कोवळ्या उन्हात, थंड

हवेत त्या सुंदर बागेत ते रोज गप्पा मारत बसत. गेलेले पूर्वीचे सोनेरी दिवस, आणि सध्याचं कष्टमय जीवन या विषयांवर त्यांचं बोलणं चालत असे.

एक दिवस तिघंही खूपच गंभीर दिसत होते. अत्यंत शांतपणे थोडेसे निराश असे ते बसले होते. शेवटी एकजण म्हणाला, "आतामात्र सहन होत नाही - हा शांतपणा नकोसा होतोय. मला माहितेय की, आपण तिघेही वेगवेगळ्या अडचणीत आहोत. पण जीवनातल्या या अडचणी, प्रश्न, त्रास हे सारं एकमेकांशी बोलून आपण हलकं करू शकतो. आता मलाच सुरवात केली पाहिजे. मीच आता पुढाकार घेतो आणि माझी अडचण सांगतो. इतर दोघंजण म्हणाले, ठीकय. सांग... त्यावर तो सत्तरीतला वृद्ध माणूस म्हणाला, "खरं पहाता सांगायला मला संकोच वाटतोय. पण मला हे सांगितलंच पाहिजे. कारण मी नाही सांगितलं तर मात्र ते माझ्या डोक्यात सारखं राहील आणि मग मी झोपू सुद्धा शकणार नाही. त्याचं असं झालं... एक सुंदर स्त्री आंघोळ करताना मी बाथरूमच्या की होलमधून पहात होतो आणि हे माझ्या आईनं पाहिलं आणि मला प्रत्यक्ष पकडलं. विलक्षण लाज वाटतेय या प्रकाराची मला!

इतर दोघंजण हसले आणि त्याची समजूत काढत म्हणाले... मूर्खपणा करू नकोस. लहानपणी तर हे असं सगळेच करतात. त्यात कसली लाज? आम्ही सगळ्यांनीच हे असं कधी ना कधीतरी केलंच आहे आणि असेच पकडले गेलोय. पण लहानपणी! तू तर विचित्रच आहेस... एवढं काय त्यात वाटून घ्यायचं?

"तुम्हाला कळत कसं नाही." तो सत्तरीतला म्हणाला, "हे सारं आज सकाळी घडलंय - माझ्या लहानपणी नव्हे." त्यावर इतर दोघं परत म्हणाले, "ठीकय आता झालं ते झालं - यावर आता तू काही करू शकत नाहीस." नंतर - ऐंशी वर्षांचा वृद्ध म्हणाला, "तुझं दुःख काहीच नाही... इतरांना काय काय त्रास आहेत तुला माहीत नाही त्यामुळे तुझ्या दुःखाची तू बढाई मारतोयस. त्यात काय आहे एवढं? हे असं तर सर्वांच्याच बाबतीत घडतं. ते स्वाभाविकच आहे. एका सुंदर स्त्रीला आंघोळ करताना पहाणं ठीकय. काय चूक आहे त्यात? आणि तुझ्या आईनं तुला तसं पकडणं... यात काय वाटायचं? अरे प्रत्येकजण आईपुढे मूलच! शिवाय तू काही कोणाला त्रास दिलेला नाहीस. मग? विसरून जा सारं! तुझ्या आईच्या दृष्टीनं तू कधीच मोठा नसतोस. तेव्हा त्याचं फारसं अवडंबर करू नकोस. तुला माहीत नाही मी सध्या कोणत्या अडचणीतून जातोय ते! जवळजवळ गेले आठवडाभर मी बायकोबरोबर प्रेम करू शकलेलो नाहीये."

पहिला म्हणाला, "हा तर फारच मोठा त्रास! पूर्ण आठवडाभर तू प्रेम

करू शकला नाहीस? अडचण तरी कोणती उद्भवली?''

नव्वद वर्षांच्या म्हाताऱ्यानं हसायला सुरुवात केली. तो म्हणाला, ''तू मूर्ख आहेस. संपूर्ण आयुष्यभर तू मूर्खपणाच करत आलायस. तू सत्तर वर्षांचा झालास पण काहीही फरक पडलेला नाही. तू फक्त सत्तर वर्षांचा मूर्खच राहिलास. 'बायकोबरोबर प्रेम' याचा त्याच्या म्हणण्याचा अर्थ पहिल्यांदा विचार.'' त्यात काय विचारायचं? ते तर सगळ्यांनाच माहीतेय. पहिला उत्तरला...!

तरीही त्यानं 'ऐंशी' वर्षाला विचारलं... ''मग तुझ्या मनातला प्रेम करण्याचा अर्थ काय आहे सांग बरं!''

ऐंशीचा म्हातारा म्हणाला, ''मी कोणता अर्थ काढणार? आत्ता या वयात बायकोशी 'प्रेमालाप' करण्याचा मी नवीन मार्ग शोधून काढलाय. मी तिचा हात हातात घेतो. तीन वेळा तो दाबतो. त्यानंतर ती पाठ करून झोपते आणि मी पण कुशी वळवून झोपतो आणि गाढ झोपून जातो. पण गेले सात दिवस सातत्यानं मी तिचा हात हातात घेतला की ती म्हणते 'आज नको. माझं डोकं दुखतंय.' हे सात दिवस म्हणजे मला शंभर वर्षांसारखे वाटतायत. ती तर हट्टीच आहे. रोज रात्री ती तिच्या डोकेदुखीबद्दलच बोलत रहाते. ही अशी आहे माझी कथा आणि तू तुझ्या कटकटींबद्दल बोलतोयस.''

नव्वद वर्षांचा म्हातारा परत खदखदून हसला आणि म्हणाला, ''ऐक... त्याच्या 'प्रेम' करण्याविषयीचा अर्थ कळला ना? मला अगदी सुरवातीपासूनच हे कळलं होतं. आता तुम्हा दोघांना तर माझं दु:ख कळणारच नाही. मी तर नव्वद वर्षांचा आहे. माझ्यापुढे तुम्ही म्हणजे मुलंच! तुमचा विश्वास बसणार नाही इतक्या कठीण परिस्थितीतून सध्या मी चाललोय.

काय सांगू तुम्हाला? आज सकाळी मी माझ्या बायकोबरोबर प्रेम करण्याच्या उद्देशानं फक्त 'तयारी' करत होतो. तर ती किंचाळून ओरडायलाच लागली, 'हे काय करता मूर्खासारखं!' मी तिला म्हणालो, 'मी काहीच करत नहीये. 'प्रेम' करण्याचा मी फक्त प्रयत्न करतोय.'

ती पुन्हा ओरडली, ''पूर्ण रात्रभर? ही चौथी वेळ आहे. तुम्ही स्वत:ही झोपत नाही आणि मलाही झोपू देत नाही. सारखं आपलं प्रेम, प्रेम, प्रेम!''

मी म्हणालो, ''अरे देवा, म्हणजे मला विस्मरण होतंय तर! कारण मी तर समजत होतो की ती पहिलीच वेळ होती आणि तू तूर म्हणतेस हा रोजचा त्रास आहे म्हणून! आता माझी अडचण अशी आहे की ज्या वेळी मी 'तयारी' करण्याच्या मन:स्थितीत असणार तेव्हा मनातून मला कापरंच भरणार! कारण कुणाला माहिती मी कितीवेळा असं केलंय ते! आणि जरी ती खोटं बोलतेय असं वाटलं तरीही मी काही करू शकत नाही आणि हाच खरा त्रास आहे...

आणि नव्वदाव्या वर्षी जीवनाचा अंत असा दुःखदायक होतोय खरं!''

आणि हीच परिस्थिती जगातल्या बहुतेक लोकांची आहे. अगदी निराळ्या मार्गानं का होईना पण तुम्ही आयुष्यभर त्याच त्याच चुका करत रहाता. तुम्हाला जरी दुसऱ्या जन्माची परत संधी दिली गेली तरीही तुम्ही त्याच चुका करणार. मी खात्रीपूर्वक सांगतो! कारण तुम्ही काहीही शिकला नाहीत.

हे ठिकाण हे शिक्षणाचं ठिकाण आहे. 'अनुयायी' किंवा 'शिष्य' या शब्दाचा खराखुरा अर्थ 'जो कोणी खराखुरा शिक्षण घेण्याच्या तयारीत असेल तो!' अगदी मुळापासून इच्छा उत्पन्न होणं म्हणजे शिक्षण!

ही जागा सर्वांसाठी नाही, सार्वजनिक नाही. ही जागा अनुयायांसाठी आहे की जे शिकायला तयार आहेत, आपल्या चुका सुधारायला तयार आहेत. त्यांचे अहंकार, मनाचे खेळ सारं सारं टाकून द्यायला तयार आहेत. आणि; चिरकाल टिकणाऱ्या आत्मप्रकाशात स्वतःला झोकून देणार आहेत जो अत्यंत पवित्र असा आहे. त्याचंच दुसरं नाव ईश्वर!

ठीकय, मनीषा?

होय, ओशो

□□□

सत्र : पाच

२६ जून १९८७ सकाळ.

एका महान क्षणाची उत्कटतेनं, तसंच प्रेमानं वाट पहा आणि अगदी हृदयापासून त्याच्या स्वागताला तयार रहा. हा महान क्षण कोणाच्याही आयुष्यात येतो. हा क्षण म्हणजे ज्ञानी होण्याचा. तो क्षण येतोच... योग्य वेळ येताच तो निश्चित येतोच. मग तो क्षणभराचाही विलंब करीत नाही. तुम्ही जर योग्य रस्त्यावर असलात तर एखाद्या क्षणी एकाएकी तो तुमच्या अंतरंगात स्फोट घडवून आणतो. तुम्हाला बदलवून टाकतो. तुमच्यातला जुना माणूस मरून नवीन मनुष्याचा उदय होतो.

तुम्हाला आत्मसाक्षात्कार होणं,
तुम्ही आत्मज्ञानी होणं
हेच माझ्यासाठी मोठं बक्षीस!

प्रिय ओशो

ज्ञानी होणं, आत्मसाक्षात्कारी होणं आणि जीवनाचा आनंद घेणं यामधे कोणता संबंध आहे? का आत्मज्ञानी होणं म्हणजेच जीवनाचा आनंद! जीवनातला वसंत?

चंदराम...

एक महत्त्वाची गोष्ट कायम लक्षात ठेव ती म्हणजे बौद्धिक प्रश्नांच्या जाळ्यात कधीही अडकायचं नाही. कारण ते प्रश्न कृत्रिम असतात, खोटे असतात. ते तुमच्या अनुभवांशी निगडित नसतात. प्रश्न निर्माण करण्याची मनाची 'शक्ती' प्रचंड असते. शब्दजंजाळात गुंतवणारे प्रश्न निर्माण करण्याचा मनाचा आवाका भरपूर असतो. अनुभवातून निर्माण न झालेले, पण फक्त शब्दजंजाळातले, फक्त 'मनानं' निर्माण केलेले निरर्थक प्रश्न म्हणजे मेंदूला फुकटचा व्यायाम! आत्मज्ञानाचा प्रत्यक्ष अनुभव म्हणजे काय याची तुम्हाला माहिती नाही, तसंच जीवनातला वसंत म्हणजे काय याचाही अनुभव नाही. तुमचा प्रश्न हा केवळ बौद्धिक आहे. तो एखाद्या तात्त्विक चर्चेचा फारतर विषय होऊ शकेल. पण तो प्रत्यक्ष जाणिवांसाठी किंवा आंतरिक बदलासाठी 'कारण' निश्चितच होऊ शकणार नाही.

प्रकृतीच्या जवळ पोचण्यामधे बुद्धी हा एक महत्त्वाचा अडथळा असतो. ही बुद्धी सत्याच्या जवळ जाणारे प्रश्न तुम्हाला विचारू देत नाही. फक्त प्रश्न म्हणून समोर येणाऱ्या गोष्टींबद्दल प्रश्न निर्माण करणं एवढंच तिचं काम. पण तो तुमचा शोध नाही होऊ शकत. अर्थात शब्दकोशामधे आत्मज्ञानी किंवा ज्ञानी याचा अर्थ वेगळा असणार आणि जीवनातला वसंत, किंवा जीवनातला परमानन्द याचा अर्थ निराळा असणार.

पण आपण काही इथं भाषाशास्त्राच्या चर्चेला बसलेलो नाही. जे कोणी शब्दकोश लिहितात, भाषेचं तसंच व्याकरणाचं पृथक्करण करतात ते लोक या आध्यात्मिक मार्गावरचे नसतात. म्हणूनच हे लक्षात ठेवायला हवं की निर्माण झालेला प्रश्न हा अनुभवातून आलाय का नाही. तो जर तसा अनुभवातून आलेला नसेल, तर चर्चा करण्याचं काही कारणच नाही.

:: नवविवाहित कॅरोल नेहमी बढाई मारायची की तिचा नवरा हा अगदी आदर्श नवरा आहे म्हणून (model husband). 'मॉडेल'चा शब्दकोशात अर्थ पाहिला तेव्हा समजलं की मॉडेल म्हणजे एखाद्या खऱ्या गोष्टीची तयार केलेली छोटी प्रतिकृती ::

एक गोष्ट अशी ऐकलीय की एकदा पोप मृत्यू पावल्यानंतरसुद्धा त्याच्या हाताखालच्या अधिकाऱ्यांशी बोलण्यासाठी त्याला स्वर्गातून पुन्हा परत पाठवलं गेलं. सर्वजण त्याच्या भोवताली जमले आणि उत्सुकतेनं त्यांनी पोपला विचारलं, कसा आहे तो? खूप वृद्ध, लांब, पांढऱ्या शुभ्र दाढीचा असा सगळ्या चित्रांमधे दाखवतात तसा आहे का? छान... विचार करत पोपनं उत्तर दिलं. सुरवात अशी करतो की, ती काळी आहे!

माहीत असणं ही स्वतंत्र गोष्ट आहे. पण एखाद्या गोष्टीची माहिती ही प्रत्यक्ष अनुभवातून मिळणं आणि पुस्तकातून वाचून मिळणं यात खूप फरक आहे. कदाचित या दोन्ही प्रकारातली मिळणारी माहिती एकसारखी असू शकेल, पण ती तशी सारखी नसते. बुद्धिमत्तेच्या दृष्टिकोनातून मी तुझ्या प्रश्नाचं उत्तर देऊ शकत नाही, परंतु अस्तित्वातल्या अनुभवांच्या दृष्टीनं मात्र ते देऊ शकेन.

जीवनातला वसंत किंवा परमोच्च आनंद किंवा चैतन्य आणि आत्मज्ञान होणं, ज्ञानी होणं, हे दोन्ही सारखे नाही. अगदी खोलवर ते एकमेकांशी संबंधित जरी आहेत तरीही ते सारखे नाहीत. स्व-जागृतावस्थेतून निर्माण होणारं चैतन्य हे तुम्हाला तुमच्या अंतरातला दिवा पेटवण्याकडे नेत असतं. दुसऱ्या शब्दात सांगायचं म्हणजे जीवनातलं चैतन्य आणि जागृती हे दोन्ही मिळून म्हणजे आत्मज्ञानी, आत्मप्रकाशित होणं. चैतन्याचा झरा हा प्रत्येकासाठी असतो. नाहीतर तुम्ही जगणार कसे? तुमच्या संपूर्ण आयुष्याचं पोषण या जीवनातल्या वसन्तामुळे होत असतं. झाडं वाढतात, फुलं फुलतात. पण त्यात रस मात्र निर्माण होतो या चैतन्याच्या झऱ्यामुळे! हा संपूर्ण निसर्ग म्हणजे दुसरं-तिसरं काही नसून या चैतन्याचाच तो एक आविष्कार आहे.

पण तरीही झाडांना काही आत्मसाक्षात्कार होत नसतो. तसाच तो पर्वतांना, महासागरांना, आणि पशुपक्ष्यांनाही होत नाही. तुम्हाला जे चैतन्य मिळत असतं तेच त्यांनाही मिळत असतं. परंतु माणसाला प्रकृतीकडून आणखीन काही

'विशेष' असं मिळालेलं असतं की ज्यायोगे तो या जीवनातल्या चैतन्याबद्दल जागरूक असतो. सृष्टीतल्या कोणत्याही प्रकारामध्ये ही जागरूकता शक्य नाही. मानवालाच फक्त तो दर्जा आहे. प्रकृतीनं माणसाला दिलेली ही मौल्यवान संधी आहे. त्यानं जर जागरूकता दाखवायचा प्रयत्न केला, जाणिवेनं, चाणाक्षपणे वागायचा प्रयत्न केला तर त्याच्या जीवनातलं चैतन्य एका नवीन परिमाणानं उसळून येतं.

जीवनाचं हे नवीन परिमाणच मग अंतरात्म्याच्या प्रकाशाचंही परिमाण बनून जातं. जन्मजन्मांतरीच्या असलेल्या आपल्या अस्तित्वाच्या खोलवरच्या मुळांची जाण माहीत होते. ज्या क्षणी त्या मुळांची शाश्वतता आपल्याला माहीत होते, त्या क्षणी जीवनातील फुलंही शाश्वत असल्याची जाणीव होते.

आत्मबोध होणं म्हणजे फुलणंच आहे.

जीवनातला वसंत... म्हणजेच चैतन्य हे त्याचं 'बीज' आहे आणि आत्मबोध हे फूल आहे. 'बीजा'साठी फुलापर्यंतचा प्रवास हा अपरिहार्यच आहे. म्हणजेच दृष्टीला पडणारं फूल हे 'बीजा'चं प्रकटीकरण आहे. 'बीजा'साठी प्रकटीकरणाचा दुसरा मार्गच नाही. चैतन्य ही जीवनाच्या शिडीची पहिली पायरी आहे आणि आत्मबोध ही शेवटची पायरी आहे. पण शिडी एकच आहे.

तुम्ही स्वतःबद्दल जागरूक झालात, जीवनाबद्दल जागरूक राहिलात की तुमच्यात बदल हा होतोच. सावकाश होतो, पण होतो. जीवनाबद्दलची जागरूकता बुद्धीच्या कसोटीवरून किंवा धर्मग्रंथांच्या वाचनावरून होत नसते; तसंच तुम्ही कोण आहात, जीवन म्हणजे काय आहे, या प्रश्नांचा ऊहापोह बौद्धिक कसोट्या लावून होत नसतो किंवा ग्रंथ वाचून होत नाही, तर फक्त पवित्र ग्रंथवाचनानं होत असतो. तुमच्यातल्या या जागरूकतेमुळेच तुमच्यातलं अव्यक्त असलेलं कांहीतरी वास्तवात येऊ शकतं. जसं बीजामधे जे जे काही लपलेलं असतं ते ते फुलाद्वारे फुटून बाहेर येतं. सुगंधाद्वारे बाहेर पडतं. आणि हा सुगंध म्हणजेच आत्मबोध, हे फूल म्हणजेच आत्मसाक्षात्कार. हे सारं जीवनातल्या विविध अंगांनीच मिळत असतं. पण म्हणून जीवनातलं चैतन्य म्हणजेच साक्षात्कार नव्हे.

जसं बीज हे फुलाप्रमाणे नाही. बीजाचं फुलात काहीच साम्य नाही. जरी बीजापासूनच फूल बनत असलं तरीही ते दोन्हीही एक नाहीत. बीज म्हणजे गर्भाशय. फूल हे या गर्भाशयाशी, या बीजाशी पूर्णतः निगडित असलं तरीही ती संपूर्ण नवीन प्रचीती आहे.

जागरूकता ही साधारणपणे वस्तुनिष्ठ आहे. तुम्हाला आजूबाजूच्या लोकांची माहिती असते, जगाची माहिती असते. दूरच्या तारे-तारकांची माहिती असते...

हे झालं सारं बाह्यजगातलं. पण ही जागरूकता ज्या क्षणी तुमच्या अंतरंगात जागी होते, 'स्व'ची जाणीव सुरू होते, दुसऱ्या शब्दात सांगायचं म्हणजे 'स्व'ची जाणीव हेच जागरूकतेचं एक कारण बनून जातं त्या क्षणी साक्षात्काराचं फुलणं सुरू होतं, त्याच्या अभिजात सुंदरतेनं आणि चिरंजीव वैभवानं!

शास्त्रज्ञांनी 'जीव' हा मान्य केलेला आहे, परंतु त्या 'जीवाला' होणारा आत्मसाक्षात्कार, आत्मबोध या आंतरिक घडामोडींची शक्यता मान्य करायला ते अजूनही तयार नाहीत... नास्तिकवादी मंडळीही जीवाचं अस्तित्व मान्य करतात, परंतु त्याच्यातल्या अंतिम साक्षात्काराचं पुरेसं आकलन करून घ्यायला तेही पुरेसे समर्थ नाहीत. एखादी जड भौतिक गोष्ट ही एका सूक्ष्म अणूंपासून बनते याची हजारो वर्षं आम्हाला कल्पनाच नव्हती. जो अणू डोळ्याला दिसू शकत नाही असा अणू! ते इतके सूक्ष्म आहेत की तुम्ही तर एकावर एक ते रचत गेलात तर एक लाख अणू एकत्र केल्यानंतर जास्तीतजास्त एका केसाएवढी त्याची जाडी दिसू शकेल. एका मानवी केसाचा एका लाखाव्या अंशाइतका हा अणू सूक्ष्म, पण त्याचा स्फोट होतो तेव्हा त्याची इतकी अमर्याद शक्ती बाहेर पडते की नागासाकी-हिरोशिमासारखी शहरं एका सेकंदात नाहीशी होतात. माझ्या एका मित्रानं जपानहून मला एक चित्र पाठवलेलं मी पाहिलं. ते चित्र पाहिल्यानंतर माणुसकीविषयी अतीव दुःख वाटतं. हताश वाटतं. ते चित्र एका नऊ वर्षांच्या मुलीचं आहे. तळमजल्यावरून वरच्या मजल्यावर जात असताना मधल्या जिन्यावरून हातात वह्यापुस्तकं घेऊन ती चालली आहे. कदाचित झोपायला जाण्यापूर्वी तिला गृहपाठ पूर्ण करायचा असावा. ज्या वेळी अणुबॉम्ब हिरोशिमावर पडला तेव्हा ती मुलगी त्या मधल्या जिन्यावर होती.

एका लहानशा अणूचा स्फोट हा अचाट शक्ती निर्माण करत असतो. तुम्ही त्याचा उपयोग विनाशासाठी करू शकता किंवा कोणत्याही उत्तम नवनिर्मितीसाठी करू शकता. सध्याचे शास्त्रज्ञ तर म्हणतात, ''आता आम्ही हिरोशिमा आणि नागासाकीपासून फारच पुढे गेलोय. आमची आताची नवीन अण्वस्त्रे प्रचंड शक्तिशाली आहेत. त्यांच्यापुढे हिरोशिमा आणि नागासाकीवर टाकलेले बॉम्ब म्हणजे लहान मुलांची खेळणीच!''

आता यावरून लक्षात येईल की, एखाद्या वस्तूचा सूक्ष्मातला सूक्ष्म अंश जर इतका शक्तिशाली असतो, तर तुम्ही मनात कल्पनाच करून पहा की, मानवासारख्या प्राण्याच्या एका जिवंत पेशीमधे किती शक्ती असेल ते. आत्मबोध, आत्मसाक्षात्कार हा म्हणजे जिवंत पेशीचा स्फोट! पण हा स्फोट म्हणजे विनाशकारी नसून माणसात बदल घडवणारा आहे. त्या अर्थानं तो नाश करणाराच आहे. तो जुन्या माणसाचा नाश करतो, तो अंधःकाराचा नाश करतो, आत्तापर्यंतच्या

तुमच्या घडवल्या गेलेल्या स्वभावाचा नाश करतो, तुमच्यातल्या मत्सराचा, राग-लोभाचा, तिरस्काराचा, वासनांचा नाश करतो. एकाच क्षणात... पण ते संपून जातं. मत्सर, राग, लोभ-तिटकारा, वासना, महत्त्वाकांक्षा अशा एक ना हजार विकारांमधेच प्रचंड शक्ती दडलेली असते. साक्षात्कारानं एका क्षणात ती शक्ती एका नवीन आकारात कार्यरत होते. प्रेम, शांती, दयाळूपणा, शहाणपणा या गोष्टींमधे ती कार्यरत होते. या गोष्टी म्हणजे जीवनातला मूळ शोध आहे.

जीवन म्हणजे खरोखर एक प्रकारची गाढ झोप आहे. आणि बोध होणं, साक्षात्कार होणं ही संपूर्ण जाग आहे. शक्ती मात्र एकच आहे की जी आत्तापर्यंत झोपली होती पण आता जागी झालीय. एकाच शक्तीची ही दोन टोकं आहेत.

पण हे सारं बुद्धीच्या कसोटीवर समजून घ्यायचं म्हटलं तर काही समजणार नाही. त्यासाठी तुमचा स्वत:चा अनुभवच आवश्यक आहे. तुम्हालाच तो प्रकाश पाहिला पाहिजे, तुम्हालाच तुमच्यातल्या स्वत:मधल्या साक्षात्कारी शक्तीचा स्फोट अनुभवावा लागेल. तुमच्यातला अंधकार नाहीसा होताना तुम्हालाच पहावं लागेल. तुम्हीच तुमच्या जीवनातल्या नव्या पहाटेकडे पहायला पाहिजे. या नव्या जीवनात सर्व काही सुंदर, पवित्र, ईश्वरीकृपेचं असेल.

चंदराम, एक लक्षात ठेव, मेंदूच्या कसरती करून प्रश्न विचारणं फार सोपं आहे. मला अशा कसरतीत मुळीच रस नाही, कारण मेंदूचे हे खेळ तुम्हाला होत्याचं नव्हतं करून टाकतात. तू ज्या ठिकाणी आहेस तिथेच रहा. ज्ञानाचा भरणा करून तू त्याखाली दबून गेलायस. ज्ञान हे निरर्थकच असतं कारण तुमच्या स्वत:च्या अनुभवाचा तो भाग नसतो.

: एकदा एक यहुदी धर्मगुरू सभेमधे, नवीन उपासनामंदिर उभारणीसाठी देणगी देण्यासंबंधी आवाहन करीत होता. एकाएकी गावातली एक वेश्या उठली आणि म्हणाली, प्रभु, मी देऊ शकेन. आत्ताच्या आत्ता मी दोन हजार डॉलर्स देईन.

त्यावर तो धर्मगुरू म्हणाला, देणग्याची आम्हाला गरज आहेच. परंतु कलंकित पैसा मी स्वीकारू शकत नाही. सभेतला एक माणूस ओरडला, "घ्या.. घ्या.. तो पैसा! नाहीतरी तो पैसा आपल्या सर्वांचाच आहे." : त्या प्रार्थनामंदिरात ही मंडळी काय करतात? फक्त उपचार म्हणून सारी कर्मकांडं! तिथं नेहमी येणाऱ्या त्या वेश्या होत्या. त्यातर स्वत:शी प्रामाणिक तरी असतात. कदाचित तो पैसा त्या धर्मगुरूंचाही असण्याची शक्यता असणारच. म्हणूनच तर तो एक माणूस ओरडला, नाहीतरी हा आपलाच पैसा! मन हे शेकडो वर्षं माणसाला असं मूर्ख बनवत आलेलं आहे.

: वॉर्साच्या चर्चमधे एकदा प्रार्थना झाल्यानंतर समोरच्या श्रद्धावान पोलीश

नागरिकांना उत्तेजन देण्यासाठी पोप कांही सांगत होता.

एकजण त्यातला म्हणाला, "इतके श्रद्धावान आणि निष्ठावंत लोक पोलंडमधे असताना येशुख्रिस्त पोलंडमधे का नाही जन्माला आला?"

पोप म्हणाले, "तुला माहीत नाही का? त्यासाठी तीन शहाणी माणसं आणि एक पवित्र कुमारिका जरुरीची आहे. आणि या पोलंडमधे अशी तीन शहाणी माणसं आणि अक्षत योनीची कुमारिका कुठून मिळणार? जिझूसचा जन्म अशा कुमारिकेच्या पोटी झाला हे तुम्हाला माहिती पाहिजे. त्याच्या जन्मानंतर पूर्वेकडून तीन थोर माणसं त्याचा सन्मान करण्यासाठी आली. पहिल्यांदा त्याच तीन थोर माणसांनी त्या लहान मुलामधला पुढचा साक्षात्कारी पुरुष ओळखला. त्या बीजामधे असलेलं फूल त्यांनी ओळखलं होतं. :

मीसुद्धा तुझ्यामधलं बीज आणि त्यातलं फूल होण्याचं अव्यक्त सामर्थ्य ओळखतोय. पण तू जर फक्त बौद्धिक पातळीवर विचार करत असशील तर तू फारतर तत्त्ववेत्ता किंवा वेदान्ती बनशील, परंतु योगी कधीच बनणार नाहीस, आणि मग आयुष्य वाया घालवलंस असं होईल. खरोखरच खूप मोठी सुसंधी आहे तुझ्यासमोर! जागरूकतेच्या उच्चपातळीपर्यंत तुझी उन्नती होऊ शकते. परंतु अत्यंत क्षुल्लक गोष्टींमध्ये बेसावधपणे तू ती खर्च करतोयस.

जरी एखादेवेळी एखाद्या उच्च प्रतीचा विचार तू करत असलास तरीही तो फक्त विचारच आहे. तो काही तुझ्या अस्तित्वातला प्रत्यक्ष अनुभव बनणार नाही. आणखीन जास्तीतजास्त तुम्ही अस्तित्ववादी बनावं अशी माझी इच्छा नाही. मी स्वत: अस्तित्ववादी नाही कारण पुन्हा पुन्हा त्याच सापळ्यात जखडून घेण्यासारखं आहे. अस्तित्ववादी तत्त्ववेत्ते हे साक्षात्कारी नाहीत. ज्याँ पॉल सार्त्र, किंवा जॅस्पर, मार्टीन हेड्गर मार्सेल किंवा Kierkeggard ही सारी मंडळी साक्षात्कारी नाहीत. ते फक्त अस्तित्ववादी तत्त्ववेत्ते! अस्तित्वात असलेल्या गोष्टींचाच त्यांनी विचार केला. तुम्ही नुसतं अस्तित्ववादी विचारवंत बनू नये अशी माझी इच्छा आहे. तुम्ही अनुभवी बनावं. त्यांच्यात आणि तुमच्यात हा फार मोठा फरक असेल. हा फरक अनेक गोष्टींमधे फरक करतो. आत्ताच सांगितलेले ज्याँ-पॉल सार्त्रसारखे सारे अस्तित्ववादी विचारवंत हे जीवनातल्या चिंता, यातना, निराशा यामधे जगले आहेत. एवढंच काय, पण त्यांनी एवढाच विचार केला की या सर्व जंजाळातून सुटण्याचा मार्ग म्हणजे आत्महत्या! त्यामुळेच हे सारे विचारवंत आणि गौतमबुद्ध किंवा चँगत्सु किंवा बालशेम यांना एकाच दर्जात बसवता येणार नाही. या विचारवंतांनी अस्तित्वातल्या गोष्टींबद्दलच विचार केला. जसा पूर्वीच्या विचारवंतांनी ईश्वराबद्दल विचार केला तसाच यांनी अस्तित्वातल्या गोष्टींबद्दल केला! फक्त विचार करण्याचा विषय

बदलला. पण विचार तोच राहिला.... आणि नुसता फक्त विचार करणं हे ओसाड प्रदेशात भटकंती करण्यासारखं आहे.

फक्त 'अनुभवच' तुमच्या जीवनप्रवाहाला सागरात मिसळून देताना अंतिम एकरूपता मिळवून देतात. या अखिल विश्वासकट, पूर्णत: जागरूक जीवनासकट तुमचा हा जीवनप्रवाह अंतिम सत्याची वाटचाल करतो. तुम्ही घरी परतता. बेसावधपणानं सोडलेल्या घरात आता जाणीवपूर्वक मनानं तुम्ही परत येता. वर्तुळ पूर्ण होतं. आयुष्य सुखसमाधानाचं, साफल्याचं बनून जातं... हाच एकमेव आशीर्वाद आणि हाच एकमेव धार्मिक सत्याचा मार्ग!

❏

प्रिय ओशो

जर कधी मी माझ्या मृत्यूचा किंवा तुमच्या मृत्यूचा विचार करायला लागले की जाणवतं की एका गोष्टीबाबत मी स्वत:ला कधीही क्षमा करू शकणार नाही तो म्हणजे तुमचा विरह! मी नेहमी विचार करते की माझ्या आयुष्याला जर कांही उद्देश असेल तर तुम्हीच तो उद्देश आहात. माझं प्रारब्ध सुद्धा तुम्हीच आहात. आता या गोष्टींचा विचार मी निराळ्या पद्धतीनं करते. माझ्या आयुष्याकडून तुम्हाला काही मोठी भेट द्यायची म्हटली तर ती तुमची पूजा नसणार किंवा तुमच्या कामातला माझा हातभार नसणार. माझ्या आयुष्याकडून एक सुंदर भेट मी देऊ शकेन ती म्हणजे मी स्वत: साक्षात्कारी होणं किंवा आत्मज्ञानी होणं!... कृपा करून भगवान, ध्यानधारणा करण्याची योग्य ती पद्धत मला सांगा!

रासो,

अतिशय योग्य दिशेनं आणि योग्य मार्गावरून तुझ्या समजुतीत वाढ होतेय. खरोखरच फक्त साक्षात्कारी होण्याचाच विचार तुला करायला पाहिजे. होय, खरंच हीच भेट तुझ्याकडून मला मिळणं शक्य आहे. तुझं आत्मसाक्षात्कारी होणं... हीच भेट तू मला देऊ शकतेस, बाकी सारं क्षुल्लक आहे. तू जो निष्कर्ष काढलायस तो माझ्या मनातलाच आहे. माझी त्याला पूर्णपणे संमती आहे. जगामधे आपण आलोय ते मुख्यत: 'आत्मबोध' करून घेण्यासाठी, हे मोठ्या मनानं तू मान्य करत असलीस, आणि ठामपणानं तसं ठरवलं असलंस तर एखादा बाण जसा त्याच्या ध्येयाचा वेध घेत जातो तशी 'जागरूकता' कार्यरत होण्याची तुझ्यामधे सुरवात होईल.

ध्यानधारणेचा योग्य मार्ग कोणता असं तू विचारलंस. ध्यानधारणा! फार सुंदर शब्द आहे... पण त्याच्यामागे एक भयानक सत्य आहे... ते सत्य म्हणजे, जर तुला अत्यंत खोलवर जाऊन ध्यानधारणा करायची असेल तर तुम्हाला जवळजवळ मरणाच्या अनुभवातूनच जावं लागेल. जुन्यापुराण्या भूतकाळाचा मृत्यू! आत्तापर्यंत ज्या ज्या गोष्टींची सवय तुम्हाला होती त्या सवयीचा मृत्यू... भूतकाळ खंडित करून नवीन जन्म!

ज्या ठिकाणी तुझी ध्यानधारणा सुरू होणार आहे ते ठिकाण आधीच

तुझ्या मनानं आणि तुझ्या भूतकाळानं व्यापून टाकलेलं आहे. तेव्हा पहिलं काम म्हणजे विचारांच्या जंजाळानं भरलेलं अंतरंग साफ करणं. चांगले विचार ठेवायचे आणि वाईट विचार फेकून द्यायचे हा इथं प्रश्नच नाही. ध्यानधारणा करणाराच्या दृष्टीनं सगळेच विचार निरुपयोगी आहेत. चांगलं किंवा वाईट हा प्रश्नच नाही... या साऱ्या विचारांनी तुझं अंतरंग व्यापून गेल्यामुळेच ते पूर्णत: शांत बनू शकत नाही. तेव्हा चांगले विचारसुद्धा वाईट विचारांइतकेच इथे टाकाऊ आहेत. त्यामुळे या दोन्हीमधे कोणताच भेद करू नकोस.

ध्यानधारणेसाठी मनाच्या खोलपर्यंत परिपूर्ण निवांतपणा आणि शांतपणा गरजेचा आहे की ज्यायोगे तुझ्या अंतरंगात कोणती ढवळाढवळ होणार नाही. ध्यानधारणा म्हणजे नक्की काय हे तुला एकदा का समजलं की मग तिथपर्यंत पोचायला काही अडचणच नाही. कारण खरोखरच तो आपला जन्मापासूनचा हक्क आहे. आपण खरं पहाता पूर्णपणे त्यासाठी योग्य असतो. परंतु तुम्ही दोन गोष्टी एकदम बाळगू शकत नाही. त्या म्हणजे मनोव्यापार आणि ध्यानधारणा.

मन हे फार मोठा अडथळा आहे. मन म्हणजे दुसरं-तिसरं कांही नसून तो एक साधा वेडेपणा आहे.

तेव्हा तुला मनापलीकडे असलेल्या अशा जागेवर गेलं पाहिजे की तिथे कोणतेच विचार अजून पोचले नसतील. कोणत्याही कल्पना लढवल्या गेल्या नसतील, कुठलीही स्वप्नं नाहीत, काहीच नाही! तुम्ही 'कोणीच नाही' अशी ही अवस्था! शिस्तीपेक्षा यामधे समजुतीचा भाग जास्त आहे! असं नाही की तुम्हाला खूप काही करावं लागेल. उलटपक्षी 'ध्यानधारणा म्हणजे निश्चित काय' याविषयी स्वच्छ समजूत फक्त असली तर बाकी काहीच करावं लागणार नाही. मनाचे सारे गोंधळ थांबवण्याचं काम हे 'स्वच्छ आकलन' करू शकेल. ध्यानधारणेविषयीचं हे स्पष्ट आकलन म्हणजे जणू काही घराचा स्वामी! जसा त्या घराचा स्वामी घरात प्रवेश करताक्षणी घरातले नोकर-चाकर भांडणं थांबवतात, कुणी एकमेकांशी बोलत असले तर ते चूप्प बसतात आणि अवतीभवती शांतता पसरते. नोकरचाकर मुकाटपणे कामाला लागतात; किमान ते कामात 'असल्याचं' दाखवतात तरी... काही क्षणांपूर्वीचं त्यांचं एकमेकात भांडणं जुंपलेलं असतं, मारामाऱ्या झालेल्या असतात, बोलाचाली झालेली असते... आणि कोणीही काहीच करत नसतं.

ध्यानधारणेविषयी आकलन करून घेणं म्हणजे या 'स्वामीं'ना निमंत्रण देणं! मन म्हणजे इतर नोकर-चाकर! ज्या क्षणी या आकलनरूपी स्वामींचा शांतपणे, उत्साहात प्रवेश होतो त्या क्षणी मनोव्यापार एकदम शांत होतात, स्तब्ध होतात.

एकदा का ध्यानधारणेसाठी योग्य तशी मनोभूमी तयार झाली की आत्मसाक्षात्कार व्हायला फारसा वेळ नाहीच! तू बळजबरीनं काहीच करू शकणार नाहीस. तुला वाट पहावी लागेल... अगदी उत्कटतेनं वाट पहावी लागेल. तहान लागली पाहिजे. जणू भुकेनं व्याकूळ झालं पाहिजे. वाळवंटात मार्ग हरवून बसलेल्या लोकांना जो अनुभव येतो, अगदी तस्साच अनुभव! या साऱ्या भावना शब्दातल्या नाहीत. अगदी पहिल्याप्रथम मनातली ही भावना शब्दातच असते... 'मला तहान लागली आहे आणि मी पाणी शोधतोय!' पण जसजसा वेळ जातो, नजरेच्या टप्प्यात कुठेही पाण्याचा मागमूसही दिसत नाही... त्या वेळी ती तहान तुमच्या शरीराला व्यापून रहाते. तुमचं शरीर हेच एक तहान बनून जातं.

म्हणजे मनातून सुरवातीला एक शब्द उमटतो 'तहान!' नंतर तो शरीराच्या पेशीपेशीत, स्नायूंमधे पसरायला सुरवात होते आणि नंतर तो फक्त 'शब्द' म्हणून रहात नाही तर तो एक अनुभव बनून जातो. तुमच्या शरीरातील प्रत्येक पेशी न् पेशी, शरीरातल्या सात लाख पेशी या 'तहानलेल्या' बनतात. त्या पेशींना शब्दांची जाण नाही, भाषेची जाण नाही, त्यांना फक्त तहानच जाणवतेय. कारण नाहीतर जीवनाचा शेवटच होणार असतो.

ध्यानधारणेमधे आत्मबोध होण्यासाठी मनातली अतीव उत्कटता ही तहानच बनलेली असते आणि सहनशील माणूस वाट पहात रहातो कारण खरोखरच तो एक अपूर्व अनुभव असतो आणि तुम्ही खरोखरच त्यापुढे फारच छोटे असता. तुमचे हात तिथपर्यंत पोहोचणारे नसतात. तुमच्या आवाक्यातलं ते नसतंच. तो अनुभव आपणहून तुमच्यापर्यंत येऊन, तुमचा ताबा घेतो, तुम्ही त्याला तुमच्यापर्यंत ओढून घेऊ शकत नाही. तुम्ही फार छोटे आहात, तुमच्यातली शक्ती फार फार छोटी आहे. पण ज्या वेळी अतिशय सहनशील राहून विलक्षण उत्कटतेनं, तीव्र इच्छाशक्ती बाळगून तुम्ही वाट पहाता तेव्हा तो अपूर्व क्षण येतोच. अगदी योग्य वेळी तो येतो आणि आत्तापर्यंत तो तसा आलेलाही आहे.

तू विचारतोस की ''ध्यानधारणेचा तुला काय उपयोग होईल'' म्हणून. रासो, ध्यानधारणेच्या पद्धती असंख्य आहेत, त्या पद्धती निरनिराळ्या असल्या तरीही त्याचा अर्क सारखाच! तो अर्क सामावलेला आहे विपश्यनेत!

इतर पद्धतींपेक्षा या पद्धतीमुळे जगातल्या अनेकांना जास्त फायदा झालेला दिसून आलाय. कारण या पद्धतीमधे ध्यानधारणेचा खराखुरा अर्क आहे. इतर पद्धतीत तो आहेच, पण वेगवेगळ्या प्रकारात, आणि शिवाय त्यात बिनमहत्त्वाच्या गोष्टीही बऱ्याच आहेत. परंतु विपश्यनेमधे मात्र अगदी शुद्ध स्वरूपातला अनुभव आहे. त्यातली एकही गोष्ट बाहेर टाकण्यासारखी नाही किंवा एकही गोष्ट

समाविष्ट करण्यासारखी नाही.

विपश्यना ही अत्यंत अगदी साधी प्रक्रिया आहे, अगदी लहान मूलसुद्धा ती करू शकतं. एवढंच काय पण लहानातलं लहान मूल ते जास्त चांगल्या पद्धतीनं करू शकतं कारण अजूनही त्याचं मन इतर विचारांच्या केरकचऱ्यानं भरलेलं नसतं. ते पूर्णपणे स्वच्छ, नितळ आणि निष्पाप असतं.

रासो, तुझ्यासाठी मला विपश्यनेची पद्धत योग्य वाटते. तीन पद्धतीनं ती करता येते. त्यातली तुम्हाला जी योग्य असेल ती तुम्ही निवडू शकता...

पहिली म्हणजे स्वत:च्या कृतीविषयी जागरूकता! तुमचं शरीर, मन, हृदय याविषयी जागरूकता... चालणे, हातपाय हलवणे याविषयी जागरूकता. तुमच्या हालचाली या जागरूकतेनं व्हायला पाहिजेत. आपण आत्ता हात हलवतोय याची जाणीव तुमच्या मनात हवी. एखाद्या यंत्रासारख्या तुमच्या या हालचाली अजाणतेपणानंसुद्धा होऊ शकतात. तुम्ही सकाळी फिरायला बाहेर पडता... परंतु पायांच्या हालचालीकडे लक्ष न देता फिरत रहाता. तेव्हा शारीरिक हालचालींविषयी सतर्क रहा. जागरूक रहा. तुम्ही खात आहात, खाण्याच्या क्रियेकडे लक्षपूर्वक पहा. त्याविषयी दक्ष रहा. ते गरजेचं आहे. स्नान करता आहात. पाण्याचे तुषार अंगावर घेताना होणारा विलक्षण आनन्द तो घेण्यासाठी पाण्याच्या थंडपणाविषयी दक्ष रहा... हे सारं... जाणिवांच्याविरहित करू नका. बेहोशीत करू नका.

अगदी हीच तऱ्हा मनाविषयी! जे कोणते विचार तुमच्या मनाच्या पडद्यावरून जात असतात, त्याकडे फक्त पहात रहा. तुमच्या हृदयपटलावरून ज्या काही भावनाचा प्रवास चालू असेल त्याचे फक्त साक्षीदार व्हा. त्यामधे गुंतून पडू नका. चांगलं काय आणि वाईट काय याचं मूल्यमापन करू नका कारण तो तुमच्या ध्यानधारणेचा विषय नाही. कोणतीही 'निवड' म्हणून न करता पूर्ण जागरूकतेनं ध्यानधारणा झाली पाहिजे. निवडरहित जागरूकता आवश्यक आहे.

एखादेवेळी अचानक मन:स्थितीत सूक्ष्म फरक जाणवेल. एखादी अंधारी रात्र हळूहळू सर्वत्र पसरते तसंच आत्तापर्यंत आपल्याला विषण्णतेनं भारून टाकलेलं होतं असं वाटत असतं अन् अचानक एक बारीकशी गोष्ट तुम्हाला आनंदित करून जाते.

फक्त साक्षीदार रहा.... त्यावर विचार करू नको. फक्त माहीत असू दे. "माझ्या आजूबाजूला आत्ता दु:खाची अवस्था आहे, आत्ता आनन्दाचे क्षण आहेत आणि मी त्या त्या अवस्थेशी सामना करतोय" पण... पण तुम्ही यापासूनही फार फार दूर आहात. निरीक्षक हा उंच पर्वतावर असतो आणि या साऱ्या गोष्टी खाली तळाशी चालू असतात. विपश्यनेमुळे ही गोष्ट घडू शकते.

स्त्रीच्या दृष्टीनं विचार करता हे फारच सोपं आहे. कारण स्त्री ही आपल्या शरीराविषयी पुरुषापेक्षा जास्त सजग असते. तो तिचा स्वभावच असतो. ती नेहमीच तिच्या व्यक्तिमत्त्वाविषयी, हालचालींविषयी, उठण्या-बसण्याविषयी आणि आकर्षकतेबद्दल जास्त जागरूक असते. आणि ही जागरूकता तिच्या मनात परंपरेनं असते, सतर्क म्हणा किंवा कशानं घट्ट रुतवलेली नसते तर ती नैसर्गिक असते.

साधारणत: प्रत्येक आईला कमीतकमी दोन ते तीन मुलांचा अनुभव असतोच. ती गर्भवती झाल्यानंतर काही दिवसांनंतर तो मुलगा आहे का मुलगी आहे याविषयी तिला काहीतरी जाणीव व्हायला लागते. कारण मुलगा असला तर तो आपला फूटबॉल खेळायला सुरवात करतो; इथे-तिथे कीक मारायला लागतो. आपण इथं आहोत याची जाणीव करून देतो; मुलगी असली तर ती मात्र शांत, निवांत असते. ती फूटबॉल खेळत नाही किंवा किक मारत नाही. शक्य तितकी ती शांत पडून रहाते.

म्हणूनच हा प्रश्न पूर्वगृहितांचा नाही. कारण गर्भामधेसुद्धा मुलगा आणि मुलगी यातला फरक तुम्हाला कळू शकतो. मुलगा हा जास्त उत्साही असतो. एका ठिकाणी तो स्वस्थ राहू शकत नाही त्यामुळे सगळीकडे तो फिरत असतो. वेगवेगळ्या गोष्टी त्याला करायच्या असतात. परंतु मुलगी ही सर्वस्वी वेगळ्या प्रकृतीची असते.

आणि म्हणूनच रासो, विपश्यनेची पद्धती तुला खूप सोपी पडेल.

आता दुसरी पद्धत म्हणजे श्वासोच्छ्वास! जाणीवपूर्वक श्वासोच्छ्वास करणे. श्वास आत घेतला जातो तेव्हा तुमचं पोट फुगून मोठं होतं, आणि श्वास बाहेर टाकला जातो तेव्हा पोट पूर्ववत होतं. तेव्हा या दुसऱ्या पद्धतीत पोटाच्या हालचालीबाबत लक्ष केंद्रित करावं लागतं. जीवन जगण्याशी या पोटाचा फार जवळचा संबंध आहे. कारण बाळाचा जीव हा नाभीच्या द्वरा मातेशी जोडला गेलेला असतो. त्या नाभीमार्गे त्याला जीवनरस प्राप्त होत असतो म्हणून पोटाचं वरखाली होणं म्हणजेच जीवनशक्ती आणि आयुष्यातला वसंत फुलणं आहे आणि हे सारं फार अवघड आहे असं नाही. फार फार सोपी पद्धत आहे. अगदी पहिलं काम म्हणजे तुमच्या शरीराबद्दल तुम्ही दक्ष राहिलं पाहिजे, तुमचं मन, भाव-भावना, मनाच्या लहरी या सर्व गोष्टींबद्दल सावध असलं पाहिजे. या तीन प्रकारच्या पायऱ्या आहेत. दुसऱ्या प्रकाराला एकच पायरी आहे. फक्त पोट वर-खाली करणे. परिणाम तोच असतो. पोटाच्या बाबतीत तुम्ही बरोब्बर दक्ष राहिलात तर मनाला शांतता लाभते, हृदय शांत बनतं आणि मनाच्या लहरी नष्ट होतात.

तिसरा प्रकार... श्वासाबाबतीत सतर्क रहाणं. तुम्ही श्वास घेता तेव्हा सुरवातीला नाकपुडीतून तो प्रवेश करताना, ज्या पद्धतीनं पोटातून घेण्याचा अंतिम अनुभव घेता त्याचप्रमाणे तो नाकातून घेताना घ्या. तर मग श्वास आत घेताना नाकपुडीत थंडपणाचा अनुभव येतो. त्यानंतर मग श्वास बाहेर सोडणं, मग आत घेणं ही शांतपणाची क्रिया करणं.

हे सहज शक्य आहे... स्त्रियांपेक्षा पुरुषांना ते जास्त सोपं आहे. कारण स्त्रिया पोटातून श्वास घेण्याच्या क्रियेत जास्त सतर्क असतात आणि सर्वसाधारणपणे पुरुष पोटापर्यंत खोल श्वासोच्छ्वास कधीच करत नाहीत. त्यांची फक्त छातीच फक्त वरखाली होताना दिसते. कारण आत्तापर्यंत चुकीच्या व्यायामप्रकाराचं वर्चस्व जगभर पाळलं गेलंय. कारण खरोखरच छाती फुगवलेली आणि पोटाचं अस्तित्वच नसणं हा प्रकार दिसायला सुंदरच दिसतो.

पुरुष याच प्रकाराला जास्त प्राधान्य देतात. छातीपर्यंत फक्त श्वास घ्यायचा, ती जास्तीतजास्त फुगवायची आणि पोटाचं आकुंचन करायचं. त्यांना तो उत्तम व्यायामप्रकार वाटतो. संपूर्ण जगामध्ये जपान हे एकच राष्ट्र सोडल्यास बाकी सगळे क्रीडापटू छाती फुगवून श्वास घेणं पसंत करतात. छाती मोठी करायची आणि पोट लहान करायचं. सिंहाचा आदर्श ठेवायचा. कारण सिंहाची छाती मोठी असते आणि पोट, कंबर नसतेच. म्हणून मग सिंहासारखा आकार सगळ्याच व्यायामपटूंनी आदर्श मानला आणि त्याप्रमाणे वागायला सुरवात केली.

फक्त जपान हे एकच राष्ट्र असं आहे की त्यांनी ही पद्धत आदर्श मानली नाही. कारण पोट बारीक करणं ही क्रिया नैसर्गिक नाहीये. त्यासाठी मुद्दामहून प्रयत्न करावे लागतात आणि जपाननं नैसर्गिक मार्ग अवलंबला आहे आणि म्हणूनच जपानमधले बुद्धाचे पुतळे तुम्ही पाहिलेत तर आश्चर्य वाटेल. भारतातल्या बुद्धाच्या पुतळ्याचा पोटाचा भाग हा पूर्णपणे लहान आहे आणि छातीचा भाग मोठा आहे. पण जपानी बुद्ध फार वेगळा आहे. त्याची छाती लहान आहे कारण तो श्वासोच्छ्वास पोटानं करतो अशी धारणा आहे. ते दिसायला चांगलं दिसत नाही. कारण जगामधे सिंहासारखा शरीराचा आकार हा मान्य केला गेलाय. परंतु पोटातून श्वासोच्छ्वास करणं ही अत्यंत नैसर्गिक आणि आरामदायी पद्धत आहे.

रात्रीच्या वेळी झोपेत असताना हेच घडतं. त्या वेळी तुम्ही फुफ्फुसातून श्वासोच्छ्वास करत नसता, तर पोटाद्वारे करत असता. त्यामुळेच रात्रीच्या झोपेचा अनुभव हा अत्यंत आरामदायी असतो. त्या झोपेनंतरची सकाळ तुमहाला अतिशय ताजातवाना अनुभव देते. अतिशय उत्साही वाटत असतं. कारण संपूर्ण रात्र तुम्ही नैसर्गिकरीत्या श्वासोच्छ्वास केलेला असतो– जपानी लोकांसारखा!

आता याबद्दल दोन गोष्टी महत्त्वाच्या... जर तुम्हाला असं वाटत असेल की पोटाद्वारे श्वासोच्छ्वास केला तर आपली शरीरयष्टी योग्य त्या 'ॲथलेटिक' आकारात रहाणार नाही, तर अशा लोकांसाठी नाकपुडीवर लक्ष केंद्रित करण्याची पद्धत सर्वांत सोपी.

या अशा तीन प्रकारच्या पद्धती आहेत. त्यातली कोणतीही एक अवलंबा. तुम्हाला कोणत्याही दोन पद्धती एकदम आचरणात आणायच्या असतील तर तसंही करू शकता. मग तर तुमचे प्रयत्न खूपच खोलवर होतील. तुम्हाला तीनही पद्धती एकदम अवलंबाव्यात वाटत असतील तर तसंही करू शकाल. त्यामुळे तर उलट फारच लवकर परिणाम होईल. परंतु ते सारं तुमच्यावर अवलंबून आहे. जे सहज-सोपं वाटेल तेच करा.

एक लक्षात घ्या– जे सोपं असतं तेच बरोबर असतं. ध्यानधारणा जेव्हा सरावाची बनते तेव्हा मन शांत होतं, त्यामुळे पुढे अहंकार नाहीसा होईल. तुम्ही तिथं असाल पण 'मी'ची भावना तिथे नसेल. नंतरच दार उघडेल. फक्त अतीव प्रेमानं, मनाच्या उत्कटतेनं, त्या अलौकिक क्षणांचं स्वागत करण्याच्या अवस्थेत वाट पहात रहा. हा क्षण कोणाच्याही आयुष्यात येऊ शकतो... होय... तो येतोच... निश्चितपणे येतो... नंतरमात्र एवढासुद्धा तो उशीर करत नाही. तुम्ही योग्य मार्गावर असाल तर कधीतरी एकाएकी तुमच्यामधे त्या अलौकिक अनुभवाचा स्फोट घडून येतोच आणि तुम्हाला तो बदलवून टाकतो. आता तुमच्यातला जुना माणूस गेलेला असतो आणि नवीन माणसाचं आगमन झालेलं असतं.

एक दिवस तुझ्या बाबतीत हे घडेलच. तो क्षण फार महान असेल. त्यालाच मी योग्य क्षण म्हणतो!

ठीकय्, मनीषा...

होय, ओशो!

सत्र : सहा

२६ जून १९८७

तुम्हाला योग्य असेल तेच ठरवा. तुमचं जुनं-पुराणं मन तुम्हाला जास्त आनन्ददायी वाटत असेल तर त्यात अडथळा आणण्याची मला गरजच काय? तुम्ही तुमच्या जुन्या मनोव्यापारातच आनन्द घ्या. अर्थात पण ही काही विशेष गोष्ट होऊ शकत नाही. कारण जर तुमचं जुनं-पुराणं मन समाधानी असतं तर तुम्ही इथं, या ठिकाणी आलाच नसतात. कारण तुम्ही इथं आला आहात ते काहीतरी नवीन शोधायला; अज्ञाताचा शोध घ्यायला, एखादा अद्भूत बदल घडवायला

मला तुमच्यामधे प्रवेश करू द्या
तुमची तुम्हाला ओळख पटेल

मिलारेपा...

साक्षात्काराला भाषाच नाही. कारण भाषा ही काही सृष्टीतली अद्भूत गोष्ट होऊ शकत नाही. साक्षात्कार ही मनाच्या पलीकडची, बुद्धीपलीकडची गोष्ट आहे आणि भाषा ही मनाच्या आवाक्यातली गोष्ट आहे. भाषा ही मनाचाच एक भाग आहे. साक्षात्कार हा प्रगाढ शांतीतला एक अनुभव आहे. 'शांती- साठी जर तुम्ही भाषा वापरू शकलात किंवा असे शांतीपूर्ण अनुभव 'भाषेत' मांडू शकलात तर मात्र साक्षात्काराचा अनुभवसुद्धा भाषेत मांडता येईल जो प्रगाढ शांततेनं व्यापलेला आहे; समाधानानं व्यापलेला आहे, परमानन्दानं व्यापलेला असा आहे. निष्पाप असा तो अनुभव आहे. पण तसं पहाता 'भाषेचा' इतका साधा अर्थ नाहीये. साधा अर्थ असा की भाषेचा उपयोग हा एखादी गोष्ट पोचवणाऱ्या 'वाहना' सारखा केला गेला पाहिजे. शांतीपूर्ण अवस्था ही आपण शब्दातून पोहचवू शकत नाही. तसंच प्रेम किंवा तन्मयावस्था, अतीव समाधान हे शब्दातून मांडता येत नसतं. साक्षात्कार किंवा आत्मबोध हा दिसू शकतो, समजून घेता येतो, अनुभवता येतो, परंतु तो आपण 'ऐकू' शकत नाही आणि तो बोलू शकत नाही.

मागे एकदा मी गौतमबुद्धांची कथा सांगितली आहे. जेव्हा गौतमबुद्धांना साक्षात्कार झाला तेव्हा ते संपूर्ण सात दिवस एकही शब्द न बोलता शांत राहिले होते आणि बाह्य जगातली

प्रिय ओशो
साक्षात्काराची भाषा कोणती?

सारीजणं त्यांचं 'ऐकण्यासाठी' वाट पहात बसली होती. त्यांच्या अंतरंगातलं संगीत ऐकण्यासाठी, ध्वनिविरहित असलेलं त्यांचं मनोगान ऐकण्यासाठी, सगळ्याच्या पार असलेल्या त्यांच्या मनोभूमीतून बाहेर पडणारे शब्द ऐकण्यासाठी, सत्यमय शब्द ऐकण्यासाठी सारी सृष्टी उत्सुक होती आणि ते सात दिवस म्हणजे जणू काही सात शतकं होती.

ही कथा खरोखरच सुंदर आहे. एका ठराविक मर्यादेपर्यंत ती वस्तुस्थितीला धरून आहे आणि त्यापलीकडे मात्र ती काल्पनिक बनून जाते. पण ती तशी काल्पनिक वाटली तरी तिला खोटी म्हणता येणार नाही. जगामधे अशा थोड्याफार सत्य गोष्टी आहेत की त्या दंतकथांच्याद्वारेच सांगता येतात. त्यांना 'साक्षात्कार'झाला ही सत्य गोष्ट आहे. त्यानंतर ते सात दिवस शांत राहिले हेही सत्य आहे; त्यानंतर सारं बाह्यजग त्यांना 'ऐकण्यासाठी' वाट पहात होतं हे सुद्धा सत्य आहे... पण हे कोणासाठी? कोणाला हे खरं वाटणार? तर ज्यांना असा 'साक्षात्काराचा' अनुभव आलाय, ज्यांनी या अशा वाट पहाणाऱ्या सृष्टीचा अनुभव घेतलाय त्यांनाच! सगळ्यांना नाही!

एखादी व्यक्ती साक्षात्कारी बनली तर सृष्टीसुद्धा आनन्द व्यक्त करते हे आपणही समजू शकतो. कारण सृष्टीच्याच एका भागाचं ते अंतिम प्रकटन असतं. जसं सृष्टीच्याच एका भागाचं अंतिम व्यक्त होणं म्हणजे सर्वांत उंच शिखर एव्हरेस्ट! एव्हरेस्ट हे एकाअर्थी सृष्टीतल्याच एका भागाचं अंतिम प्रकटन म्हणायला पाहिजे. सृष्टीचा तो वैभवशाली मुकुटच आहे.

या टप्प्यानंतर मात्र ही गोष्ट पूर्णपणे काल्पनिक असली तरीही तिला तिचा म्हणून विशिष्ट अर्थ आहे, तिचा म्हणून एक खरेपणा आहे.

स्वर्गातले देव एकदा काळजीत पडले. एक गोष्ट लक्षात घेतली पाहिजे ती म्हणजे बौद्धधर्मीय किंवा जैनधर्मीय मंडळी एक देव मानत नाहीत, पण अनेक देवांवर त्यांचा विश्वास आहे... इस्लाम, ज्यू आणि ख्रिश्चनांपेक्षा ते जास्त लोकशाहीवादी धर्म आहेत. कारण हे धर्म जास्त करून फॅसिस्ट! एक ईश्वर, एक धर्म, एक धर्म- ग्रंथ? परंतु बुद्धधर्माचा ढाचा वेगळा आहे. तो जास्त लोकशाहीवादी आणि मनुष्यत्व जपणारा आहे. ते हजारो ईश्वर सामावून घेऊ शकतात.

खरं पहाता सृष्टीमध्ये प्रत्येक जीवमात्राजवळ एक ना एक दिवस देवत्व प्राप्त होण्याची पात्रता असते. तो जेव्हा साक्षात्कारी बनतो तेव्हा देव बनून जातो. इथं कुणी वेगळा निर्माता वगैरे काहीही नाही. 'निर्माता' वगैरेची कल्पना ही अत्यंत वाईट आहे. देवानं जर तुम्हाला निर्माण केलं आहे असं ग्राह्य धरलं तर तुम्ही फक्त त्याच्या हातातल्या कठपुतळ्याच! तुमच्या दोऱ्या त्याच्याच हातात, नाही का? आणि जर का देव तुमचा निर्माता असेल तर तोच तुम्हाला

नष्ट करणाराही असणारच. तुमची निर्मिती करताना जसा तो तुम्हाला विचारत नाही तसंच तुम्हाला नष्ट करतानाही तो तुम्हाला कधीच विचारणार नाही. तुम्ही फक्त त्या नाश करणाऱ्या, लहरी आणि फॅसिस्ट देवाचे बळी आहात हे खरं!

बौद्धांच्या दृष्टिकोनातून देव हा निर्माता नाहीच. कारण तुम्ही काही कोणाच्या हातच्या बाहुल्या नाहीत. तुम्हाला तुमचं स्वतंत्र अस्तित्व आहे, स्वातंत्र्य आहे आणि सन्मान आहे. तुम्हाला कोणीही निर्माण करू शकत नाही किंवा नष्टही करू शकत नाही. तशीच दुसरी एक विचारधारा यातून पुढे येतेय ती म्हणजे तुमच्या स्वतःशिवाय दुसरं कोणीही तुमचं संरक्षण करू शकत नाही. ख्रिश्चन धर्मात, ज्यूंच्या धर्मात तुमचं संरक्षण करणारा, तुम्हाला वाचवणारा कोणीतरी असण्याची कल्पना आहे. म्हणजेच जर का देव असेल तर तो तुमच्यासाठी प्रेषित पाठवू शकतो, मसिहा पाठवू शकतो. एवढंच काय, पण तुम्ही स्वतंत्र होणं हे सुद्धा त्याच्याच हातात. म्हणजेच तुमचं स्वातंत्र्य ही एक प्रकारची कुणाची तरी गुलामीच. कोणीतरी 'दुसरा' तुम्हाला स्वातंत्र्य देणार. पण कुणाच्या तरी हातानं मिळालेलं असं हे स्वातंत्र्य हे पूर्णपणे स्वातंत्र्य नाहीच. स्वातंत्र्य हे मिळवलं पाहिजे. त्याची भीक मागता कामा नये. स्वातंत्र्य हे हिसकावून घ्यायला पाहिजे. प्रार्थना करून नव्हे. कोणीतरी दया दाखवून तुम्हाला स्वातंत्र्य बहाल करण्यात त्या स्वातंत्र्याला फारसं मूल्य लाभत नाही. म्हणून बौद्ध धर्मात 'वाचवणारा' असा दुसरा कोणी एक नाही, तर अनेक आहेत! अनेक ईश्वर आहेत. पण कोणते? तर यापूर्वी होऊन गेलेली साक्षात्कारी मंडळी!

इथं कोणतीही नवीन निर्मिती नाही. कारण प्रकृती ही शाश्वत आहे. तिची कधीही सुरवात होत नसते, तसा तिचा शेवटही कधी होणार नाही, हे पक्कं लक्षात घेतलं पाहिजे. ख्रिश्चन धर्मात अशी ठाम समजूत आहे की जिझसच्या पूर्वी बरोबर चार हजार चार वर्षे सृष्टीचा जन्म झाला. आता हा तर एक साधा तर्क करता येतो की निश्चित वेळेला ज्याची निर्मिती होते त्याचा शेवटही कोणत्यातरी निश्चित वेळेलाच होणार. कारण ज्याला शेवट नाही अशा गोष्टीची सुरवात होणंच अशक्य! शेवट कदाचित दूर असेल परंतु तो असणारच! कारण त्याची कुठेतरी सुरवात झालेली आहे. म्हणजेच ज्या धर्मामधे ईश्वर हा निर्माता आहे असं मानलं तर चिरंजिवीत्वाचा आनन्द, शाश्वततेचा आनन्ददायी अनुभव, प्रकृती कधी देऊ शकणार नाही असंच मानावं लागेल. आणि म्हणूनच या शाश्वत कालात लाखो मंडळी साक्षात्कारी बनली असणारच... आणि तेच सगळे देव म्हणून मानले गेले हे निश्चित. गौतमबुद्धांना साक्षात्कार झाल्यानंतर जेव्हा सात दिवस त्यांनी शांत राहून मौन पाळलं तेव्हा हे सगळे देव अस्वस्थ झाले. कारण एखाद्या मनुष्यप्राण्याला साक्षात्कार होणं ही दुर्मिळच गोष्ट! ही

एक खरोखर दुर्मिळ, असामान्य अशी अद्भूत घटना म्हणायला पाहिजे, की, प्रकृतीतल्या एका आत्म्यानं अतीव उत्कटपणे वाट पाहिली, आणि त्यानंतर हजारो वर्षांनी एक कुणीतरी साक्षात्कारी झाला. गौतमबुद्धांनी त्यानंतर सात दिवस जर शांत राहून मौन पाळलं असेल तर ते सहज शक्य आहे कारण शांती हीच साक्षात्काराची योग्य भाषा आहे. ज्या क्षणी भाषेमधे तो उतरवायचा तुम्ही प्रयत्न करता त्या क्षणी तो विकृत होऊन जातो आणि हे विकृत होणं वेगवेगळ्या पायऱ्यांवर होत जातं.

पहिलं म्हणजे... ते पहिल्यांदा विकृत होतं ते तुम्ही त्याला त्याच्या अत्युच्च स्थानापासून खाली ओढता आणि मनाच्या खोल दरीत टाकून देता तेव्हा! हेच ते पहिलं विकृत होणं. त्याच वेळी जवळजवळ नव्वद टक्के त्याचा खरेपणा तेव्हाच नष्ट होऊन गेलेला असतो. दुसरं म्हणजे तुम्ही बोलायला लागता तेव्हा! ते दुसऱ्यांदा विपर्यस्त होतं. कारण हृदयाच्या आतल्या गाभ्यात जे काही तुम्ही मिळवलेलं असतं ते वेगळं असतं आणि जेव्हा ते शब्दात मांडून तुम्ही व्यक्त करता तेव्हा त्याचं मूळ परिमाण वेगळं होतं. उदाहरणार्थ, ज्या क्षणी तुम्ही प्रेमाचा अनुभव घेता तो अगदी विलक्षण असतो. परंतु शब्दात मांडून तुम्ही तो जेव्हा व्यक्त करताना म्हणता "मी तुझ्यावर प्रेम करतो" तेव्हा, त्या क्षणी तुम्हाला स्पष्टपणे जाणवतं की आपला हा विलक्षण अनुभव प्रकट करण्यासाठी हे शब्द फार फार थिटे आहेत.

त्यानंतर तिसरं विपर्यस्त होणं म्हणजे हा साक्षात्कारी अनुभव दुसऱ्या कोणाकडून तरी ऐकणं! कारण जो कोणी सांगतो त्याच्या स्वतःच्या विशिष्ट कल्पना, त्याच्या पूर्वधारणा, त्याची विशिष्ट मतं, पूर्वग्रह, त्याचं म्हणून विशिष्ट तत्वज्ञान असं सगळं असतं. त्यानुसार तो तुमच्याशी बोलणार. पण तुमच्यापर्यंत ते जेव्हा पोचतं त्या वेळी ते त्याचं म्हणून न पोचता तुमच्या जाणिवेच्या उच्च पातळीनुसार त्याचा अर्थ तुमच्या तऱ्हेनं घेतला जातो. ते इतक्या विविध स्तरांवरून बदलत बदलत पोचतं की त्याचं ते मूळ असं काही रहात नाही. आणि म्हणूनच अनेक वेळा असं घडलेलं आहे की, काही साक्षात्कारी माणसं अजिबात बोललेली नाहीयेत. सरासरी काढायची म्हटली तर अगदी शंभर साक्षात्कारी माणसांच्यात एखादाच माणूस बोलणारा असतो.

गौतमबुद्ध हे अत्यंत सुसंस्कृत, स्पष्ट विचारांचे असे महापुरुष होते. तेव्हा त्यांनी जर शांत रहायचं ठरवलं असतं तर मात्र जगानं एक फार मोठी संधी गमावली असती. म्हणूनच अनेक देवतुल्य व्यक्ती त्यांच्यापाशी आल्या आणि त्यांचे पाय धरून त्यांना बोलण्याची विनंती त्यांनी केली - त्यांना सांगितलं, "हे पहा, सारी सृष्टी वाट पहातेय, झाडं-झुडपं वाट पहातायत, उत्तुंग पर्वत

वाट पहातायत, दऱ्या-खोऱ्या वाट पहातायत, तारे वाट पहातायत... तेव्हा, त्यांना निराश करू नका, काहीतरी दया दाखवा आणि बोला!''

बुद्धांजवळ त्यावर उत्तर होतं - ते म्हणाले, ''मला तुमचा दयाभाव समजतोय आणि म्हणूनच मी बोलणार आहे. गेल्या सात दिवसांत माझी दोलायमान अवस्था होती. बोलावं का बोलू नये या द्विधा मन:स्थितीत मी असताना माझं मन न बोलण्याच्या विचाराकडे झुकत होतं. 'मला बोललं पाहिजे' या विचारांशी एकदाही माझं मत अनुकूल नव्हतं. माझी अवस्था अतिशय दोलायमान झाली होती आणि मनाची अवस्था दोलायमान होत असेल तर मग अर्थच काय? आणि तेही खरं आहे की मी निरुपयोगी ठरणार. साक्षात्कारी व्यक्तीचं बोलणं ज्या पद्धतीनं 'ऐकलं' जायला पाहिजे तसं ते माझं ऐकलं जाणार नाही. कारण तसं 'ऐकण्यासाठी' विशिष्ट प्रशिक्षणाची आवश्यकता असते, विशिष्ट शिस्त लागते. ती काही फक्त 'श्रवणभक्ती' असत नाही.

आणि एखादा जरी मला जाणू शकला, समजू शकला तरीही तो एखादं पाऊलसुद्धा पुढे टाकणार नाही. कारण प्रत्येक पायरी ही धोकादायक आहे. हे म्हणजे धारदार पात्यावर चालण्यासारखं आहे. मी 'बोलण्याच्या' विरोधात नाही. पण मला यात काही फारसा अर्थ दिसत नाही. आणि अशा तऱ्हेनं माझा प्रत्येक विचार बोलण्याच्या विरोधात जातोय असं मला दिसून आलं.''

सगळे 'देव' एकमेकांकडे पहायला लागले. बुद्ध म्हणत होते ते बरोबरच होतं. ते चर्चा करण्यासाठी एका बाजूला गेले. ''ते चुकीचं बोलतायत असं आपण म्हणूच शकत नाही. तरीही त्यांनी बोलावं अशी आपली इच्छा आहे. त्यांना पटवण्याचा कोणतातरी मार्ग काढावाच लागेल.'' बराच वेळ त्यांनी चर्चा केली आणि अखेरीस एका निर्णयाप्रत ते आले.

परत गौतमबुद्धांकडे येऊन त्यांना म्हणाले - एक छोटासा मुद्दा आम्हाला सापडलाय. 'बोलण्याविषयी' विरोधात जाणाऱ्या सगळ्या तुमच्या मतांच्या तुलनेत हा अगदी छोटा मुद्दा आहे, पण तरीही तो तुम्ही विचारात घ्यावा असं आम्हाला वाटतं. तो मुद्दा असा ''आपलं बोलणं नव्व्याण्णव टक्के लोक 'समजून ऐकू' शकणार नाहीत असं तुम्हाला वाटतं. परंतु शंभर टक्के लोक ऐकू शकणार नाहीत असं तुम्ही म्हणू शकत नाही. कारण एका टक्क्याचा विचार तुम्हाला करावाच लागेल. एवढ्या अफाट विश्वामध्ये एका टक्क्याएवढा भाग म्हणजे सुद्धा फार लहान नाही. कारण त्यातला एक टक्का भाग म्हणजे पुरेसा मोठा आहे. कदाचित त्या एका टक्क्यातली काही माणसं योग्य मार्गावर येऊ शकतील.

आणि तुमच्या बोलण्यामुळे या विश्वातला एखादा माणूस जरी साक्षात्कारी झाला तरीही खूप काही घडलं असं म्हणू या. कारण साक्षात्कारी अनुभव हा

इतका अद्भूत आहे की तुमच्या आयुष्यभराच्या प्रयत्नानं एखादा माणूस सुद्धा साक्षात्कारी झाला तर ते फार मोठं काम म्हणता येईल. यापेक्षा जास्त काही अपेक्षा करणं बरोबर नाही. कारण आहे हेच खूप आहे आणि असे थोडेफार जागरूक लोक आहेत. आम्हाला जशी जाणीव आहे तशीच तुम्हालाही जाणीव पाहिजे की असे काही थोडेफार लोक साक्षात्काराच्या अगदी काठावर आहेत म्हणून! त्यांना गरज आहे अगदी हलक्याशा धक्क्याची, थोड्या प्रोत्साहनाची, आशेची! हे सारं मिळालं की आपोआप आज्ञानाची मर्यादा ते ओलांडतील, या कैदेतून ते बाहेर पडतील, त्यांच्या स्वत:च्या पिंजऱ्यातून ते बाहेर पडतील म्हणून तुम्हाला बोललंच पाहिजे.

गौतमबुद्धांनी डोळे मिटले, काही वेळ विचार केला आणि म्हणाले, 'या शक्यता मी नाकारत नाही. माझे तथाकथित महान मुद्दे हे तुमच्या करुणेपुढे लहानच आहेत. मी कमीत कमी बेचाळीस वर्षं जगेन आणि तेवढ्या आयुष्यात एखादा मनुष्यप्राणी जरी मी साक्षात्कारी बनवू शकलो तर माझ्या प्रयत्नाचं ते फार मोठं फळ मी समजेन. मी बोलेन! तुम्ही कोणतंही दडपण न घेता जा.'

आणि गौतमबुद्ध बेचाळीस वर्षं सतत बोलत राहिले आणि खरोखरच एकच नाही तर जवळजवळ दोन डझन माणसं त्यानंतर साक्षात्कारी बनली. ही दोन डझन माणसं 'ऐकण्याचं' कौशल्य पुरेपूर जाणत होती. ते काही बुद्धांच्या बोलण्यावरून साक्षात्कारी झाले नव्हते, तर त्यांचं नुसतं अस्तित्व, त्यांची शांतता, त्यांची सखोलता आणि त्यांची उंची ते अनुभवू शकत होते. हे दोन डझन लोक फक्त गौतमबुद्धांचे शब्द ऐकून साक्षात्कारी झाले नव्हते. त्या शब्दांनी फक्त मदत केली होती. मदत कशी? तर गौतमबुद्धांचं सान्निध्य अनुभवायला मदत केली. साधे-सुधे शब्द एखाद्या साक्षात्कारी व्यक्तीनं वापरले तर त्याचं सौंदर्य कसं दिसतं हे पहाण्यासाठी मदत केली. अशा माणसांचे साधे-सुधे आविर्भाव किती डौलदार बनतात, सामान्य डोळे किती सुंदर दिसतात... नजरेतली सखोलता, आणि अर्थपूर्णता कशी असते - हे सारं पहाण्याची दृष्टी मिळवण्यासाठी मदत केली.

जसं बुद्धांच्या चालण्यात एक वैशिष्ट्य होतं, ते झोपत असत त्यालाही विशेष महत्त्व होतं - हे लोक केवळ त्यांचं बोलणं जाणत नव्हते तर त्यांच्या अस्तित्वाची ओळख पटवून घेत होते. त्यांचं अस्तित्व हीच खरीखुरी भाषा होती.

परंतु लाखोंनी त्यांचे विचार ऐकले. ते ज्ञानी झाले (साक्षात्कारी नव्हे) आणि ज्या दिवशी बुद्धांचं निधन झालं त्याच दिवशी बत्तीस संप्रदाय निर्माण झाले, त्यांच्या अनुयायांच्यामधे बत्तीस शाखा निर्माण झाल्या. कारण गौतमबुद्ध जे बोलले होते त्याचं प्रत्येकानं वेगवेगळं स्वत:च्या मताप्रमाणे म्हणून तत्त्वज्ञान बनवलं होतं. तसं पहाता सर्वांनी एकत्र येऊन गौतमबुद्ध जे काही बोलले होते

त्याचा एकत्रित संग्रह करण्याचे प्रयत्नही केले गेले. पण सगळे प्रयत्न वाया गेले. बत्तीस वेगवेगळे तर्जुमे तयार झाले. एखाद्याचा विश्वासही बसणार नाही की एका माणसाच्या बोलण्याचे इतके विविध अर्थ काढले जातात म्हणून.

अगदी आजच्या काळातही हे बत्तीस संप्रदाय एकमेकांशी भांडत आहेत. अडीच हजार वर्षं ते एकत्रित येऊ शकले नाहीत. उलट एकमेकांपासून ते जास्तीतजास्त दूर चालले आहेत. त्यातल्या प्रत्येकानं स्वत:चं वेगळं तत्त्वज्ञान बनवलंय. आणि असं सांगितलंय की ''गौतमबुद्ध जे बोललेत ते हेच तत्त्वज्ञान... बाकी सारे चुकीचे आहेत आणि हे आमचे धर्मग्रंथ आहेत!''

मिलारेपा... हाच एक मोठा प्रश्न आहे! तू प्रश्न विचारलास की 'साक्षात्कारा'ची भाषा कोणती? तर ती भाषा म्हणजे 'साक्षात्कारी मनुष्य' हा स्वत:च त्याची भाषा असतो. त्याच्या सान्निध्यात येणं, हृदयाची सारी कवाडं उघडी करणं, त्याचं प्रेम अनुभवणं, त्याच्या आत्म्याच्या तुमच्या आत्म्याशी संवाद होणं इ. इ.

हळूहळू का होईना एखादा जरी 'तयारी'चा असेल, निर्भय असेल तर इतर सहाध्यायींचं हृदयसुद्धा उचंबळायला सुरवात होते. नंतर मग ते त्यांच्या स्वामींच्या तालावर नाचू लागतात. काहीतरी वेगळं असं आतून उमलून येतं, इतक्या दिवस लपलेलं बाहेर येतं की जे कोणीही पाहू शकत नाही. काहीतरी घडून जातं... काहीही न बोललं गेलेलं ऐकायला येतं, काहीतरी अशक्यप्राय गोष्ट शब्दांमधे मांडली जाते, आणि ती स्तब्धतेतून पोचवली जाते... फक्त डोळ्यांतून, फक्त हात हातात धरून किंवा फक्त तुमच्या शेजारी शांतपणे बसून... पण भाषा म्हणून काही असते का विचारलंस तर, नाही म्हणूनच उत्तर द्यावं लागेल.

: हिमी गोल्डबर्ग आजोबा एक दिवस डॉक्टरांकडे गेले, डॉक्टरांनी विचारलं. 'काय झालंय?'

'त्याचं असं आहे,' आजोबा म्हणाले, 'पहिल्या पायरीनंतर मी थकून जातो, दुसऱ्यानंतर मला आजारी असल्याचा भास होतो, तिसऱ्यानंतर माझं हृदय धडधडायला लागतं, चौथ्या पायरीनंतर मला घाम सुटतो आणि पाचव्यानंतर मी पूर्णपणे दमतो, वाटतं, आपण आता मरणार!'

डॉक्टर त्यावर म्हणाले... 'हे तर सारं अविश्वसनीय आहे... वय काय तुमचं?'

आजोबा म्हणाले, 'शहात्तर वर्षं.' डॉक्टर त्यांच्या या उत्तरावर उसळलेच. 'हे पहा शहात्तराव्या वर्षी तुम्हाला एवढंही कळू नये का की, पहिल्या पायरीनंतर आपण थांबावं म्हणून!'

'अहो डॉक्टर... पहिल्यानंतर मी कसा काय थांबणार! माझं घर तर पाचव्या मजल्यावर आहे!' आजोबा उत्तरले. :

... भाषा म्हणजे फार काही नाही... एवढंच काय पण सामान्य जीवनातसुद्धा तिचं फारसं स्थान नाही. योग्य समजुतीपेक्षा ती नेहमीच एकमेकांमधे गैरसमजुती पसरवत राहते.

सामान्य जीवनात भाषा हे फार नाजूक हत्यार आहे. ती उपयुक्त आहे. परंतु ज्या क्षणी तुम्ही शब्दातीत अशा, प्रकृतीच्या अगाधतेचा अनुभव घ्यायला लागता तेव्हा हीच भाषा तुम्हाला पराभूत करते. उदा. गद्यामधे जशी भाषा स्पष्ट स्वरूपात समारे येते तशी ती काव्यामधे येत नही. गद्य हे समजायला सोपं असतं. परंतु काव्यासाठी त्याचा अर्थ सांगण्याची गरज असते आणि असे अर्थ हे अनेक असू शकतात. भाषांतरं अनेक असू शकतात. भारतीय धर्मग्रंथ - श्रीमद् भगवदगीतेची अशी वेगवेगळे अर्थ लावलेली एक हजार भाषांतरं आहेत. गीता हे फार उच्च असं एक काव्य आहे. आणि भाषेच्या बाबतीत कवी हा पूर्णपणे स्वातंत्र्य घेत असतो. त्याला तसा परवानाच असतो. नाहीतर गद्य आणि पद्य यात फरकच राहिला नसता. एखादा वैज्ञानिक प्रबंध जसा तुम्ही काव्याच्या भाषेत लिहू शकत नाही, तसंच एखादं प्रेमपत्र तुम्ही एखादं गणित सोडवण्याच्या भाषेतही लिहू शकत नाही. कारण प्रेमपत्र हे काव्यमयच असलं पाहिजे. जरी ते गद्यात लिहिलं जात असलं तरीही त्याचा अर्क हा काव्याचाच असतो.

काव्याला सौंदर्य आहे... पण त्यात संदिग्धता असते. त्यातला अर्थ पकडून ठेवणं कठीण असतं. कारण वाचत जाल तसातसा त्यातला अर्थ गोंधळात टाकणारा ठरतो. जितकी उच्च दर्जाची कविता तितकी ती कळायला कठीण! तुम्हाला काहीतरी जाणवत असतं परंतु ते कुठे आहे हे तुम्ही नेमकं सांगू शकत नाही.

हे अस्संच एकदा प्रत्यक्षात घडलंय... लंडन विद्यापीठात एक वाङ्मयाचे प्रोफेसर विद्यार्थ्यांना कविता शिकवत असताना एकदा अचानक मधेच थांबले. कॉलरीज (Coleridge) या महान इंग्लीश कवीची ती कविता होती. थांबून ते प्रोफेसर म्हणाले, "मला क्षमा करा. मी कवीवर अन्याय करू शकत नाही. मी कसंतरी करून तुम्हाला पटवून देईन. तुम्ही ओळखूही शकणार नाही. पण मी मला स्वत:ला फसवू शकत नाही. यापुढच्या ओळी या संपूर्ण संदिग्ध आहेत; बुचकळ्यात टाकणाऱ्या आहेत. कवीला काय म्हणायचं आहे हे मला समजू शकत नाहीये. सुदैवानं माझ्या घराशेजारीच कवी कोलरीज राहतात. त्यामुळे वेळ लागणार नाही. उद्याच मी त्यांना अर्थ विचारून येतो. या एक दिवसाच्या विलंबासाठी मला क्षमा करा."

ते निश्चितच अतिशय प्रामाणिक आणि प्रांजळ असणार, नाहीतर काहीतरी अर्थ जमवून दडपून नेणं त्यांना सहज जमलं असतं.

त्याच दिवशी संध्याकाळी ते कोलरीज यांच्याकडे गेले आणि म्हणाले,

'तुमची शांत संध्याकाळ मी विचलित करतोय याबद्दल मला माफ करा. पण मी स्वत:शी अप्रामाणिक राहू शकत नाही आणि तुमच्यावर अन्याय करू शकत नाही. मी तुम्हाला खूप मानतो. तुमच्यावर मी खूप प्रेम केलंय. तुमचा प्रत्येक शब्द हा खरोखर अस्सल सोनं आहे... पण मला जी अडचण आलेली आहे त्या काही ओळी चमत्कारिक आहेत. मी अजूनपर्यंत त्याचा नेमका अर्थ लावू शकलो नाही. त्यामधे प्रचंड सखोल अर्थ असेलही, परंतु माझ्या मनाच्या आकलनापलीकडचं आहे... तेव्हा तुम्ही स्वत: जर का या ओळींचा अर्थ स्पष्ट करून सांगितलात तर फारच उत्तम होईल.'

कोलरीज म्हणाले, 'हे पहा, तुम्ही मला क्षमा करायला पाहिजे. कारण या ओळी जेव्हा मी लिहिल्या तेव्हा त्यांचा अर्थ दोघांना माहीत होता. एकाला नव्हे!' त्यावर ते प्रोफेसर म्हणाले, 'मग काय? प्रश्नच नाही.' कारण प्रोफेसरांनी विचार केला की दोनापैकी एक स्वत: कोलरीज असणार. दुसरा असो वा नसो, एवढा काय म्हणून कोण विचार करणार?

कोलरीज म्हणाले, 'तुम्हाला काहीच समजणार नाही मी काय म्हणतो ते... जेव्हा या ओळी लिहिल्या तेव्हा त्याचा अर्थ मला माहीत होता आणि आणखीन देवाला माहीत होता... आतामात्र तो मलाही कळत नाहीये. फक्त देव जाणे! तुला जर कुठे तो भेटला तर मला जरूर सांग. कारण ज्या ज्या वेळी या ओळींपाशी मी येतो तेव्हा गोंधळून जातो. तिथे काहीतरी अद्भूतता निश्चित असावी, तिथं काहीतरी असामान्य असावं आणि ते असामान्य आहे म्हणूनच बुद्धी कमी पडते आहे. ते बुद्धीच्या पलीकडचं आहे. ते बुद्धीपलीकडून काहीतरी आलेलं आहे.' आणि कवी हा मनाच्या, बुद्धीच्या फारसा पलीकडे कधी जाऊ शकत नसतो. त्याची तेवढी कुवत नसते. हाच तर कवी आणि योगी यांमधला फरक! योगी हे मनाच्या पलीकडचा प्रवास करू शकतात. कवी कधीतरी एखादा क्षण स्वत:ला शोधू शकतो. अगदी अपघातानं एखाद्या क्षणी मनाच्या पलीकडे जाऊ शकतो. हे अगदी एखाद्या वेळेलाच घडतं. तेसुद्धा अनवधानानं. त्याचा 'तो' उद्देश नसतो. आणि हा 'एखादा' क्षण कवीच्या जीवनात जेव्हा येतो तेव्हा त्या क्षणात जेवढं पकडता येईल तितकं पकडून ठेवण्याचा तो प्रयत्न करतो. एखाद्या सौंदर्याच्या अनुभवाबरोबर, त्या गोष्टीच्या अर्थाबरोबर, आनन्दाबरोबर तो स्वत: प्रवास करतो आणि मग जेवढं म्हणून त्या कवितेत ओतता येईल तितकं ओतण्याचा प्रयत्न करतो. अर्थात ते सारं त्याच्या इच्छाशक्तीच्या पलीकडचं असतं. त्याच्या मनात येईल तेव्हा तो या मनाच्या पलीकडची कवाडं उघडू शकत नाही. एखादी झुळूक येते, पण तिला वाटेल तेव्हाच!

जेव्हा कोलरीज गेले तेव्हा जवळजवळ चाळीस हजार कविता पूर्ण न

करता सोडून गेले. कारण मनापलीकडचं दार क्षणिक खुलं झालं होतं. त्यांनी काहीतरी अद्भूत पाहिलं खरं, पण ते लिहिण्याच्या तयारीत असतानाच पुनश्च ते कवाड बंद झालं होतं. दिव्याची क्षणिक उघडझाप व्हावी, त्यात क्षणभरच सगळी सभोवतालची जागा उजळून जावी आणि दुसऱ्या क्षणी लगेच अंध:कार व्हावा तस्साच हा प्रकार. एखाद्या स्वप्नात पहाव्यात तशा त्या क्षणात नजरेसमोर उजळून गेलेल्या 'काहीच फक्त' गोष्टी तुम्हाला आठवतात. तुम्ही त्या लिहून काढता. पण पूर्णपणे लिहू शकत नाही. त्या अपुऱ्याच असतात.

त्यांचे मित्र त्यांना अट्टाहासानं सांगायचे, 'तुम्ही हे जे काही करताय ते काही बरोबर नाही. तुमच्या काही काही कवितांना पूर्ण होण्यासाठी फक्त दोन ओळींची गरज आहे. नंतर त्या मोठ्या योग्यतेच्या ठरणार आहेत.'

परंतु पुन्हा पुन्हा ते असंच म्हणायचे, 'मी खूप प्रयत्न केला, परंतु माझे शब्द मला फार अतिसामान्य वाटतात. कोणालाही ही अतिसामान्यता शोधून सापडणार नाही. पण मला मात्र ते कायम माहीत असणार आहे. मी मला फसवू शकत नाही. जोपर्यंत मनापलीकडची कवाडं परत उघडून एका नवीन सुरांनी माझं हृदय भरून जात नाही तोपर्यंत या कविता अपूर्णच राहाणार! तसं पुन्हा घडलं तरंच या कविता मी पूर्ण करू शकेन.'

त्यांनी फक्त सात कविता पूर्ण केल्या आणि फक्त त्या सात कवितांनी त्यांना असामान्य कवी म्हणून प्रसिद्धी मिळवून दिली. याचं एक साधं कारण म्हणजे संख्येला महत्त्व नसून, दर्जाला इथं महत्त्व आहे. तुम्ही कदाचित सात हजार कविता लिहिल्या असतील, त्याला महत्त्व नाही. त्यानं काहीही फरक पडत नाही. त्या कोलरीजच्या उंचीला पोहोचू शकणार नाहीत. जगाच्या इतिहासात साहित्यक्षेत्रात हाच एकमेव माणूस फक्त सात कवितांमुळे असामान्य कवी म्हणून गणला गेला.

रवींद्रनाथांनाही असामान्य कवी म्हणून संबोधलं जातं. त्यांनी एकंदरीत सहा हजार पूर्ण कविता लिहिल्या. ही खरोखरच महान कामगिरी म्हणता येईल. अर्थातच त्यांना महान कवी म्हणून निश्चितच म्हणता येईल. परंतु कोलरीज यांचा मोठेपणा हा वेगळ्या परिमाणात मोजला जातो तो म्हणजे त्यांच्या कवितेचा दर्जा!

कवीच्या बाबतीत ही परिस्थिती आहे तर मग त्यावरून योगी माणसांच्या बाबतीतली परिस्थिती तुम्ही समजू शकाल. कवी हे फारतर चारपांच पावलं बुद्धीच्या पल्याड जातात, परंतु योगी हे कायमच बुद्धीच्या, मनाच्या पल्याड केव्हाच पोचलेले असतात. ते राहतातच मुळी मनाच्या पलीकडे! ते मनाच्या मर्यादेत कधी येतच नाहीत. त्यांना झालेला साक्षात्कार ते कोणत्याही भाषेत मांडत नाहीत. ते बोलतात स्वशोधार्थ निघालेल्या माणसांना आकर्षित करून

घेण्यासाठी! आपल्या अस्तित्वाची ओळख पटवण्यासाठी. स्वत:च्या सुगंधानं त्यांना भारून टाकण्यासाठी! ते भाषेचा उपयोग फक्त एखाद्या सापळ्यासारखा करतात. कारण तुम्ही मंडळी फक्त भाषाच जाणता!

एकदा का तुम्ही एखाद्याच्या प्रेमात पडलात की जरी सुरवाती-सुरवातीला त्या व्यक्तीची भाषा, त्याचा रुबाबदारपणा, त्याचे मोहमयी शब्द हे तुम्हाला अडकवून ठेवत असले तरी हळूहळू तुम्ही जेव्हा त्याच्या अतिशय निकट येता, तेव्हा शब्द विसरले जातात आणि व्यक्तीचं महत्त्व जास्त वाटायला लागतं. त्याचं सान्निध्य जास्त जास्त स्पष्ट बनायला लागतं, स्पर्शनीय बनायला लागतं. त्याची स्तब्धता हळूहळू तुमच्या आत भिनायला लागते, मूक असा पवित्र संवाद सुरू होतो... संभाषण नव्हे!

जलालुद्दीन रुमी या एका सूफी योग्याची गोष्ट आहे. सूफींचा हा अत्यंत आवडता योगी. हा एकमेव असा एक संत होता की त्याला मेवलाना (mevlana) असं संबोधलं जात असे. याचा अर्थ स्वामींचा स्वामी! आणि जलालुद्दीन रुमी हे खरोखरच स्वामींचे स्वामी होते.

एकदा एक काफिला प्रवास करताना वाळवंटातून चालला होता. वाळवंटातल्या एका जुन्या-पुराण्या किल्ल्यात जलालुद्दीन यांचा काही दिवस निवास होता. मध्यपूर्वेच्या सर्व भागातून स्व-शोधार्थ निघालेली आध्यात्मिक विचारांची माणसं जलालुद्दीन यांना भेटण्यासाठी तिथं येत असत. प्रवासी काफिल्यातल्या लोकांनी विचार केला की 'पळभराची विश्रांती घ्यायला हे ठिकाण फारच छान दिसतंय. तांड्यातले सारे उंट आणि आपण सारे खूपच थकलो आहोत. शिवाय हा वेडा दिसणारा माणूस, जलालुद्दीन रुमी आणि त्यांच्या आसपासची मंडळी यांच्यात काय चाललंय ते तर पाहू? डोळ्याला तर फार महत्त्वाचं काही दिसत नाही. आपल्याला तर तो वेडाच वाटतोय. पण त्याच्या जवळच्या माणसांना तो फार महान वाटतोय.' या सगळ्या विचारांनी एका झाडाखाली त्यांनी तळ ठोकला आणि किल्ल्यात काय चाललंय ते पहाण्यासाठी आत प्रवेश केला.

जलालद्दीन रुमी काहीतरी शिकवत होते. ते शिकवणं म्हणजे शुद्ध काव्य होतं. ते गात होते, बाकीचे ऐकत होते. वेड्या माणसासारखं त्यांचं बोलणं चाललेलं दिसत होतं. असंबद्ध... एकमेकांशी काहीही संबंध नसलेलं! शब्द फार सुंदर होते... पण त्यातून कांहीच सांगितलं जात नव्हतं. चमत्कारिक वाक्यात बोलणं चाललं होतं.

सकाळी तांडेवाल्यांनी त्या किल्ल्यातून पुढे प्रस्थान केलं. परत फिरताना पुन्हा त्याच ठिकाणी थांबले. आता या वेळी इथं काय चाललंय ही उत्सुकता पुन्हा मनात होतीच. आता या वेळी जलालुद्दीन डोळे मिटून बसले होते. त्यांचे

अनुयायी त्यांच्यासारखेच डोळे मिटून बसले होते. कोणी काहीही बोलत नव्हतं, कोणी काहीही ऐकत नव्हतं.

तांडेवाल्यांनी विचार केला, 'आता गोष्टी वेडाच्याही पुढे गेलेल्या दिसतात. गेल्या वेळी तो वेडा माणूस काही बोलत तरी होता. ते पहायलासुद्धा छान वाटत होतं. काही कळत नव्हतं तरी ते बोलणं चांगलं वाटत होतं. आत्ता या वेळी हा वेडा डोळे मिटून बसलेला दिसतोय आणि त्याचे ते मूर्ख शिष्यही तसेच बसलेत. इथं तर आपल्यासाठी आता काही नाहीच' असा विचार करतच ते तिथूच निघून गेले.

दुसऱ्या वेळी तिथून जाताना पुन्हा ते त्या किल्ल्यात आले. वेडेपणा किती प्रमाणात वाढलाय हे त्यांना पहायचं होतं. आत्ता या वेळी फक्त जलालुद्दीन एकटेच बसलेले होते. दुसरं कोणीच नव्हतं.

तांडेवाल्यांनी विचार केला, 'सगळे मूर्ख लोक निघून गेलेले दिसतात. हे सारं फारच विचित्र आहे. शिष्यांची प्रगती फारच चमत्कारिक दिसतेय. हे सारेजण गेले असतील कुठे?'

आसपास तिथं कुणीच नाही पाहून त्यांनी धैर्य करून जलालुद्दीन रुमी यांना विचारलं, "खरं पाहता तुमच्या एकांतात अडथळा आणण्याची इच्छा नाही. परंतु मनातली उत्सुकता आम्हाला गप्प बसू देत नाहीये, ती म्हणजे तुमच्या शिष्यांचं काय झालं? कुठे गेले ते?"

जो माणूस हा प्रश्न करत होता त्याच्याकडे त्यांनी शांतपणे पाहिलं. त्या माणसामागे तांड्यातील सारे लोक उभे राहून पहात होते. जलालुद्दीन म्हणाले, "गेले कांही दिवस मी पहातोय. पहिल्या वेळी तुम्ही इथं थांबलात तेव्हा मी शिष्यांना शिकवत होतो. शांतपणे, स्तब्धतेत त्यांनी बसण्याची त्यांची तयारी करत होतो. दुसऱ्या वेळी तुम्ही आलात तेव्हा ते बऱ्यापैकी तयार झाले होते त्यामुळे शांतपणे ते माझ्यासमोर बसले होते.

आत्ता तिसऱ्या वेळी तुम्ही आलात तर ते सारेजण माझा संदेश वेगवेगळ्या ठिकाणी पोचवायला गेले आहेत. ते आता परिपक्व झाले आहेत. ते काहीतरी शोधायला या जागी आलेले होते. आता मात्र ते गेले आहेत आणखी काही वेडी माणसं पकडण्यासाठी! नवीन माणसांसाठी पुन्हा मला सुरवात करायला पाहिजे. त्या वेळी मी पुन्हा शिकवेन. शांतीपूर्ण अवस्थेत कसं राहायचं ते शिकवेन. ते तसे तयार झाले की नंतर माझ्यासमवेत शांतपणे, स्तब्धतेत ते काही काळ व्यतित करतील. आम्हा एकमेकांचा हृदयांतर्गत संवाद झाला की परत मी त्यांना बाहेरच्या जगात पाठवेन... आणखीन काही अशीच वेडी माणसं आणायला!"

मिलारेपा, साक्षात्काराला भाषा नाही. पण तो दुसऱ्यापर्यंत पोचवण्याचे

अनेक मार्ग आहेत... भाषेशिवायचे मार्ग आहेत. एकवेळ भाषेचा, एखादी करामत म्हणून उपयोग होऊ शकतो, परंतु भाषा ही प्रत्यक्ष अनुभवाचा खरेपणा व्यक्त करण्याचं साधन ठरू शकत नाही. एकमेकांच्यातली देवाणघेवाण ही फक्त कम्यूनमधेच होऊ शकते, कम्युनिकेशनमधे नाही.

प्रत्येक गोष्टीचा उपयोग होऊ शकतो. प्रत्येक साक्षात्कारी पुरुष वेगवेगळ्या तऱ्हा उपयोगात आणतात. जलालुद्दीन रुमी हे नृत्य करायचे. त्यांचं नृत्य इतकं प्रभावी असायचं की त्याच्या संसर्गानं सारे लोक नाचू लागत असत. त्यांच्याबरोबर नृत्य करण्यानं काहीतरी अद्‌भूत बाहेर पडायचं.

गुरू नानकांनी भारतभर तसंच भारताबाहेर बराच प्रवास केला. भारताबाहेर गेलेले हे एकमेव भारतीय योगी. या साऱ्या प्रवासात फक्त एकच शिष्य त्यांच्याबरोबर होता. ते श्रीलंकेला गेले, मक्केला गेले, मदिनेला गेले. फक्त पायी चालत चालत प्रचंड प्रवास त्यांनी केला. एखाद्या झाडाखाली विश्रांतीसाठी त्यांचा शिष्य 'मर्दना'बरोबर ते थांबत. तो एक विशिष्ट प्रकारचं वाद्य वाजवीत असे आणि नानक गात असत. त्याचं ते वाजवणं आणि नानकांचं गाणं इतकं सुंदर आणि प्रभावशाली असायचं की इतरांना त्यांची भाषा कळली नाही तरीही त्या गाण्यातल्या सौंदर्यानं लोक आकृष्ट व्हायचे आणि त्यांच्याभोवती जमा होत असत.

गाणं संपल्यावर नानक शांत बसायचे. त्यांच्या गाण्यानं भारून गेलेली काही मंडळी निघून जायची आणि काही मंडळी भाषा कळत नसूनही त्यांच्या शांत आविर्भावाच्या प्रचंड आकर्षणात सापडून तिथं बसून रहायची.

ते तर अशिक्षित होते. खेडवळ भाषा बोलायचे. पंजाबी खेडवळ! परंतु जवळजवळ आशियाच्या अर्ध्या भागावर त्यांचा प्रभाव पडलेला होता. कोणतीही इतर भाषा येत नसतानाही शिष्य जमा केले. त्यांच्याबद्दलची एक अतिशय मौल्यवान गोष्ट मला आठवतेय. लाहोरजवळ एका ठिकाणी काही सूफी संतांचा पडाव पडलेला होता. पाचशे वर्षांपूर्वी त्या काळी ते फार प्रसिद्ध होते. तो सूफी संतमेळा पहाण्यासाठी लाहोरच्या आसपासहून अनेक मंडळी जमा होत असत.

नानकसुद्धा तिथे पोचले. त्या सूफीसंतांच्या राहुटीबाहेर ते आंघोळ करत होते तोच त्यांच्या मुख्य सूफींना समजलं की नानक बाहेर आलेत म्हणून! त्यांना नानकांची भाषा समजत नव्हती आणि नानकांना त्या सूफींची! परंतु काहीतरी मार्ग काढायलाच हवा होता. त्या सूफींच्या मुख्य योग्यांनी आपल्या एका शिष्याबरोबर एक सुरेख पेला दुधानं भरून नानकांकडे पाठवला. तो इतका भरलेला होता की कणभरसुद्धा दूध आणखीन त्यात मावलं नसतं. असा तो पेला त्यांनी नानकांकडे पाठवला.

'मर्दना' काहीच समजला नाही. तो नानकांना म्हणाला... "याचा अर्थ

काय आहे? हे बक्षीस समजायचं का आपलं हे स्वागत समजायचं?'' नानक हसले. त्यांनी आजूबाजूला पाहिलं... एक रानफूल तोडलं आणि त्या दुधात ठेवलं! ते इतकं नाजूक आणि हलकं होतं की त्यानं त्या दुधात काहीच फरक पडणार नव्हता किंवा एक कणभरही ते बाहेर पडणार नव्हतं. फूल घातलेला तो पेला त्यांनी त्या सूफी शिष्याजवळ परत दिला आणि घेऊन जायला सांगितलं. तो शिष्य म्हणाला, ''हे सारं विचित्र चाललंय. हे दूध यांना का देण्यात आलंय ते मला समजत नाहीये! आणि त्याहून चमत्कारिक म्हणजे या माणसानं त्यात एक फूल टाकून मला परत न्यायला सांगितलंय.' काहीच लक्षात येत नाहीये!''त्यानं त्या मुख्य सूफीला विचारलं, ''काय ते स्पष्टपणे उलगडून मला सांगा. हे काय चाललंय त्यातला अर्थ मला सांगाल का?''

मुख्य सूफी उद्‌गारले, ''हा भरलेला पेला नानकांकडे पाठवण्याचा माझा उद्देश होता की, ही जागा योगी माणसांनी भरून गेलेली आहे. या पेल्यासारखी! इथं दुसऱ्या कोणालाही आता जागा नाही. अगदी कणभरही! त्यामुळे आम्ही तुमचं इथं स्वागत करू शकत नाही. तुम्ही दुसरीकडे कुठेतरी जावं हे उत्तम! इथं विनाकारण गर्दी होईल. तेव्हा दुसरीकडे तुम्ही जावं! पण या माणसानं तर या पेल्यात एक तरंगणारं फूल टाकलंय. ते म्हणतात, ''तुमच्या या गदारोळात मी फक्त एका फुलाएवढा राहीन. मी तुमची एवढीसुद्धा जागा व्यापणार नाही किंवा तुमच्या या मेळाव्यात काही अडचणही आणणार नाही. मी फक्त एखाद्या या सुंदर फुलासारखा तुमच्या गर्दीत तरंगत राहीन.''

सूफींचे मुख्य गुरू नानकांजवळ आले आणि त्यांनी त्यांचे पाय धरले. काहीही न बोलता त्यांचं स्वागत केलं. कोणत्याही भाषेशिवाय! नंतर गुरू नानक, त्यांचे अतिथी म्हणून काही दिवस तिथं राहिले. रोज गाणी गात राहिले आणि सूफी मंडळी नाचत राहिली. आनन्द घेत राहिली. ज्या दिवशी ते स्थान त्यांनी सोडलं त्या दिवशी सारे सूफी रडत होते. एवढंच काय, पण सूफींचे प्रमुख सुद्धा रडत होते. गावाच्या वेशीपर्यंत सारीजण त्यांना निरोप द्यायला आली. त्या वेळी दोन्हीकडून एकही शब्द बोलला गेला नाही; कोणत्याही भाषेचं आदान-प्रदान झालं नाही. तिथं कोणत्याच संभाषणाची शक्यताच नव्हती. परंतु एक विलोभनीय 'संवाद' मात्र तिथं घडला.

मिलारेपा, साक्षात्काराला भाषा नसते. परंतु साक्षात्काराचा आवाका इतका मोठा असतो की, त्यातला आनन्द, कृतार्थता, त्यातला खरेपणा, प्रेम, करुणा हे सारं सारं वेगवेगळ्या मार्गानं प्रकट होतंच. मनुष्यप्राण्याच्या अत्युच्च जागरूकतेतला तो एक अनुभव असतो.

□

प्रिय ओशो

माझ्या मूळामधलं बालपण जेवढं म्हणून मला सापडल्याचा मी अनुभव घेतो तेंव्हाच तुम्ही माझ्या अंतर्मनात प्रवेश केल्याचं कळतं. या गोष्टीची जाणीव ज्या वेळी प्रखरपणानं होते त्या वेळी मी विलक्षण अस्वस्थ होतो, धाडकन माझ्या मनाचे दरवाजे बंद करतो आणि माझ्या कणखर अशा प्रौढ मनामधे वेगानं प्रवेश करतो. तुमचं 'आत' येणं, माझं मन स्वीकारत नाही. काही वेळा मी विचार करतो की, तुमचा माझ्या अंतरंगात होणारा प्रवेश हा माझा मला शोध लागल्याचा अनुभव आहे. त्या दोन्ही गोष्टी एकच आहेत. त्या मला विलक्षण अद्भूत वाटतात... खरोखरच मी म्हणजे एक वाया गेलेली गोष्ट असं तुम्हाला वाटतं का?

प्रबोध नित्यो...

तू म्हणजे वाया गेलेली गोष्ट असं नाही. परंतु तू त्या मार्गाला जाऊ शकशील हे खरं! कारण त्याला अनुकूल अशी परिस्थिती तू तयार करतोयस. तू केलेला प्रश्न असा आहे की, माझ्या आतलं मूळ बालपण मी जेव्हा अनुभवतो तेव्हा तुम्ही माझ्या अंतरंगात प्रवेश करता.'' तू मला तुझ्या अंतरंगात प्रवेश करू देणं हेच तर तुझ्या जीवनाचं ध्येय असायला पाहिजे. परंतु त्याबद्दल आनन्द व्यक्त करण्या-ऐवजी तू म्हणतोस, ''मी अस्वस्थ होतो, धाडकन दार बंद करून घेतो आणि माझ्या कणखर अशा प्रौढ मनात प्रवेश करतो'' ज्या गोष्टीची अतीव उत्कटतेनं आत्तापर्यंत प्रतीक्षा केली ती अलौकिक गोष्ट तुझ्या दाराशी आलेली असताना, आपण याच गोष्टीची उत्कटतेनं वाट पाहिली होती, कदाचित याच एका कारणास्तव आपण जगत होतो हे तू पूर्णपणे विसरतोस... तू अस्वस्थ होतोस, धाडकन दार लावून घेतोस आणि तुझ्या प्रौढ अशा कणखर मनात निघून जातोस. मला तुझ्या अंतरंगात प्रवेश करू द्यायला तू मनाला परवानगी देत नाहीस.

आणि हीच एक जुनी सवय आहे. ही भीती ही प्रत्येकाच्या मनात येतच असते. एका बाजूला तुझ्यात मी बदल घडवावा असं तुला वाटतं, आणि दुसऱ्या बाजूला त्या बदलाला तू घाबरतोस - एका बाजूला कुठल्यातरी

क्रांतीची अपेक्षा करून नवीन, ताजंतवानं काहीतरी घडावं अशी इच्छा मनात धरतोस, आणि दुसऱ्या बाजूला, तुझ्यावरची जुन्या गोष्टींची पकड जास्त घट्ट आहे असं दिसतं. म्हणून जोपर्यंत तुझी प्रार्थना ऐकली जात नाही तोपर्यंत आहे ते ठीक आहे.

लाखो लोक मंदिरात जातात, चर्चला जातात, गुरुद्वारात मशिदीत जातात. कारण काय? तर एकच कारण ते म्हणजे त्यांची प्रार्थना ऐकायला तिथं परमेश्वर नसतोच. परमेश्वरानं जर त्यांच्या प्रार्थना ऐकल्या तर एकही माणूस मंदिरांच्या जवळपाससुद्धा जाणार नाही. ईश्वराकडून प्रार्थना ऐकल्या गेल्या तर तुझ्यासारखाच त्यांनाही धक्का बसेल, कारण ईश्वरी शक्तीचं तुमच्या अंतरंगात आगमन होणं, किंवा मनापलीकडे असलेल्या शक्तीचं 'तुमच्या' आत येणं म्हणजे तुमच्यातला असा काही भाग व्यापून टाकणं आहे की जो तुमच्या स्वत:पेक्षा खूपच प्रचंड आहे.

साक्षात्काराचा क्षण विलक्षणच असतो. आपण खरोखरच गडबडून जातो. तुम्ही तुमच्या ताब्यातच राहत नाही. तुमचा ताबा त्या विश्वशक्तीनं घेतलेला असतो. ती शक्ती एवढी जबरदस्त आहे की जर तुमचा अहंकार, तुमचं वैयक्तिक अस्तित्व, ते संपते की काय ही भीती इ. गोष्टी जर आड आल्या तर त्या शक्तीचा जबरदस्त तडाखाच बसू शकतो आणि तुम्ही गर्भगळीत होता. नकळतच भीतीपोटी या विलक्षण साक्षात्कारी अनुभवाला थोपवण्यासाठी तुमचे प्रयत्न चालू रहातात.

''आणि काही वेळा मला असं वाटतं की, तुमचा माझ्या अंतर्मनात प्रवेश होणं आणि माझा मला शोध लागणं या गोष्टी दोन्ही एकच आहेत'' असं तू म्हणतोस! पण याच वेळा अशा असाव्यात की त्या वेळी तुझ्यापासून मी दूर असेन आणि तुझा कुणी ताबा घेण्याची भीती नसेल.

मी तुझी प्रार्थना ऐकेन अशी जेव्हा भीती नसेल, किंवा मी तुझ्या अंतरंगाच्या दाराशी जवळ असण्याचीही भीती नसेल की ज्या वेळी तुला नेहमी दार लावून घ्यावं लागतं! हेच जास्त सत्य आहे. हेच तर तू मला विचारलं आहेस! घडलेल्या प्रत्येक क्षणाविषयी तू मला विचारलेलं आहेस.

हीच खरीखुरी परिस्थिती आहे की, माझा तुझ्या आंत प्रवेश म्हणजेच तुझा तुला शोध लागणे, खोलवर गाभ्यात तू आणि मी वेगळे नाही. कुणीच तसं वेगळं नसतं. अगदी आतल्या केंद्रस्थानी आपण सारे सारखेच असतो, म्हणूनच जेव्हा तू तुझ्यातल्या लहान मुलाला किंवा तुझ्यातल्या निष्पापपणाला किंवा माझ्या तुझ्यामधल्या प्रवेशाला मोठ्या मनानं स्वीकारतोस ते सारं एकच आहे. सारखं आहे. हे तुला जेव्हा जाणवतं ते क्षण हे खरोखर चांगलेच म्हणायला

पाहिजेत. परंतु हे तुला केव्हा जाणवतं तर जेव्हा काहीच घडत नसतं, तू तुझ्या दृष्टीनं पूर्ण सुरक्षित असतोस, दारं लावून घेतलेली असतात, प्रत्येक येणाऱ्या गोष्टीसाठी दार धाडकन बंद केलेलं असतं आणि तुझ्या प्रौढ अशा कणखर मनामधे तू संरक्षित असा असतोस.

त्यानंतर मग तू पुन्हा विचार करायला लागतोस. कारण तुझं मन हे तुझं समाधान नाही. तुझं मन ही तुझी शांती नाही. तुझं मन हा तुझा ईश्वर नाही. तुझं मन हा तुझा तुरुंग आहे. आणि तुझ्या विचाराप्रमाणे त्यात तू सुरक्षित असतोस.

ज्या वेळी अमेरिकेत मी पहिल्या तुरुंगात होतो, कारण ते सतत मला वेगवेगळ्या तुरुंगात हलवत होते, बारा दिवसातला माझा अनुभव हा फारच रोमहर्षक असा होता. अगदी अनपेक्षित असा तो अनुभव होता. बारा दिवसांत पाच तुरुंगांतून माझं वास्तव्य झालं... पहिल्या तुरुंगातला तुरुंगाधिकारी एक छानसा म्हातारा माणूस होता. माझ्या फारच चटकन जवळ आला होता तो! तिथं जाताक्षणी त्यानं मला सांगितलं, ''इथं तुम्ही अगदी सुरक्षित आहात.'' मी त्यांना म्हणालो, ''अगदी बरोबर! तुरुंगामधे खरोखरच माणूस सर्वांत सुरक्षित असतो! सुरक्षितता आणि तुरुंग हे समानच आहेत. बाहेर सगळ्या प्रकारचे धोकेच धोके! इथं तुरुंगामधे कोणीही तुमच्यावर डल्ला मारू शकत नाही, कुणीही तुमचा खून करू शकत नाही. इथं तुम्ही पूर्णपणे सुरक्षित असता. तुम्ही म्हणताय ते खरंच आहे. परंतु तुम्ही तुमचा स्वत:चा सल्ला मानतच नाही.''

ते म्हणाले, ''म्हणजे काय?

मी म्हणालो, ''अमेरिकेत आत्तापर्यंत वीस टक्के राष्ट्राध्यक्षांचे कट करून खून झालेले आहेत. संपूर्ण जगातला कपटानं खून करण्याचा हा उच्चांक आहे. प्रत्येक पाच अध्यक्षांमागे एक खून, असं आत्तापर्यंतच प्रमाण आहे.''

ते तुरुंगाधिकारी म्हणाले, ''या खुनांचा विषय इथं येण्याचं कारणच काय? मला काही कळत नाही.''

मी तत्क्षणी त्यांना म्हणालो, ''मला तुरुंगात ठेवण्याऐवजी तुम्ही खरं म्हणजे तुमच्या राष्ट्राध्यक्षांना तुरुंगात ठेवलं पाहिजे. रोनाल्ड रेगन यांना तुरुंगाची खरंच गरज आहे. इथं ते अगदी सुरक्षित राहतील. माझा विचार करायचा झाला तर आत्तापर्यंत मी बाहेरच जास्त आयुष्य काढलंय. तुम्ही असे किती दिवस मला तुरुंगात ठेवणार? तुम्ही बेकायदेशीरपणे मला तुरुंगात डांबलेलं आहे. माझ्याविरुद्ध पकड वॉरंटसुद्धा नाही. मी कोणताही गुन्हा केल्याचा माझ्याविरुद्ध तुमच्याजवळ पुरावा नाही. त्यामुळे फक्त चारदोन दिवसांच्या सुरक्षिततेचा उपयोग

काय? नंतर मी बाहेरच पडणार! नाही का! शिवाय लोकांच्या दृष्टीनं मला काही महत्त्व नाहीये. मी काही कुठल्या देशाचा राष्ट्राध्यक्ष नाही वा पंतप्रधान नाही किंवा कुठल्या धर्माचा धर्मगुरू नाही. त्यामुळे मला सुरक्षिततेची गरजच नाही. तुमची कल्पना खरोखरच महान आहे. तुम्ही लोकांनी खरं म्हणजे सिनेटपुढे हा प्रस्ताव जरूर मांडला पाहिजे की जो कोणी अध्यक्ष म्हणून निवडला जाईल तो तात्काळ तुरुंगात टाकला पाहिजे. या मार्गानं वीस टक्के खुनाचे प्रकार तुम्ही थांबवू शकाल.''

ते अधिकारी म्हणाले, ''अरे बापरे! तुम्ही खरोखरच धोकादायक आहात. मी तुमच्याबद्दल नुसतं ऐकलं होतं! परंतु तुम्ही खरंच धोकादायक आहात. कसली भन्नाट कल्पना तुम्ही माझ्या मेंदूत टाकलीय? मी तर आता निवृत्तीच्या मार्गावर आहे... कृपा करून मला अडचणीत आणू नका.''

मी म्हणालो ''इथं सुरक्षितता आहे ही खरं म्हणजे 'तुमची' कल्पना! आणि तुम्ही तरी बाहेर का राहता? बाहेर फार धोके आहेत. तुम्हीपण आत या आणि सुरक्षित रहा! काय.. कशी वाटली ही कल्पना?''

ते म्हणाले, ''तुमच्याशी वाद करणं खरंच कठीण आहे. खरं पाहाता ही सर्व कल्पना निरर्थक आहे, परंतु तुम्ही ती पटवून मात्र उत्तम रीतीने दिली आहे. हे कबूल करायलाच पाहिजे.'' त्यावर मी त्यांना म्हणालो, ''तुमचीच तर ही कल्पना. तुम्ही अस्वस्थ का होता? तुम्हाला इथं कोणीही त्रास देऊ शकणार नाही. मी फक्त तर्कशुद्ध पद्धतीनं तुमच्या कल्पनेचा पाठपुरावा केला इतकंच! तुमचा स्वत:चा सल्ला मानायचा असेल तर मुळीच घरी जाऊ नका.''

आणि त्यानंतर ते म्हातारे अधिकारी खरोखरच माझ्या प्रेमात पडले. तीन दिवस त्या तुरुंगाच्या रुग्णालयात मी होतो. तिथल्या परिचारिकांनी मला सांगितलं, ''हा माणूस (तुरुंगाधिकारी) यापूर्वी सहा महिन्यातून एकदा किंवा वर्षातून एकदा इथं भेट द्यायला यायचा. पण तुम्ही आल्यामुळे इथलं वातावरण बदलून गेलंय. आता दिवसातून कमीतकमी सहा वेळा ते इथं येतात. ते त्यांच्या ऑफिसमधे बसूच शकत नाहीत.''

माझ्या बाबतीत त्यांची आस्था इतकी होती की स्वत:च्या ऑफिसमधे ते मला घेऊन जायचे... ''चला हो. कपभर कॉफी घेऊ या. आणि गप्पा मारूया'' असा त्यांचा सतत आग्रह असायचा. मी त्यांना एकदा म्हणालो, ''हे पहा - सरकारला हे जर का कळलं ना तर तुम्ही अडचणीत याल बरं!''

पट्कन ते म्हणाले, ''मी मुळीच काळजी करत नाही. कारण आता मी निवृत्तच होणार आहे.''

त्यानंतर जगातल्या प्रसारमाध्यमांकडुन माझी मुलाखत घेण्याचं ठरलं. ते

अधिकारी म्हणाले, ''ही खरं पाहता अपूर्व गोष्ट आहे, तरीही जागतिक पत्रकार परिषदेसाठी मी इथं निश्चित परवानगी देईन.'' आणि त्यांनी म्हटल्याप्रमाणे केलं. त्या तुरुंगामधे शंभर पत्रकार, टेलीव्हीजन, रेडिओ, वर्तमानपत्र, मासिकं, केबलचालक या सर्वांचे प्रतिनिधी तिथे हजर राहिले.

ते म्हणाले, ''मी तर निवृत्तीलाच आलोय... जास्तीतजास्त काय होईल? तर ते मला त्यापेक्षा आधी निवृत्ती देतील यापेक्षा जास्त ते काय करणार? आणि तुरुंगाच्या कायद्यात असं कुठेही लिहिलेलं नाहीये की तुरुंगामधे पत्रकारपरिषद घेऊ नये म्हणून! त्यामुळे कोणताही प्रश्न उद्भवत नाही...''

त्यांनी त्या पत्रकारपरिषदेचा मन:पूर्वक आनन्द लुटला. पत्रकारांसमोर मी जे काही बोललो ते ऐकायला त्यांचा सगळा नोकरवर्ग हजर होता. डॉक्टर्स, नर्सेस... सगळे सगळे हजर होते. त्यानंतर दुसऱ्याच दिवसापासून त्यांच्या सगळ्यांच्या कुटुंबातली मंडळी, मुलंबाळं मला भेटायला यायला लागली. मुलं माझ्या स्वाक्षऱ्या घ्यायला लागली - वर्तमानपत्रातून आलेल्या माझ्या छायाचित्रांची कात्रणं तिथल्या परिचारिकांनी जमवायला सुरवात केली. ''या ठिकाणी तीन दिवस तुमचं वास्तव्य होतं हे आमच्या कायम स्मरणात राहील. जतन करून ठेवणाऱ्या या आठवणी. या तीन दिवसांत हा तुरुंग... तुरुंग म्हणून वाटलाच नाही. त्या परिचारिका त्यांच्या सूट्टीच्या दिवशी सुद्धा यायच्या...

हं, तर प्रबोध नित्यो, तुला तुझ्या सुरक्षिततेची काळजी वाटते. जर मी तुझा ताबा घेतला किंवा तुझं जे केंद्रस्थान आहे तेच मी बनलो तर तुझ्या सुरक्षिततेचं काय होणार? तू तर आधीच तुरुंगात राहतोयस. पण जर का तुझ्या अंतरंगात माझा प्रवेश झाला तर मात्र तुला या तुरुंगातून मी निश्चितच बाहेर काढू शकेन. इतकंच काय पण या बाहेरच्या जगातूनही बाहेर काढू शकेन. आणि म्हणूनच तुझ्या त्या जुन्या-पुराण्या मनोव्यापारातून बाहेर काढण्याचे माझे प्रयत्न चाललेत.

तू काही अगदीच वाया गेलेली गोष्ट नाहीस. पण असंच वागत राहिलास, असाच विचार करत राहिलास तर मात्र मी तुला मदत करू शकणार नाही. म्हणजे मला ते शक्यच होणार नाही. तू जर अस्वस्थ झालास, जर तू धाडकन दरवाजे लावून घेतलेस, आणि वेगानं तुझ्या प्रौढ मनामधे परत गेलास तर तो एक मानसिक रोगाचा प्रकार मी समजेन. एका बाजूला तू मला तुझ्याजवळ येण्याचं आवाहन करतोयस आणि बदल घडवून आणण्याची विनंती करतोयस आणि दुसऱ्या बाजूला जेव्हा प्रत्यक्ष मी येतो तेव्हा तू दरवाजे लावून घेतोस.

एकदा काय ते निश्चित ठरव. तुला काय योग्य आहे ते ठरव. तुझं जुनं-पुराणं मन तुला आनंद देत असेल तर प्रश्नच नाही. मग मी येण्याची गरजच

नाही. तुझ्या जुन्या-पुराण्या मनासह खूष रहा. परंतु ही गोष्ट खरी नव्हेच. कारण तुझ्या जुन्या मनोवृत्तीत तू खूष असतास तर इथं आलाच नसतास. तू इथे आलायस ते काहीतरी नवीन शोधण्यासाठी, जे तुला ज्ञात नाही! एखादी किमया करणाऱ्या बदलाच्या शोधात तू इथे आलास तर आता धैर्यानं वाग... फक्त एखाद्या क्षणाचा प्रश्न आहे.

दरवाजे बंद करून घेण्याचं सोडून दे, संरक्षणार्थ पळून जाण्याचं बंद कर. मी तुझा नाश करू शकणार नाही. मी ज्याचा नाश करू शकेन ते म्हणजे तू नव्हेस. मी शोधून काढू शकतो आणि तुझंही खरं अस्तित्व शोधून काढायला मदत करू शकतो. परंतु तू पूर्णपणे एका गैरसमजुतीत वावरतोयस.

: हेन्री फोर्ड जेव्हा गेले, तेव्हा स्वर्गात प्रवेश करण्यापूर्वी देवानं त्यांची मुलाखत घेतली. त्यांच्या आयुष्यातलं सर्वांत मोठं यश कोणतं हे देवानं विचारल्यानंतर त्यांनी उत्तर दिलं की माझं 'मॉडेल - T फोर्ड' हे सर्वांत मोठं यश आहे. : तुम्हाला यावर काय म्हणायचंय? शेवटी हेन्री फोर्ड हा हेन्री फोर्डच! तो फक्त एकच भाषा जाणत होता. तसंच तुमच्यातलं जुनं मन हे फक्त एकच गोष्ट जाणतं ते म्हणजे 'स्वत:चा बचाव'! परंतु प्रत्यक्ष जीवनात संरक्षणाची ही सारी साधनं कुचकामी ठरतात. प्रकृतीपुढे ती सारी पोकळ ठरतात. जे प्रकृतीवर विश्वास ठेवतात त्यांच्या दृष्टीनं जीवन हे अर्थपूर्ण असतं त्यामुळे बचाव करण्याची गरजच उरत नाही. कारण संपूर्ण विश्व हे तुझंच घर बनून जातं. सगळे तारेतारका, सागर, पर्वत हे सगळं हे तुझ्या घराचाच भाग असतात. ही सगळी सृष्टी तुमच्या जीवनाचा मूलस्रोत असते. त्यामुळे भीतीचं कारणच नाही, सगळी कवाडं बंद करून घेऊन अविश्वासाच्या वातावरणात अंधार-कोठडीत रहाण्याची गरजच नाही. अविश्वास म्हणजे जवळजवळ मृत्यूच! विश्वास म्हणजेच खरं जीवन...

ठीक आहे, मनीषा?

होय, ओशो!

□□□

सत्र : सात

२७ जून १९८७ सकाळ

*तु*मच्या मनाची मुळं तसंच त्याचे प्रकार जाणून घेण्यासाठी प्रयत्न करा असं मी कधीच म्हणणार नाही. त्याला वेळ वाया घालवणं म्हणता येईल. फक्त जागरूक असणं पुरेसं आहे. अगदी पुरेसं आहे. तुम्ही जेव्हा जागरूक बनता तेव्हा मनाच्या पकडीतून बाहेर पडता आणि मन म्हणजे एक मृतावशेष बनून जातं.

'मना'पासून सावध रहा कारण ते आंधळं असतं!

प्रिय ओशो

माझ्या मनोवृत्तीच्या जुन्या-पुराण्या पद्धतींची मुळं जाणून घेऊन मग एकामागोमाग एक त्यांचा त्याग मी करावा, का फक्त जागरूकता पुरेशी आहे? तुम्ही काही भाष्य करू शकाल?

देव सुपर्णी...

पाश्चात्त्य मानसशास्त्र आणि पौर्वात्य मानसशास्त्र यांमधे फरक करणारी ही एक गोष्ट आहे. पाश्चात्त्य मानसशास्त्र तुमचं मूळ शोधण्याचा प्रयत्न करतं, परंतु त्यानं अजूनपर्यंत फारशी मदत झालेली नाही. त्यामुळे फार फार तर होतं काय तर तुम्ही जास्तीत जास्त समजूतदार बनता, जास्त शांतचित्त बनता, अतिशय स्वाभाविक, सरळ बनता. तुमचं मन हे कोणत्याही गोंधळावाचून स्वस्थचित्त राहतं. गोष्टी जराशा पूर्वीपेक्षा जास्त स्थिरस्थावर झाल्यासारख्या होतात. परंतु... मूळ प्रश्न जसेच्या तसेच राहतात. सुस्तपणे पडून राहतात. मत्सर, तुमच्यातला प्रक्षोभ, तिरस्कार, लोभ, महत्त्वाकांक्षा इत्यादी सारे विकार तुम्हाला जाणता येतात, कळतात. पण ही जाणीव फक्त बौद्धिक पातळीवर असते. त्यामुळेच पाश्चात्त्य जगातला अगदी मोठ्यातला मोठा मानसशास्त्रज्ञ सुद्धा आशियातल्या योगी महात्म्यांच्या कितीतरी दूर आहे.

पाश्चात्त्य मानसशास्त्राचा शोध लावणारा सिगमंड फ्राईड हा शास्त्रज्ञ 'मृत्यू'ला अत्यंत घाबरत असे. 'मृत्यू' या नुसत्या शब्दानंसुद्धा तो कोमात जात असे. तो बेशुद्ध पडायचा. मृत्यूच्या भीतीचं त्याचं वेड फारच भयंकर होतं. त्याच्या बाबतीत असं एकूण तीन वेळा घडलेलं होतं. तो भूतांनाही खूप घाबरायचा. त्यामुळे दफनभूमीच्या जवळून (सुद्धा) तो कधी जात नसे. सिगमंड

फ्राईडसारखा कुशाग्र बुद्धिमत्तेचा मानसशास्त्रज्ञ की ज्याला मनाची सारी पाळंमुळं माहीत होती, मनाच्या सूक्ष्म व्यवहारांबद्दल तो सारं काही जाणून होता तरीही तो स्वत: मनांच्या मर्यादेतच जगत होता.

म्हणूनच बुद्धिमत्तेपेक्षा जागरूकता ही जास्त महत्त्वाची. ती तुम्हाला मनाच्या पलीकडे घेऊन जाते. ती मनाच्या मर्यादेत असलेल्या प्रश्नांची, त्याच्या पाळा-मुळांची मुळीच फिकीर करत नाही. ती मनाला एका बाजूला ठेवनू देते आणि तुम्हाला बाहेर काढते. या एकाच कारणास्तव आशियामधे 'मानसशास्त्र' या विषयामध्ये फारसं संशोधन झालेलं नाही.

हे खरं पाहता अद्भूतच म्हणायला पाहिजे की, जवळजवळ दहा हजार वर्षे आशियामधे सातत्यानं, नेमकेपणानं फक्त मनुष्याच्या जागरूकतेवर, जाणिवांवरच जास्त सखोलतेनं काम झालेलं आहे; परंतु पाश्चात्त्यांच्या मनोविश्लेषणाबाबत किंवा मानसोपचार पद्धतींविषयी काहीही फारशी प्रगती झालेली नाही. जवळजवळ दहा हजार वर्षं कुणा एकानंही या विषयाला स्पर्श करू नये ही खरोखरच आश्चर्याची बाब आहे. मनाच्या जाणिवांचा अभ्यास करण्याऐवजी आशियामधे अत्यंत वेगळ्या दृष्टिकोनातून याबद्दल विचार झाला, तो म्हणजे 'मनाशी तादात्म्य नाकारणं'! 'मी मन नाही' असं समजणं. एकदा का या अशा जागरूकतेचे कण तुमच्यात जमायला लागले की मग 'मन' हे पूर्णपणे नपुंसक बनून जातं.

आणि मनाची शक्ती कोणती? तर तुमचं त्याच्याशी तादात्म्य होणं! तुम्ही जितके जितके मनानं गुंतून विचार करायला लागता तसतसे त्याचे गुलाम बनून जाता. त्यामुळे त्या मनाची पाळंमुळं खणून काढणं, त्यामागची कारणं शोधणं, स्वप्नांचा अभ्यास करणं, त्यावर संशोधन करणं, त्यांचे अर्थ लावणं, आणि हे सारं प्रत्येकांचं वेगवेगळं असणं हे खरोखर निरर्थक आहे. म्हणूनच मानसशास्त्र हे अजूनही शास्त्र म्हणून नाहीच, तर ते कल्पितच आहे.

सिगमंड फ्राईडचा जर विचार केला तर असं दिसून येतं की, प्रत्येक स्वप्नाचा अर्थ तो लैंगिकतेकडे नेतो. लैंगिक विषयांनी त्याचं मनं पछाडलेलं आहे. कोणताही प्रश्न त्याच्या समोर आला की लैंगिक दृष्ट्या तो त्याचा विचार करणार!

तसंच आल्फ्रेड ॲडलर घ्या. त्याचं म्हणजे तो प्रत्येक प्रश्नाचा विचार 'इच्छाशक्ती'च्या कल्पनेवर आधारित करायचा. त्यानं एक निराळाच अभ्यास शोधून काढला... पृथक्करणात्मक मानसशास्त्र आणि इच्छाशक्ती! आणखीन एक शास्त्रज्ञ कार्ल गुरनाव्ह जंग! तो प्रत्येकाचा अर्थ तुमच्या भूतकाळातल्या जगण्याचा प्रतिध्वनी म्हणून समजायचा. पुराणकथेच्या अंगानं त्याचं संशोधन असायचं. असे अनेक शास्त्रज्ञ आणि त्यांची अनेक मतं!

ॲसागिओली (Assagioli) नावाचा एक महान मानसशास्त्रज्ञ की ज्यानं अनेकांची संशोधनं, वेगवेगळे सिद्धान्त एकत्र आणण्याचं मोठं काम केलं. परंतु त्यानं केलेलं एकत्रीकरण पूर्णपणे निरर्थक आहे. एकवेळ मानसशास्त्रीय पृथक्करणात थोडाफार तरी काही सत्याचा भाग आहे, परंतु अनेकांच्या अनेक अभ्यासाच्या संयोगातून केलेलं हे एक वेगळं शास्त्र हे संपूर्णपणे भंगार गोळा केल्यासारखं आहे. एकाकडून एक घ्यायचं, दुसऱ्याकडून दुसरं घ्यायचं आणि ते जोडून टाकायचं... बस्स... इतकाच त्याला अर्थ!

ॲसागिओली बुद्धिमान होता, त्यामुळे त्यानं अनेक ठिकाणांहून गोळा केलेले तुकडे मात्र बसवले अगदी योग्य ठिकाणी!

सिगमंड फ्राईडमधे महत्त्वाचं काय होतं तर काही विशिष्ट संदर्भात ते संदर्भ फार काळ टिकणारे का नसेनात पण जे महत्त्वपूर्ण वाटलं ते त्यानं घेतलं. परंतु संदर्भविरहित गोष्टीमधे ते निरर्थक ठरत होतं. तसंच ॲसगिओली या शास्त्रज्ञानं अशा अनेक गोष्टी एकत्र करून काहीतरी वेगळं करण्यात आयुष्य घालवलं, परंतु महत्त्वपूर्ण असं काहीही तो निर्माण करू शकला नाही. आणि या सर्वांनी कठोर परिश्रम केलेले होते.

परंतु आशियामधे मन हे पूर्णपणे दुसऱ्या बाजूला नेण्याविषयी विचार मांडले गेले. त्याची कारणं, त्याची पाळंमुळं शोधण्यापेक्षा त्यांनी एक गोष्ट शोधून काढली. ती कोणती? तर मनाला शक्ती कुठून मिळते? कुठून येऊन ही शक्ती मनाला कार्यरत करते? तर ती शक्ती तुमच्या मनाशी असणाऱ्या तादात्म्यतेतून मिळत असते. ''मीच ते आहे''! ही भावना! आशियामधे हा तुमच्या मनाशी जोडलेला तादात्म्यतेचा पूल तोडला जातो. मी शरीर नाही; मी म्हणजे मन नाही, एवढंच काय पण मी म्हणजे हृदयही नाही.. तर मी म्हणजे शुद्ध जागरूकता, सावधता! मी फक्त साक्षी!

ही जागरूकता जसजशी खोलवर, अगदी कणाकणात भरून राहते तसतसं मन त्याची सारी शक्ती गमावून बसतं. तुमच्यावर त्याचा काहीही परिणाम होत नाही. आणि ज्या वेळी ही जागरूकता तुमच्यात शंभर टक्के स्थिर होते त्या वेळी 'मन' या गोष्टीची नुसती वाफ होऊन जाते. ती संपतेच.

पाश्चात्त्य मानसशास्त्र म्हणूनच अजूनही पूर्णपणे यशस्वी ठरलेलं दिसत नाही. हजारो मंडळी मानसशास्त्रीय उपचार, औषधांचा अवलंब करूनसुद्धा अजूनही एक सुद्धा व्यक्ती एवढंच काय, पण त्याचा संस्थापकसुद्धा साक्षात्कारी झालाय, ज्ञानी झालाय असं म्हणता येणार नाही. किंवा त्याच्या चिंता, काळज्या, भय, असाध्य वेडाचे प्रकार आणि जीवनातले प्रश्न यापासून तो मुक्त झालाय असं म्हणता येणार नाही. प्रत्येकात या गोष्टी आहेत तशाच आहेत. जशा त्या

तुझ्यात आहेत.

सिगमंड फ्राईडला अनेक वेळा त्याचे शिष्य म्हणायचे, 'तुम्ही आम्हा सर्वांचं मानसशास्त्रीय पृथक्करण केलं आहे. आम्ही आमच्या स्वप्नांचे अर्थ तुमच्याकडून समजावून घेतले. आता तुमच्या स्वप्नांचे अर्थ समजून घेऊन तुमचं मानसशास्त्रीय पृथक्करण करायला आम्हाला मिळालं तर आमच्या दृष्टीनं ती फार मोठी संधी होईल.'

परंतु सिगमंड फॉईडनं ते कधीही मान्य केलं नाही. या त्याच्या नकारावरून एवढं स्पष्ट होतं की, मानसशास्त्रीय पृथक्करण किंवा मनोविश्लेषण करण्याच्या पद्धतीत केवढा प्रचंड कमकुवतपणा आहे तो! शिष्यांच्या स्वप्नामधून ज्या गोष्टी बाहेर पडल्या त्याच आपल्या स्वप्नातून पडतील, या भीतीनं त्यानं नकार दिला.

गौतमबुद्ध, महावीर किंवा नागार्जुन यांच्यासारखा सिगमंड फ्राईड हा जागरूक कधीच नव्हता... या साक्षात्कारी सत्पुरुषांना स्वप्नं कधी पडत नव्हती त्यामुळे त्यांचं पृथक्करण वगैरे प्रकारच नव्हते. कारण हे लोक मनाच्या पल्याड केव्हाच पोचलेले असल्याने मनाशी संबंधित सर्व गोष्टींपासून ते अलगच होते. ते जगत असत ते जागरूकतेनं, बुद्धीनं नव्हे. त्यामुळे त्यांच्या प्रतिक्रिया या जागरूकतेतून येत असत, मन आणि मनाच्या संबंधित आठवणी किंवा स्मरण यातून येत नसत. त्यामुळे कोणतेही मनोव्यापार दाबून टाकण्याची त्यांना गरजच नव्हती; त्यामुळे स्वप्न पडणं वगैरे कितीतरी दूर.

स्वप्न पडणं ही अवस्था म्हणजे दडपल्या गेलेल्या भावनांचा दुसरीकडे झालेला आविष्कार! अतिप्राचीन जमातीच्या टोळ्यांमधल्या लोकांना स्वप्नं पडत नाहीत. ते आयुष्यात एखादेवेळी स्वप्नं पहातात. आधुनिक आणि सभ्य अशा माणसांना पूर्ण रात्रभर स्वप्नं कशी काय पडतात याचं त्यांना आश्चर्य वाटतं. कारण संपूर्ण आठ तासांच्या झोपेतले सहा तास तुम्ही स्वप्न पहात असता. आणि हे टोळ्यांमधले लोक संपूर्ण आठ तास गाढ निद्रेत, शांतपणे, कोणताही अडथळा न येता रात्र घालवतात. सिगमंड फ्राईड हा 'आजारी मनाच्या' पाश्चात्त्य मंडळींबद्दल फक्त जागरूक होता. परंतु खऱ्या 'जागरूक' माणसांबद्दल तो स्वत: जागरूक नव्हता. तसं असतं तर संपूर्ण पाश्चात्त्य मानसशास्त्र बदलूनच गेलं असतं.

त्यामुळे सुपर्णी, तुमच्या मनाची पाळमुळं खणून काढून ती जाणून घ्या असं तुला मी कधीच सांगणार नाही. ते करणं म्हणजे शुद्ध वेळ वाया घालवणं आहे. फक्त जागरूक असणं पुरेसं आहे. अगदी पुरेसं आहे. तुम्ही जागरूक असलात तर मनाच्या पकडीतून सुटणं सहज शक्य होतं. आणि तसे तुम्ही

सुटलात तर मग मन हे जणू मृतावशेषच! मनाचे हे लोभ, हाव कुठून येते याचा विचार न करता त्यातून बाहेर कसं पडायचं हे ठरवा. अहंकार कुठून येतो, या प्रश्नानं स्वत:ची छळवणूक करू नका, कारण तो बौद्धिक प्रश्न आहे. स्व-शोधार्थ निघालेल्या माणसांसाठी तो महत्त्वाचा नाही.

अशी सगळ्याची पाळंमुळं खोदायची म्हटलं तर अनेक तात्त्विक भूमिकांतून विचार होऊ शकेल. अहंकार, मत्सर, लोभ, क्रूरता, तिरस्कार हे सारं कुठून येतं या प्रश्नावर डोकं घासणं, त्यांची पाळंमुळं शोधणं हे म्हणजे वेडेपणा आहे. कारण मन म्हणजे एक अफाट जंजाळ आहे. आणि आयुष्य फार लहान आहे. या जंजाळाचा शोध लावण्याच्या दृष्टीनं ते फार छोटं आहे. त्याची मुळं कदाचित अनेक जन्म मागे असतील. हळूहळू पाश्चात्त्य मानसशास्त्र त्या शोधांच्या जवळपास गेलेलं आहे.

उदा. प्राईमल् थेरपी

जानोव्ह समजतो की जोपर्यंत आपण प्रश्नांच्या मुळाशी जात नाही... म्हणजेच तो ख्रिश्चन असल्यामुळे एकच जन्म मानतो. या मानसशास्त्रीय शोधांची पाळंमुळं म्हणूनच याच जन्मात कुठेतरी बाल्यावस्थेत असणार हे तो गृहित धरतो. त्यामुळे तुमच्या बाल्यावस्थेतल्या आठवणी तो गोळा करायला सांगतो. त्याच्या संशोधनाची सुरवात ही अशी होते. परंतु नंतर मात्र एका विशिष्ट पायरीजवळ अडखळतो. कारण गाढ मोहनिद्रेत माणसाला फक्त बाल्य आठवत नाही, तर त्याचा जन्मही आठवतो, आईच्या पोटातले नऊ महिनेही आठवतात, आणि काही थोड्याफार मंडळींना तर अगोदरचा जन्मही आठवतो. त्यामुळे नंतर तो स्वत:लाच घाबरायला लागतो. ज्या बोगद्यात तुम्ही प्रवेश केलेला असतो तो न संपणारा असतो. तुम्ही जसजसे मागे जाता तसतसे एकामागून एक जन्मांची मालिका संपत नाही. तुमचं मन हे एका जन्माइतकंच जुनं नसून अनेक जन्मांचा त्याचा प्रवास झालेला असतो. त्यामुळे त्याची पाळंमुळं सापडणं शक्यच नाही. नाहीतर ते सापडण्यासाठी हजारो जन्म मागे जाऊन तुम्हाला प्रवास करावा लागेल आणि ते फारसं सोपं नाही. आणि त्यानंतरसुद्धा जरी तुम्हाला त्याची पाळंमुळं समजली तरीही फारसा मोठा बदल घडेल असं नाही. ते टाकून कसं द्यायचं याचा विचार तर तुम्हाला करायलाच लागेल.

आणि मनाचे राग, लोभ, मत्सर, तिटकारा इ. अडथळे एकेक करून टाकून द्यायचे म्हटलं तरी त्यासाठी अनेक जन्म खर्च करावे लागतील. तरच 'मन' हे संपूर्णपणे तुम्ही बाजूला टाकू शकाल! आणि एखाद्या अडथळ्याचा विचार करून त्या बाबतीत यशस्वी झालोय असं जरी वाटलं तरी इतर प्रश्न वाढतच असतात, उलट जास्त जोमानं, जास्त वेगानं एकत्र होऊन ते डोकं वर

काढतात. तो एक मूर्खपणाचा खेळच म्हणावा लागेल.

आशियामधे अजूनपर्यंत एकाही माणसानं हे असं कधी केलेलं नाही. चीन, जपान, भारत, अरब या देशांमधे कोणीच या अशा संशोधनाला महत्त्व देत नाही. हे तर सावलीबरोबर भांडल्यासारखं आहे. त्यांनी अत्यंत निराळ्या पद्धतीनं यावर विचार केलेला आहे आणि त्यात ते पूर्णपणे यशस्वी झालेले आहेत. त्यांनी काय केलं? तर फक्त त्यांच्यातली जागरूकता त्यांनी मनातून खेचून बाहेर काढली. मनाच्या बाहेर त्रयस्थासारखे एक साक्षीदार म्हणून उभे राहिले आणि खरोखरच चमत्कार घडला. कारण ते फक्त 'साक्षीदार' आहेत म्हटल्यानंतर 'मन' नंपुसक बनलं. त्याची त्यांच्यावरची सत्ता संपुष्टात आली. त्यामुळे 'मना'विषयी काही समजून घेण्याची गरजच उरली नाही. जागरूकता जसजशी वाढत जाते तसतसं मनाचं क्षुल्लकत्व वाढत जातं. अगदी एकाच मापात! जागरूकता जर पन्नास टक्के वाढत असेल तर मनाची शक्ती पन्नास टक्क्यानं कमी होणार. जागरूकता तर सत्तर टके, तर मन तीस टक्के आणि जेव्हा जागरूकता शंभर टक्के होते तेव्हा मनाची सत्ता अंशभरही रहात नाही.

अशा तऱ्हेने आशियामधे 'मनाची अस्तित्वहीन अवस्था' शोधण्याकडे जास्त कल दिसून येतो. ती शांतता, शुद्धता, प्रसन्नचित्त अशी अवस्था त्यांच्या दृष्टीनं महत्त्वाची! या अवस्थेत अनेक जंजाळात जखडलेल्या मनासाठी जागाच नाही... एखादा दंवबिंदू जसा सूर्यप्रकाशात एका क्षणात विरून जातो तसं या अवस्थेमधे 'मन' नावाची गोष्ट विरून जाते. म्हणूनच मी म्हणेन की जागरूकता असणं हेच फक्त नुसतं महत्त्वाचं नाही, तर अत्यंत महत्त्वाचं आहे. पुरेसं आहे. त्याशिवाय दुसऱ्या कशाचीही गरज उरत नाही.

अजूनपर्यंत तरी पाश्चात्त्य मानसशास्त्रात ध्यानधारणेला जागा नाही. त्यामुळे ती मंडळी त्याच त्या वर्तुळात फिरत आहेत. निर्णय काहीच होत नाही; मार्ग काहीच निघत नाही. पंधरा पंधरा वर्षं मानसशास्त्रीय संशोधनात घालवलेली मंडळी तिथं आहेत. कारण अत्यंत भरभक्कम पगार या व्यवसायात मिळतो. पंधरा वर्षं घालवल्यामुळे ती मंडळी सतत मानसशास्त्रीय पृथक्करण करण्याच्या व्यसनात अडकल्याप्रमाणे झालेली आहेत. आता या 'कामाशिवाय' ते राहूच शकत नाहीत. एक प्रश्नही सुटलेला नसतो तोच दुसरा उभा असतोच. हे सारं अमली व्यसनाप्रमाणेच आहे. लोकांनाही असं स्वत:चं मानसशास्त्रीय पृथक्करण करून घेण्याची सवय जडलीय. एकाकडून समाधान नाही झालं की दुसरीकडे जायचं... असं नाही केलं तर त्यांना काहीतरी हरवल्यासारखं वाटतं. परंतु या साऱ्याचा कोणालाच उपयोग नाही. तर संपूर्ण पश्चिमेकडे असा एकही माणूस निघाला नाही की ज्याचं संपूर्ण मानसशास्त्रीय पृथक्करण झालंय आणि तिथल्या

संशोधकांनी ते मान्यही केलंय. असा एकही माणूस का सापडू शकला नाही याचं साधं कारणंही मिळू न शकणं हा आंधळेपणाच म्हणायला पाहिजे.

कोणत्याही गोष्टीचं पृथक्करण किंवा सूक्ष्म अभ्यास हा तुम्हाला कधीही तुमच्या विचारांपलीकडची अवस्था दाखवू शकत नाही. मना'पलीकडे' जाण्यासाठी ध्यानधारणा हाच मार्ग आहे. हा एक साधा मार्ग आहे की जो पूर्वेकडच्या अनेक साक्षात्कारी व्यक्तींनी तयार केलेला आहे. त्यांनी मनाच्या संदर्भात काहीही केलं नाही. त्यांनी दुसरंच काहीतरी केलं... ते म्हणजे जागरूकता, सावधचित्त, जाणीवपूर्ण अशा अवस्थेविषयी प्रयत्न केले. ते मनाचा उपयोग एखाद्या वस्तूप्रमाणे करत होते.

ज्याप्रमाणे तुम्ही एखादं झाड पहाता, एखादा खांब पहाता, माणसं पहाता तसं मनाकडे अलिप्त राहून पहाण्याचे ते प्रयत्न करत होते. मन ही एक निराळी (स्वत:पासून निराळी) वस्तू असल्यासारखे पहात होते. या प्रयत्नात ते यशस्वी झाले. आणि ज्या क्षणी 'मन' ही वेगळी गोष्ट आहे हे पहाण्यात ते यशस्वी झाले तो क्षण म्हणजे 'मनाचा मृत्यू' होता. अशा वेळी त्या ठिकाणी मग विचारांची स्वच्छता, तसंच बुद्धीचं अंतर्धान पावणं आणि शहाणपण उत्पन्न होणं हे दिसून येतं. कोणतीच उलट प्रतिक्रिया होत नाही, तर प्रतिसाद दिला जातो. 'उलट प्रतिक्रिया' ही नेहमी तुमच्या मागच्या अनुभवांशी संबंधित असते. परंतु प्रतिसाद हा एखाद्या आरशासारखा असतो. तो तुमचा चेहरा दाखवतो. तो तुमच्या मागच्या आठवणी बाळगत नसतो. तुम्ही त्याच्यापासून दूर झालात की तो पुन्हा तसाच पूर्वीसारखा रहातो. कोणाचंही प्रतिबिंब नसलेला!

ध्यानधारणा करणारा मनुष्य हा सुद्धा शेवटी एक आरसाच बनून जातो. कोणतीही परिस्थिती त्याच्यामधे प्रतिबिंबित होते आणि तो त्या वर्तमान क्षणात त्याचा प्रतिसाद देतो. स्व अस्तित्वाशिवाय! त्यामुळे त्याच्या प्रत्येक प्रतिसादात ओघानंच नावीन्य, ताजेपणा, शुद्धता, सौंदर्य आणि एकप्रकारचा डौल येतोच. कोणतीही जुनी गोष्ट तो परत करत नाही. हे तर आपण सगळेच जाणतो की कोणतीही जुनी परिस्थिती ही तशीच राहात नाही. ती बदलत असते... नवीन होत असते.

त्यामुळेच भूतकाळातल्या परिस्थितीनुसार तुम्ही प्रतिक्रिया देत राहिलात तर नवीन परिस्थितीशी तुम्ही सामना देऊ शकत नाही. तुम्ही त्या शर्यतीत खूपच मागे पडता. तुमच्या अपयशाचं हेच तर कारण असतं. तुम्ही वस्तुस्थिती काय आहे ते पहात नाही, तुम्हाला तुमची प्रतिक्रिया महत्त्वाची वाटते. वस्तुस्थितीकडे तुम्ही डोळेझाक करता. ध्यानधारणा करणारा मनुष्य मात्र डोळे उघडे ठेवून वस्तुस्थिती पहात असतो. आणि ती वस्तुस्थिती त्याला प्रतिसाद द्यायला उद्युक्त

करत राहते. तो काही तयार उत्तरं घेऊन हिंडत नसतो.

गौतमबुद्धांची एक सुंदर कथा आहे. एकदा सकाळी एका माणसानं त्यांना विचारलं, 'देवाचं अस्तित्व आहे का?' बुद्धांनी त्याच्याकडे पाहिलं, खोलवर त्याच्या डोळ्यांत पाहिलं आणि ते उद्गारले, 'नाही, देव नाही!' त्याच दिवशी दुपारी दुसऱ्या एकानं त्यांना विचारलं, 'तुमचं काय मत आहे? देव खरंच आहे का?' पुन्हा त्यांनी त्याही माणसाच्या डोळ्यांत पाहिलं आणि ते उद्गारले 'होय... देव आहे!'

त्यांच्या परमशिष्य आनन्द त्यांच्याबरोबर होता. तो तर बुचकळ्यात पडला. परंतु त्याची सवय होती की तो कधीच कशाच्या मधे पडायचा नाही. नेहमी सारेजण निघून गेल्यानंतर गौतमबुद्ध झोपायला जात असत त्या वेळची वेळ ही खास 'त्याची' असायची. त्याला जे काही विचारायचं असे ते तो त्या वेळी विचारायचा. परंतु त्या दिवशी संध्याकाळी आणखी एक माणूस आला. खरं म्हणजे त्याचा प्रश्नही तोच होता. परंतु त्यानं तो निराळ्या पद्धतीनं विचारायला सुरवात केली. तो म्हणाला, 'काही लोक देवावर विश्वास ठेवतात; काही लोक ठेवत नाहीत... मी कोणत्या बाजूला असावं हे मला समजत नाही... कृपा करून मला मदत कराल?'

आनन्दा प्रचंड उत्सुकतेनं बुद्ध काय म्हणतात ते ऐकायला तयार झाला. दिवसभरात अत्यंत दोन विरुद्ध प्रश्न, आणि त्याची विरुद्ध उत्तरं त्यानं ऐकलेली होती. आता तिसरी संधी समोर आलेली होती. कारण या तिसऱ्या प्रश्नाला उत्तरच नव्हतं. परंतु गौतमबुद्धांनी या प्रश्नालासुद्धा उत्तर दिलं... ते काही बोलले नाहीत. त्यांनी फक्त डोळे मिटले. ती संध्याकाळ अतिशय मनोरम होती. पक्षी झाडावर विश्रांती घेत होते. बुद्ध त्या वेळी आम्रवनात रहात होते. सूर्य अस्ताला गेला होता... थंडगार वाऱ्याच्या झुळका येत होत्या... त्या प्रश्नकर्त्या माणसाला वाटलं, बुद्धांचे डोळे मिटून बसणं हेच कदाचित उत्तर असावं. त्यामुळे तो सुद्धा त्यांच्यासमोर डोळे मिटून बसून राहिला.

एक पूर्ण तास निघून गेला. त्या माणसानं डोळे उघडले आणि बुद्धांचे पाय धरले. म्हणाला, 'तुमची करुणा अपार आहे. तुम्ही मला उत्तर दिलंच शेवटी! मी तुमचा कायम ऋणी राहीन.'

आनन्दचा विश्वासच बसेना. कारण बुद्धांनी तर एकही शब्द उच्चारला नव्हता. त्यामुळे विलक्षण समाधानात तो माणूस निघून गेल्यानंतर त्यानं बुद्धांना विचारलं, 'हे मात्र आता फारच झालं. तुम्ही माझा विचार करायला पाहिजे होता. तुम्ही तर मला वेडंच बनवलंय. नैराश्याचा झटका येण्याच्या मी आता अगदी काठावर उभा आहे. एकाला तुम्ही सांगितलंत देव आहे. दुसऱ्याला

सांगितलंत 'देव नाही' आणि तिसऱ्या माणसाला तर उत्तरच दिलं नाहीत. आणि तो महाभाग तर भलताच समाधानी झाला. तुमचे पाय धरले आणि तुम्हाला धन्यवाद दिले... काय... हे काय चाललंय?'

बुद्ध म्हणाले, 'आनन्द... एक गोष्ट लक्षात ठेव... ते प्रश्न तुझ्यासाठी नव्हते आणि उत्तरंही तुझ्यासाठी नव्हती. तू काय म्हणून तुझं डोकं शिणवतोयस? इतरांचे प्रश्न घेऊन तू का विनाकारण विचार करतोयस? पहिल्याप्रथम तू तुझे प्रश्न सोडव!'

आनन्द उत्तरला, 'तुम्ही म्हणताय ते खरंय! परंतु मला डोळे आहेत आणि कान आहेत. त्यामुळे मी पाहू शकतो, ऐकू शकतो... तेच माझ्या हातून घडलं. त्यामुळे मी बुचकळ्यात पडलोय... आता याला काय करणार? बरोबर आहे ना?'

बुद्ध म्हणाले... बरोब्बर! जागरूकता असणं हे बरोबर! आता सांगतो... तो पहिला मनुष्य आस्तिक होता. ईश्वरावर त्याचा विश्वास आधीपासून होताच. माझा फक्त आधार त्याला हवा होता. त्याला उत्तर माहीत होतंच. उत्तर तयार होतं. माझा आधार घेऊन तो लोकांना सांगू शकणार होता, 'पहा, माझं बरोबर आहे. एवढंच काय, परंतु गौतमबुद्ध सुद्धा तेच म्हणतायत... त्यामुळे त्याला मला सांगावंच लागलं की देव नाही म्हणून!... देवावरचा त्याचा विश्वास मला काढून टाकणं भाग होतं. कारण विश्वास म्हणजे ज्ञान नव्हे... विश्वास म्हणजे अज्ञान!

दुसरा माणूस नास्तिक होता. 'देव नाही' हे उत्तर त्याच्या जवळ तयार होतं. त्या त्याच्या विश्वासाला माझा फक्त आधार त्याला हवा होता. त्यामुळे तोही लोकांना सांगणार होता, बघा गौतमबुद्धांना सुद्धा माझ्याचसारखं वाटतंय म्हणून! त्याच्या नास्तिक विचारांना मी सुद्धा सहमत आहे हे त्याला दाखवायचं असल्यानं त्याचाही विश्वास तोडणं मला भाग होतं. दोन्हीमागचा माझा उद्देश एकच होता.

तू जर नीट विचार करशील तर तुझ्या लक्षात येईल की माझ्या दोन्ही उत्तरांत कुठेही विरोधाभास नाही. मला फक्त पहिल्या माणसाचा पहिल्यापासून मनात असलेला विश्वास आणि दुसऱ्या माणसाच्या पहिल्यापासून मनात असलेला अविश्वास डळमळीत करायचा होता. विश्वास हा सकारात्मक असतो. आणि अविश्वास हा नकारात्मक असतो. परंतु दोन्हीही सारखेच. त्यातला कोणीही ज्ञानीही नव्हता आणि आत्मशोधार्थ निघालेला माणूसही नव्हता.

तिसरा मात्र स्व-शोधार्थ निघालेला होता. त्याचे मनातले पूर्वग्रह असे कोणतेच नव्हते. अत्यंत मोकळ्या मनानं त्यानं मला सांगितलं की काहींचा

'देव आहे' म्हणून विश्वास आहे. काहींचा तो नाही. त्यामुळे मला कळत नाही की, खरंच देव आहे का नाही? कृपा करून मला मदत करा.

मी त्याला एवढीच मदत करू शकत होतो ते म्हणजे चित्त शांत ठेवून जागरूक रहायला त्याला शिकवणं. त्यामुळे मी डोळे मिटून घेतल्यानंतर त्याला बरोब्बर त्यातली सूचना कळली. तेवढा इशारा त्याला कळला. खरोखरच तो माणूस बुद्धिमान होता, मोकळ्या मनाचा होता. आणि स्वत:त सहजपणे बदल घडवून आणणारा होता.

शांततेत तसंच स्तब्धतेत मी जेव्हा खोल बुडी मारली तेव्हाच त्या क्षणी तो सुद्धा माझ्या शांतीपूर्ण वातावरणाचा एक भाग बनून गेला. तोही शांततेत प्रवेश करू लागला, जागरूकतेकडे त्याचा प्रवास सुरू झाला. त्याला शब्दरूपात कोणतंही उत्तर मिळालं नाही, परंतु अतिशय सत्य असं उत्तर त्याला शांततेतून मिळालं. ते म्हणजे "देव आहे का नाही याची चिंता करू नकोस"! कारण तो प्रश्न महत्त्वाचा नसून "शांतता, स्तब्धता आहे का नाही? जागरूकता आहे का नाही?" हा प्रश्न महत्त्वाचा. तुम्ही जर शांत आणि जागरूक असाल तर तुम्ही स्वत: तुमचा देव आहात. देव हा तुमच्यापासून खूप दूर नाही. एकतर तुम्ही मनाचे गुलाम तरी असाल, नाहीतर ईश्वर असाल. शांततेत आणि जागरूकतेत मनाची सत्ता कुठल्याकुठे नाहीशी होते आणि तुमच्यातल्या दैवी अशा पवित्रतेचा साक्षात्कार तुम्हाला घडतो. मी त्याच्याशी एकही शब्द बोललो नाही. परंतु त्याला माझं उत्तर पोचलं. आणि ते सुद्धा अत्यंत योग्य रीतीनं! तुमच्यातली जागरूकता तुम्हाला अशा ठिकाणी नेऊन ठेवते की तिथून तुम्हाला स्वत:च्या डोळ्यांनी तुमच्यातला अंतिम खरेपणा आणि अवघं विश्व दिसू शकतं. तुम्ही स्वत: आणि हे विश्व हे निराळे नाही हा चमत्काराचा अनुभव तिथं तुम्हाला येतो... तुम्ही या चराचराचाच एक भाग आहात ही जाणीव तिथं निर्माण होते. माझ्या दृष्टीनं पवित्रतेची ही एवढीच व्याख्या!"

एखाद्या गोष्टीची सूक्ष्म चिकित्सा, त्याचा अभ्यास, बौद्धिक व्यायाम या साऱ्या गोष्टींची शिकवण तुम्हाला दिली जाते. त्याचा काहीही उपयोग नसतो; कोणालाच उपयोग नसतो आणि म्हणूनच पाश्चात्त्य मंडळी एका मौल्यवान अनुभवाला मुकलेली आहेत तो अनुभव म्हणजे साक्षात्कार! जाग येणं!

जगातल्या कोणत्याही श्रीमंताच्या तुलनेनं 'साक्षात्कारा'नं मिळणाऱ्या श्रीमंतीची तुलना कधीच होणार नाही. साक्षात्कार... मनाची अस्तित्वहीन अवस्था!

म्हणूनच मनाशी निगडित राहू नका. रस्त्याच्या कडेला केवळ निरीक्षक म्हणून उभे रहा आणि मनाला रस्त्यावरून जाऊ द्या! ते कसं जात आहे त्याचे फक्त साक्षीदार व्हा. काही वेळातच रस्ता रिकामा दिसेल... मन हे एखाद्या

बांडगूळासारखं जगत असतं, तुमची ओळख त्याच्याच स्वरूपावरूनच होत असते. तेच त्याचं जीवन असतं.

तुमचं मनाशी निगडित असणं खंडित करते तुमच्यातली जागरूकता! त्यानंतर मन हे मृतप्राय होतं!

पूर्वेकडे प्राचीन ग्रंथामधे असं म्हटलंय की मृत्यू हा सर्वश्रेष्ठ आहे. खूप विचित्र विधान आहे हे. परंतु प्रचंड अर्थपूर्ण!

सर्वाचा स्वामी कोण? तर मृत्यू! कसा? तर ध्यानधारणा म्हणजे मनाचा मृत्यू! ध्यानधारणा म्हणजे अहंकाराचा मृत्यू, तुमच्या व्यक्तिमत्त्वाचा मृत्यू आणि तुमच्या शुद्ध अस्तित्वाचं पुनरुत्थान, नवीन जन्म! तुमचं महत्त्वपूर्ण अस्तित्व म्हणजे सर्वज्ञात असणं!

: बेकी गोल्डबर्गनं एकदा हॉटेलच्या मॅनेजरला फोन केला, "हे पहा, मी इथं वरच्या पाचशे दहा नंबरच्या खोलीत आहे. इथं समोरच्या खोलीत एक माणूस नग्नावस्थेत फिरतोय आणि त्याच्या खोलीचा पडदा वर आहे. तुम्ही येऊन प्रत्यक्ष पहा."

"हा आलोच" मॅनेजर उत्तरला.

वरती बेकीच्या खोलीत येऊन त्यानं समोर पाहिलं आणि तो म्हणाला, 'तुम्ही म्हणताय ते बरोबर आहे बाई! तो नग्न असावा असं वाटतंय. परंतु कंबरेखालचा त्याचा भाग हा खिडकीमुळे झाकला गेलाय. त्यामुळे तो कसा का असेना?'

बेकी ओरडल्या, 'ठीक आहे... पण जरा बिछान्यावर उभं राहून पहा ना! पहा नां बिछान्यावर उभं राहून! :

खरोखरच मन हे विचित्र आहे. जेव्हा काहीही अडचण नसते तेव्हा ते अडचण निर्माण करते... कशासाठी बिछान्यावर उभं रहायचं? कुणीतरी नग्नावस्थेत फिरतंय हेच फक्त शोधण्यासाठी. मनाच्या या साऱ्या मूर्खतेबद्दल कोणीतरी जागरूक रहायलाच हवं. मी चार्लस डार्विनचा उत्क्रांतवाद मानत नाही. परंतु काही अंशी मला तो बरोबर वाटतो. माकडापासून मानव निर्माण झाला हे ऐतिहासिकरीत्या खरं नसेल... परंतु मानसिक रीत्या ते निश्चितच खरं असेल. कारण माणसाचं मन हे खरोखरच माकडासारखं आहे. सगळ्या गोष्टीत वेडेपणा!

म्हणूनच मनाची पाळंमुळं खोल खणून काढण्यात काहीच अर्थ नाही. कारण मन म्हणजे तुमचं अस्तित्व नव्हे... ते म्हणजे अनेक जन्मजन्मातून गोळा केलेली एकप्रकारची धूळ आहे.

मनोव्यापार हे असेच असतात.

एका जुन्या 'तत्त्ववेत्त्याची' जुनी व्याख्या अशी आहे... तो एक आंधळा

असून रात्रीच्या अंधारात, त्या अंधाऱ्या घरात तो एक काळी मांजर शोधतो आहे; की जी मांजर तिथे नाहीच... पण हे काहीच नाही. तरीही ती त्याला सापडतेच. नंतर तो त्यावर मोठमोठे प्रबंध लिहितो, लेख लिहितो आणि तात्त्विक पद्धतीनं, तिथं मांजरीचं अस्तित्व असल्याचं सिद्ध करतो.

म्हणूनच 'मना'पासून सावध रहा कारण ते आंधळं आहे. त्याला काहीही माहीत नसतं, परंतु ते बढाया मारत असतं. सर्व काही ज्ञात असल्याचा बहाणा ते करीत असतं.

सॉक्रेटीसनं दोन भागांमधे मनुष्याच्या गुणांची वर्गवारी केलेली आहे. त्यातला एक वर्ग म्हणजे ज्ञानी समजल्या जाणाऱ्या मूढांचा! म्हणजे हे लोक आपल्याला सर्व कांही ज्ञात असल्याची खात्री बाळगून असतात, परंतु पूर्णपणे मूढ असतात. दुसरा वर्ग म्हणजे स्वतःला अडाणी समजूनसुद्धा शहाणे असणारे. त्यांच्या नम्र स्वभावाप्रमाणे स्वतःला काहीही माहीत नाही असं सांगणारे परंतु सर्व काही माहीत असणारे. त्यांच्या निष्पापपणात त्यांचं ज्ञान झाकून जातं. म्हणूनच ज्ञानी असण्याचा बहाणा करणारे खूप असतात आणि असेही लोक असतात की ज्ञानी असूनही अडाणी असल्याचं भासवतात. ध्यानधारणेची कृती हीच आहे. जागरूकतेची कृती हीच आहे.

◻

प्रिय ओशो

ध्यानधारणा करताना शेवटी शेवटी काही वेळेला मी माझ्या आतमधे विशाल अशा शांतीपूर्ण अवकाशात पोंचतो... तो विशालतेचा अनुभव मला खूपच आरामदायी वाटतो. त्यानंतर काही वेळानं मला एक प्रकारचं दडपण येतं, मी घाबरतो; ती विशालता कुठल्यातरी कुंपणाशी थांबते आणि अदृश्य होते. प्रत्येक वेळी या अनुभवाच्या वेळी त्यातली प्रगाढ शांतता विलक्षण अस्वस्थ करणारी असते. प्रिय ओशो... मला जाणवलेलं ते कुंपण कोणतं असावं?

आनन्द निर्बिजा,

तू विचारलेला प्रश्न सर्व ध्यानधारणा करणारांसाठी महत्त्वाचा आहे. शांततेचा पहिला अनुभव हा खरोखरच पेलण्याच्या दृष्टीनं जड असतो कारण संपूर्णपणे अज्ञात अशा प्रदेशात तुमचा प्रवेश होत असतो. तुमच्यासमोर अस्तित्वात असलेल्या गोष्टींशी तुम्ही परिचित असता, सवयीचे असता. परंतु अज्ञात अशा अमर्याद अवकाशात प्रवेश करण्याला तुम्ही परिचित नसता. एखादा दवबिंदू कमळाच्या पानावरून घसरून समुद्राला मिळतो त्या वेळेला त्याला ज्या भीतीनं घेरलेलं असतं तशीच भीती तुमच्या मनात उत्पन्न होते. जणूकाय मृत्यूच! कारण तो पुन्हा, परत दवबिंदू होणार नसतो. समुद्राच्या अवाढव्य अशा पाण्यात तो हरवून जाणार असतो. अर्थातच हे सगळं फक्त सुरवातीलाच घडतं. कारण लगेचच नंतर त्यातली खरी गोष्ट अनुभवाला आल्यानंतर होणारी जाणीव ही पूर्ण निराळी अनुभूती असते.

ज्या वेळी एका साधुला असा अनुभव आला. तो साधू म्हणजे फार महान व्यक्ती होती ती. कबीर! त्यांनी एक सुंदर कविता लिहिली - त्याचा अर्थ असा... मी सत्याचा शोध घेण्यासाठी गेलो, सत्य सापडलं, पण मी नाहीसा झालो. त्याआधी तिथे शोधक होता, पण जे सापडायचं होतं ते नव्हतं. आणि आता सापडायची गोष्ट तिथे आहे पण शोधक नाही. माझं दवबिंदूइतकं अस्तित्व सागरात विरून गेलंय. आता

ते परत बाहेर काढणं कठीण आहे.

मृत्यूपूर्वी त्यानं त्याच्या मुलाला, कमालला सांगितलं, 'आणखीन एक गोष्ट लिही.. पहिली ओळ तशीच ठेव की, मी सत्य शोधायला गेलो, सत्य सापडलं पण मी हरवलो; मी शोधक नाहीसा झालो.

आता यानंतरची दुसरी ओळ जरा बदल. ती अशी लिही, 'मी दंवबिंदू होतो, आता मात्र सगळा सागरच माझ्यात उतरलाय, त्यामुळे आता माझं ते दंवबिंदूचं अस्तित्व सागरापासून निराळं करणं शक्य नाही.'

सुरवाती सुरवातीला तुम्हाला हरवून गेल्यासारखं वाटेल. परंतु अखेरीला मात्र तुमचं ते भासमान लक्ष्यच हरवलेलं तुम्हाला दिसेल आणि तुम्हाला हव्या असलेल्या गोष्टीचा तुम्हाला अमर्याद लाभ झालेला दिसून येईल. अपार शांतता, आणि अमर्याद समाधानाचे तुम्ही धनी व्हाल. यापूर्वी ज्या ज्या गोष्टींना तुम्ही सरावाचे होतात त्यातलं आता इथं काहीच नसतं. तुम्ही आता मन म्हणून नसता तर तुम्ही म्हणजे शुद्ध जागरूकता... असं असतं म्हणूनच हा पहिला अनुभव असह्य ठरत असतो; थरकाप उडवणारा ठरतो. आपण जणू काय संपलोच अशा भावनेनं एखादा कमळाच्या पानालाच घट्ट चिकटून राहतो कारण, सागराची विशालता भयप्रद असते. तुमच्या व्यक्तिमत्त्वाच्या दृष्टीनं, तुमच्या दृष्टीनं भयप्रद वाटते. आत्तापर्यंत तुम्ही ज्या पद्धतीनं समोर येत होतात त्या दृष्टीनं भयप्रद वाटणारी स्थिती... अर्थातच हे सारं फक्त सुरवातीलाच फक्त!

गौतमबुद्धांचं एक अर्थपूर्ण विधान आहे, ''जी गोष्ट सुरवातीलाच गोड लागते तिच्यापासून सावध रहा. कारण शेवटाला ती कडू होण्याची शक्यता असते. आणि जी गोष्ट सुरवातीला कटू वाटते तेव्हा धैर्यानं घ्या, कारण अखेरीला ती मधुर होणार असते.'' म्हणूनच तो सुरवातीचा कडवटपणा तुम्ही कसा सहन करता याबद्दल तुमची परीक्षा असते. शेवटाला तुमची वाट पाहात तिथं उभं असलेलं माधुर्य मिळवायला तुम्ही लायक आहात की नाही हे या परीक्षेत ठरणार असतं.

मी तुझा प्रश्न समजू शकतो. 'ध्यानधारणेच्या शेवटी शेवटी मी प्रगाढ शांत अशा माझ्या अंतरंगात पोचतो तेव्हा विशालतेचा आणि समाधानाचा अनुभव मी घेतो. त्यानंतर काही वेळानं कोणत्यातरी दडपणानं मी घाबरून जातो. ती विशालता कुठल्यातरी कुंपणापाशी थांबते आणि अदृश्य होते. त्या प्रत्येक वेळची शांतता मला जीवघेणी वाटते. ते कुंपण कोणतं असावं?'

फारच छान प्रश्न! प्रत्येकजण, जो कोणी ऐहिक जगातून दैवी मार्गाकडे वाटचाल करीत असतो तेव्हा तो एका कुंपणाशी येतोच... परंतु शेवटी त्याला समजून येतं की ते कुंपण नसून तो एक पूल आहे म्हणून! पण केव्हा? तर

ते कुंपण तो पार करतो तेव्हा! अलीकडच्या बाजूनं पाहिल्यास ते कुंपण वाटतं खरं... परंतु ते पार केल्यानंतर समजतं; की, अरेच्चा हा तर पूल आहे!

तुम्ही तो जोपर्यंत पार केलेला नसतो तोपर्यंत तुम्हाला तो पूल आहे का नाही हे समजलेलंच नसतं... तुमच्या जीवनात असंख्य कुंपणांना तुम्ही परिचित असता. जीवनातले पूल तुम्हाला माहीत नसतात. त्यामुळे तुमच्या अनुभवाप्रमाणे तुम्ही त्याचा अर्थ लावता. म्हणून नंतर जेव्हा केव्हा असं कुंपण कधी आढळलं तर तो पूल समजून पार करा. अर्थात 'समजून' हे तुमच्यापुरतं. जेव्हा ते पार केलं जाईल तेव्हा ते नुसतं समजणं गळून पडेल... आणि तुम्ही स्वत:वरच हसाल. नंतरची शांतता जीवघेणी वाटेल, कारण आत्तापर्यंत बाहेरच्या जीवनातला गोंगाटच तुमच्या परिचयाचा असतो.

(Aldous Huxley) अल्डस हक्सले. मोठा विद्वान माणूस! त्याला एकदा वाटलं की प्रगाढ शांततेचा अनुभव घ्यावा. अर्थात पाश्चात्त्य पद्धतीनं! आवाजरहित अशी एक खोली असलेल्या एका लॅबमधे तो गेला. ती खोली त्यांच्याचसाठी तयार केलेली होती. त्या लॅबमधे अंतरीक्षयानातून प्रवास करणाऱ्यांसाठी प्रयोग चालू होते. चंद्राकडे प्रवास करताना, पृथ्वीभोवतालच्या दोन हजार मैल वातावरणाला पार करून पुढे जायचं असल्यानं येणाऱ्या अडचणींबद्दल प्रयोग चालले होते. सर्वांत मोठी अडचण म्हणजे शांतता! प्रगाढ शांततेशी सामना कसा करायचा? त्यामुळे त्या वातावरणात ज्या ज्या अडचणींना तोंड द्यावं लागेल अशा पद्धतीनं यानातून प्रवास करणारांना प्रशिक्षण दिलं जात होतं. त्यांना पुढे भेटणाऱ्या अडचणी जशाच्या तशा इथं प्रयोगशाळेत निर्माण केल्या तर त्या अडचणींशी ते परिचित होतील या उद्देशानं तसं वातावरण तयार केलं होतं. आणि म्हणूनच पूर्णपणे ध्वनिविरहित ती खोली त्यासाठी तयार केलेली होती.

हक्सलेनं त्या खोलीत जेव्हा प्रवेश केला तेव्हा त्याचा विश्वासच बसेना की 'शांतता' ही इतकी जीवघेणी असते म्हणून! ही खोली मुद्दामच आवाजरहित केली आहे त्यामुळे कोणताच आवाज इथं ऐकायला येणार नाही हे त्याला निश्चितपणे माहीत असूनही तो त्या शांततेला घाबरला. कारण त्याचे कान, त्याचं शरीर हे आत्तापर्यंत आजूबाजूच्या वातावरणातल्या निरनिराळ्या आवाजांच्या कंपनांशी परिचित होतं. इथं, आत्तासुद्धा तुम्ही माझ्यासमोर बसला आहात, माझं बोलणं ऐकताहात, झाडावर पक्षी किलबिल करतायत. आजूबाजूला अनेक आवाज येत आहेत. त्याकडे तुमचं लक्ष नाहीये परंतु तुमचं शरीर त्या आवाजाची कंपनं ग्रहण करत आहे. सगळ्या रेडिओलहरी तुमच्या जवळून जात आहेत. कोणतंही स्टेशन - कोणत्याही छोट्या ट्रान्झिस्टरवरसुद्धा तुम्ही ऐकू शकता. तुम्हाला

असं वाटतं का, की, त्या लहरी ट्रान्झिस्टरनं तयार केल्या आहेत म्हणून? त्या रेडिओ लहरी वातावरणात आहेतच. ट्रान्झिस्टर त्या फक्त पकडू शकतो. त्या तुमच्या शरीराला स्पर्श करतात. अशा अनंत रेडिओ लहरी वातावरणात असतातच. तुम्हाला त्या ऐकायला येत नाहीत. पण असतात. तुम्ही त्यांना परिचित असता. हा तुमच्या संपूर्ण जीवनातला नित्याचा अनुभव असतो.

हक्सलेनं त्यानंतर काही गोष्टींची मनात नोंद घेतली. एक म्हणजे त्याला आपण नग्न असल्यासारखं वाटलं आणि आपण कपडे घालतोय ही भावना झाली... काय घडलं? त्याला आपण नग्न असल्याची भावना का झाली असेल? आत्तापर्यंत असलेल्या आजूबाजूच्या गोंगाटाच्या कंपनांचं सूक्ष्म आवरण (शरीरावरचे कपडे असल्याप्रमाणे) तिथं नसल्यानं ही नग्नपणाची भावना त्याला झाली आणि त्याचे कान दुखायला सुरवात झाली. हे तर सारं विचित्रच. कारण इतर वेळेला खूप मोठ्या ओरडण्यानं, गोंगाटानं खरं पाहता कानाला त्रास होत असतो. आणि इथं तर शांततेनं तो त्रास सुरू झाला. अजबच! हे असं कां? तर तिथं कोणताही आवाज नसल्यामुळे कानांना तो सारा खेळ म्हणजे अज्ञात प्रदेशच होता, अविश्वसनीय असं सारं वातावरण होतं.

हक्सले खरं म्हणजे त्या ठिकाणी एक पूर्ण तास काढणार होता. परंतु तो तिथं फक्त पाच मिनिटं थांबू शकला आणि त्यानं दारावर धडका मारायला सुरवात केली. ''दार उघडा... हे इथं फारच भयानक वाटतंय... मला तर वाटतंय, मी आता कदाचित कोसळून पडेन किंवा फुटून जाईन...'' याचं एकच कारण... तुमच्या आजूबाजूचं 'वातावरण' तसंच 'आवाज' 'हे तुम्हाला नेहमी सर्वांगानं 'एकत्रित' ठेवत असतात. सतर्क राखत असतात. जेव्हा तुम्ही स्वत:मधे आत आत शांततेत प्रवेश करता तेव्हा सुरवातीला असाच विचित्र अनुभव येत असतो, तो भीती निर्माण करतो... तुमच्या अंतरंगातल्या प्रगाढ शांततेत तुम्हाला कळून चुकतं की हे बाहेरचं आपलं व्यक्तिमत्व पूर्णपणे खोटं आहे. तुमचं नाव, तुमचा आकार, तुमचं शरीर हे सारं तुमच्यापासून संपूर्णपणे निराळं आहे आणि यामधे निरंतर गुंतून राहण्याइतकं जबरदस्त असं काहीच नाही... तुम्ही स्वत: म्हणजे फक्त एक प्रकारची शांती... हेच तुम्हाला आढळून येतं. काहीही नसणं, आणि आपण कोणीच नसणं अशी अवस्था!

या अनुभवासाठी गौतमबुद्धांनी अत्यंत योग्य शब्द वापरलाय. त्यातला एक आहे अनत्ता! (Anatta) स्वत्वाची जाणीव नसणं! दुसरा शब्द शून्यता; तुम्ही म्हणजे फक्त शून्य! आणि तिसरा म्हणजे 'मी'पणाचा कोणताही मागमूस नसणे. ही शांतता पूर्णपणे बहिरी असते. आणि तुम्ही तेच असता. बाहेरच्या गोंगाटाच्या जगात, यातना, कष्टांच्या जगात तुम्ही धावायला पाहता. कारण

आपण याच गोष्टींना परिचित आहोत. घाबरल्यामुळे हेसुद्धा चालेल... अशी तुमची भावना असते. अंतरीक्ष यानातून प्रवास करणारांना या सगळ्या अनुभवातून जावंच लागतं. त्या अनुभवातून पूर्वेकडचे योगी अनेक वेळेला गेलेले आहेत. फक्त 'आत'मधे स्वत:च्या अंतरंगात प्रवेश करून! रॉकेट जसजसं पृथ्वीभोवतालचं गुरुत्वाकर्षणाचं वातावरण पार करून पुढे जातं तसा पहिला धक्का तुम्हाला बसतो तो म्हणजे तुम्हाला वजन नसण्याचा - तुम्ही त्या अंतराळयानात तरंगायला लागता. तुम्ही तुमच्या स्थानाशी पट्ट्यानं बांधून घेतलं नसेल तर तुम्ही सीटवर बसूच शकत नाही. तुम्ही तरंगत तरंगत कधी कधी वरच्या टपाला धडकता. जी काही गोष्ट मोकळी असते ती प्रत्येक गोष्ट तरंगत असते. कारण तिथं गुरुत्वाकर्षण नसल्यामुळे तुमचं वजनच नाहीसं होतं.

अल्बर्ट आईनस्टाईननं एक कल्पना मांडली होती आणि बऱ्याच अंशी ती बरोबर होती. कारण अंतरीक्ष प्रवासाबद्दल जास्तीतजास्त जोमानं काम करणारा असा तो माणूस होता. त्यानं मांडलेली कल्पना बरेच दिवस त्यानं तशीच स्वत:जवळ ठेवली होती आणि विज्ञान-जगात त्याची वाच्यतासुद्धा केली नव्हती. कारण त्याला वाटत होतं की या कल्पनेवर कुणाचा विश्वासही बसणार नाही म्हणून! परंतु ती कल्पना इतकी महत्त्वाची होती की शेवटी त्यानं धोका पत्करायचं ठरवून ती जाहीर केलीच.

त्याची कल्पना अशी होती की गुरुत्वाकर्षणाच्या मर्यादेतून तुम्ही बाहेर पडलात की तुमचं वय थांबतं! कसं? तर एखाद्या माणसानं समजा दुसऱ्या ग्रहावर जाण्यासाठी पृथ्वी सोडली, नंतर दुसऱ्या ग्रहावर पोचण्यासाठी जर त्याला तीस वर्षे लागली, परत येताना पुन्हा तीस वर्षे लागली, आणि जाताना तो समजा तीस वर्षांचा असेल तर तुमच्या म्हणण्याप्रमाणे आता तो नव्वद वर्षांचा असायला हवा... परंतु ते चुकीचं आहे. तो अजूनही तीस वर्षांचाच असणार आहे. त्याचे मित्र, त्याचे सहकारी कदाचित स्मशानात पोचलेही असतील; एखाद-दुसरा त्या वाटेवरही असेल, परंतु हा मात्र पृथ्वी सोडताना ज्या वयाचा असेल त्याच वयाचा आत्ताही असणार.

ज्या क्षणी गुरुत्वाकर्षणाच्या परिघातून तुम्ही बाहेर पडता त्या वेळी वय वाढण्याची क्रिया थांबते. 'वय' हे सातत्यानं तुमच्या शरीरावरचं एक प्रकारचं ओझं असतं. पृथ्वी तुम्हाला सतत तिच्या आकर्षणाद्वारे ओढत असते आणि तुम्ही त्या शक्तीशी सामना करत असता. यामधे तुमच्यातली शक्ती ही क्रमाक्रमानं संपत असते. परंतु गुरुत्वाकर्षणाच्या परिघातून बाहेर पडल्यानंतर मात्र तुम्ही जसे असता तसेच राहता. तिथे तुमचे समकालीन तुम्हाला भेटत नसतात, तुम्ही जाताना ज्या पद्धती तुम्ही पाहिलेल्या असतात त्याही तुम्हाला दिसत

नाहीत, साठ वर्षं पार केलेली तुम्ही पाहता.

गुरुत्वाकर्षणाच्या परिघाबाहेरची परिस्थिती, ती अनुभूती ध्यानधारणेमधे घडू शकते. होय, ते घडतंच! त्याचा दुरुपयोग अनेक मंडळी करतात. तुमच्या बंद डोळ्यांनी प्रगाढ शांततेत ज्या वेळी तुम्ही असता तेव्हा गुरुत्वाकर्षणविरहित अवस्था प्राप्त होते. अर्थात मनाला, शरीराला नव्हे! परंतु त्या क्षणी तुमच्या शांतीपूर्ण अस्तित्वानं तुम्ही ओळखले जाता. आपण हलके होऊन वरवर जातोय, असा अनुभव तुम्हाला येतो. या स्थितीला योगामधे म्हटलं जातं 'लेव्हीटेशन'! (दैवी शक्तीनं जड वस्तू अधांतरी उचलणे).

या वेळी डोळे न उघडता तुम्ही स्वतःचं निरीक्षण केलंत तर तुम्हाला समजेल की, ही फक्त भावनाच नाही, तर खरोखरच आपलं शरीर वरवर उचललं जात आहे. परंतु हा केवळ आभास आहे. तुमच्यातली शांतता, स्तब्धता ही गुरुत्वाकर्षणाच्या पलीकडची असते. तो एक शुद्ध अनुभव आहे. पण तरीही अजून तुम्ही शरीरानंच ओळखले जात असता. कारण आपलं शरीर वरवर चाललं आहे हा अनुभव तुम्ही घेत असता. जर का डोळे उघडले तर तुम्हाला कळून येतं की तसं काही नसून आपण जमिनीवर त्याच अवस्थेत बसलो आहोत.

अमेरिकेतल्या सुप्रीम कोर्टामधे महर्षी महेश योगींविरुद्ध नुकताच त्यांच्या सात शिष्यांनी खटला दाखल केलाय. नव्वद मिलीयन डॉलर्सची फसवणूक त्यांनी केली असं शिष्यांचं म्हणणं. कारण त्यांनी म्हणे शिष्यांना, त्यांचं शरीर ते योगसामर्थ्यानं अधांतरी ठेवू शकतील असं खात्रीपूर्वक सांगितलं होतं आणि तसं काहीच घडलं नाही. कारण ज्या ज्या वेळी शिष्यांनी डोळे उघडले तेव्हा त्यांना आढळलं की आपण जमिनीवरच बसलेलो आहोत. आणि त्यांनी डोळे बंद केलेले असताना मात्र त्यांना तो अनुभव आलेला दिसला.

महर्षी महेश योगी या अनुभवासाठी लोकांकडून पैसे घेत असत. परंतु लोकांसमोर एकदासुद्धा ते काही सिद्ध करू शकले नाहीत. आध्यात्मिकतेच्या नावाखाली ही शुद्ध पिळवणूक आहे. ज्या मंडळींना थोडाफार अनुभव येतो तेव्हा त्यांनी डोळे मिटून घ्यायचे असतात. जर डोळे उघडले तर तो अनुभव खंडित होतो. डोळे मिटून शांततेत अशा तऱ्हेनं जर तुम्ही तासन्‌तास बसलात तर आपण वरवर चाललोय असा अनुभव तुम्हाला येतोच. तुम्ही या अनुभवात घराच्या बाहरे जाऊ शकता, झाडांपलीकडे, पर्वतांपलीकडे जाऊ शकता. अर्थातच डोळे उघडू नका.

हा फक्त तुमच्यातला शांततेचा अनुभव आहे. तुमची शांतता ही गुरुत्वाकर्षणाच्या पलीकडे जाते. त्यामुळेच महेश योगी सुप्रीम कोर्टामधे काही

सिद्ध करू शकतील असं मला वाटत नाही. लोकांसमोर हे सारं सिद्ध करण्याविषयी त्यांना वारंवार विचारलं गेलं. परंतु समूहात सिद्ध करण्यासारखी ही गोष्ट नाहीच. हे सगळ्यांनाच माहीत आहे की ध्यानधारणा करणाराला स्वत:लाच तो अनुभव येऊ शकतो. आणि तो सुद्धा आध्यात्मिक अनुभव असतो. शारीरिक नाही! महेश योगींनी हा अनुभव शारीरिक पातळीवर येतो असं भासवलं. त्यामुळे हजारो मंडळींनी अडीचशे डॉलर प्रत्येकी त्यांना यासाठी दिले. आध्यात्मिकतेच्या नावावर लोकांची पिळवणूक करणं हे अतिशय सोपं आहे. शिवाय त्यांची पिळवणूक होते आहे हे सुद्धा त्यांना समजता कामा नये याची काळजी घेणं हेही सोपं आहे. फक्त अट एकच की, डोळे बंद करा आणि अनुभव घ्या! आणि त्या आनंदात घरी जा.

तुम्हीसुद्धा हा अनुभव घेऊ शकता. त्यासाठी कुठे जायला नको. तुमच्या घरात बसून हे होऊ शकतं. पण हे अनुभव सुरवातीला भीती उत्पन्न करणारे असतात. याची जाणीव ठेवूनच मनाची तयारी करायला लागते. शिवाय ती भीती शोधता येत नाही. अज्ञात अशा समोरच्या वातावरणाला परिचित होण्याचं थोडंसं धाडस दाखवलं तर भीती नाहीशी होते.

: एकदा अनेक बायकांचे नवरे वरती स्वर्गात गेले - स्वर्गाच्या दारात देवदूतानं त्यांचं स्वागत केलं आणि तो म्हणाला ''ठीकय. आता बायकोच्या हातातलं बाहुलं असणारे सारेजण डाव्या बाजूला उभे रहा आणि स्वत:चं वर्चस्व घरात असणारे उजव्या बाजूला उभे रहा.''

ताबडतोब सारेजण डाव्या बाजूला जाऊन उभे राहिले. परंतु त्यातला एकजण फक्त उजव्या बाजूला उभा राहिला. त्याचा चेहरा मात्र पराक्रमी सिंहासारखा दिसत नव्हता, तर उंदरासारखा दिसत होता. त्यामुळे देवदूतानं त्याला विचारलं, ''तुला खरंच वाटतं का, की, आपण उजव्या बाजूला उभे राहण्याच्या लायकीचे आहोत म्हणून!''

तो माणूस म्हणाला, ''होय... कारण माझ्या बायकोनंच सांगितलंय की सगळे ज्या बाजूला जातील तिकडे न उभं राहता; दुसऱ्या बाजूला उभे रहा.'' :

बायकोचं ऐकायची आयुष्यभराची सवय! खरं म्हणजे तो आता मेलेला होता. बायको आसपास नव्हती. मधलं अंतर कधीही जोडलं जाणार नव्हतं. बायको पृथ्वीवर, तो स्वर्गात, पण तरीही बायकोनं दिलेली सूचना स्वर्गातसुद्धा तो पाळत होता.

सवयी या खूप घट्ट असतात. ऐहिक जगातल्या आपल्या सवयी जरी आपण पवित्र अशा स्वर्गात गेलो तरी घट्ट असतात. तुम्हाला तिथं आपलं सर्वस्व लुटलं गेल्याची भावना होते. पण एक लक्षात ठेव. जे काही लुटलं

गेलंय असं वाटेल ते मुळात खोटंच होतं. तेव्हा त्याला चिकटून राहू नका. कारण त्या गोष्टी या कुंपण म्हणूनच तुमच्या आयुष्यात असतात. तेव्हा त्या लुटल्या गेल्या तरी हरकत नाही.

: एकदा एक माणूस स्नान करीत होता. त्यानं लांब पाहिलं तेव्हा त्याला कळलं की एक माणूस त्याचे कपडे चोरून नेत होता... स्नान करणाऱ्या माणसानं शरीराच्या 'अवघड' जागा झाकण्यासाठी हॅट धरली आणि तो त्या माणसाचा पाठलाग करू लागला... कोपऱ्यावर येताना वाटेतल्या दोन मुलींना तो धडकला... त्या मुली हे सारं पाहून जोरजोरात हसत सुटल्या. तो माणूस ओरडून त्यांना म्हणाला, ''तुम्ही जर मोठ्या बायका असतात तर माझ्यासारख्या अशा परिस्थितीतल्या माणसाला हसला नसतात.''

त्यावर त्यांच्यातली एक मुलगी उत्तरली, ''आणि तुम्ही सुद्धा सभ्य पुरुष असता तर तुमची हॅट तुम्ही उंच धरली असती.'' :

हे असं आपलं जग आहे. ज्या वेळी तुम्ही अज्ञातात प्रवेश करता तेव्हा तुम्ही पुरुष नसता किंवा स्त्री नसता; तुम्ही म्हणजे मन नाही किंवा हृदय नाही. तुम्ही म्हणजे, नावच द्यायचं झालं तर काहीतरी 'क्ष' एवढंच म्हणावं लागेल. त्यामुळे नावच न दिलेलं बरं! कारण कोणतंही नाव हे तुमच्या ज्ञात अशा जगातल्या, तुमच्या शब्दकोशातून येणार. त्यामुळे त्याला अज्ञातच राहू दे, गूढ राहू दे. काळजी करू नका, घाबरू नका. हे काही कोणत्या धार्मिक ग्रंथात लिहिलेलं मी सांगत नाहीये. मी याच अनुभवातून गेलो असल्यानं, याच प्रकारच्या अडचणीतून गेलो असल्यानं हे बोलतोय. त्याच प्रकारची भीती, तीच मागे परत फिरण्याची इच्छा, तीच कुंपणं... की जी नंतर 'पूल' म्हणून अनुभवाला येतात. तेच सारं... म्हणून मी जे काही सांगतोय ते पूर्ण अधिकारानं सांगतोय, माझ्या स्वतःच्या अनुभवातून सांगतोय. माझ्यावर विश्वास ठेवा असं मी सांगत नाही. तर अनुभव घ्या, प्रयोग करा असं सांगतोय - एकवेळ माझे शब्द गृहित धरा, कदाचित तुमच्या अनुभवातून ते खरे आहेत का खोटे आहेत हे सिद्ध होईल. त्यावर आधीच विश्वास ठेवू नका. मोकळे रहा.

तुम्ही मोकळं असावं हा माझा आग्रह आहे. कोणतेही धर्म तुम्हाला 'मोकळे' राहू देत नाहीत. ते म्हणतात, ''विश्वास ठेवा''! त्याचं कारण असं असावं बहुदा की शुद्ध अनुभव घेतलेल्या महान व्यक्ती वीस शतकांपूर्वीच होऊन गेलेल्या असल्याकारणानं, त्यांचे पुरस्कर्ते, अनुयायी की ज्यांना स्वतःला इतका शुद्ध अनुभव आला नसेल तर तुमचा विश्वास संपादन करण्यासाठी ते काय सांगणार? स्वतःच्या मताबद्दल त्यांनाच खात्री नाही. त्यांनी फक्त पूर्वजांवर 'विश्वास' ठेवलाय. त्यामुळे तुम्हालाही ते एवढंच सांगणार की 'विश्वास ठेवा.'

मी मात्र विश्वास ठेवत नाही, तर अनुभवातून ज्ञात करून घेतो. म्हणून मी आग्रह धरतो की 'पूर्व विश्वासाशिवाय' अनुभव घ्या, मग तुम्हाला सर्व काही कळेल.

रमण महर्षींना एकदा कोणीतरी प्रश्न केला, "तुमचा देवावर विश्वास आहे?" ते म्हणाले, "नाही"! त्या माणसाला धक्काच बसला. रमण महर्षींसारख्या साक्षात्कारी व्यक्तीला भेटण्यासाठी तो फार लांबून आलेला होता. त्यानं विचार केला की बहुदा आपला गैरसमज झाला असावा किंवा गैरसमज करून दिलेला असावा. म्हणून त्यानं पुन्हा तोच प्रश्न केला... रमण महर्षी म्हणाले, "मी तुझा प्रश्न बरोबर ऐकलाय आणि तू ऐकलं आहेस तेही बरोबर आहे. तेव्हा पुन्हा सांगण्याची गरज नाही. मी देवावर विश्वास ठेवत नाही. कारण मला सारं ज्ञात आहे."!

ज्यांना काहीच ज्ञात नाही त्यांच्यासाठी 'विश्वास' ही गोष्ट आहे. तुम्हाला 'विश्वास' देण्यासाठी माझे कधीच प्रयत्न असणार नाहीत. पण काही पूर्वकल्पनांवर तुम्ही प्रयोग करावेत यासाठी माझे प्रयत्न असतील. मला खात्री आहे की तुमचाही निष्कर्ष तोच निघेल.

सत्र : आठ

२७ जून १९८७ संध्याकाळ

पत्रकारांचं मन जर स्वच्छ असेल तर मानव जातीसाठी ते प्रचंड कार्य करू शकतात. त्यांचं मन जर पूर्वग्रहानं कोणत्याही एका बाजूला झुकलेलं नसेल मग ते आध्यात्मिक किंवा धार्मिकतेकडे अथवा जडवादाकडे यांपैकी एका बाजूला झुकलेलं नसेल तर ते मोकळ्या मनानं बरंच चांगलं काम करू शकतात. पत्रकारानं मोकळ्या दृष्टीचं आणि सर्व शक्यता, सर्व प्रकार ग्रहण करता येण्यासारख्या मनोवृत्तीचं असायला हवं. त्यानं शोधक असायला हवं, अज्ञेयवादी असायला हवं. त्यानं नुसतंच श्रद्धाळू असता कामा नये.

पत्रकारिता : गुन्हेगारांमधून संत निर्माण करणं

प्रिय ओशो

लोकांच्या आत्म्याला तृप्त करणारे असे तुम्ही म्हणजे उत्तम बाजारमूल्य असलेली वस्तू आहात. काहीजण मनाला तृप्त करणाऱ्या वस्तू विकतात, काहीजण शरीराला तृप्त करणाऱ्या वस्तू विकतात. तुम्ही लोकांच्या आत्म्याला तृप्त करता. आमच्यासारख्या, शरीर आणि मन तृप्त करणाऱ्या वस्तू निर्माण करणारांसाठी, त्यात यश मिळवण्यासाठी काय करावं? सांगू शकाल?

समीर,

तुझ्या या प्रश्नावरून मला एका मनोरंजक गोष्टीची आठवण झाली. जगाच्या इतिहासलेखनाचं मोठं काम एच. जी. वेल्सनं पूर्ण केलं. त्यात त्यानं काही काही खूप महत्त्वपूर्ण विधानं केलेली आहेत. उदाहरणार्थ, त्यांतलं एक विधान असं आहे. गौतमबुद्धाबद्दल त्यानं म्हटलंय, 'तो अतिशय नास्तिक असा, तरीही अतिशय ईश्वरभक्ती करणारा पृथ्वीवरचा एकमात्र पुरुष होता.'

त्याच्या पुस्तकामधे जगातल्या सर्व विचारवंतांचा परामर्श घेतलेला आहे. एका विद्वान पत्रकारानं एकदा त्याची मुलाखत घेतली. एच. जी. वेल्सला त्यानं पहिलाच प्रश्न केला: 'सुसंस्कृतपणाबद्दल आपलं काय मत आहे?' या प्रश्नावर वेल्सनं जे उत्तर दिलं ते इतकं सखोल अर्थाचं आहे की ते विसरलंच जाणार नाही. ते आजच्या काळातही तितकंच ताजं आणि नवीन वाटण्यासारखं आहे. त्यानं उत्तर दिलं, 'सुसंस्कृतपणाची कल्पना फारच छान आहे. परंतु कोणीतरी त्याविषयी काहीतरी केलं पाहिजे. कारण अजूनही ती फक्त 'कल्पना'च आहे. कारण सुसंस्कृतता अजून आलेली नाही. माझ्या पुस्तकासाठी संशोधन करताना मला असं आढळून आलंय की माणूस हा अद्यापही असंस्कृतच राहिलेला आहे.'

आणि तो अद्याप असंस्कृत राहण्याच्या अनेक कारणांपैकी एक कारण असं सांगता येईल की मन,

शरीर आणि आत्मा या एकमेकांच्यात असलेली दरी! ही दरी जास्तीत जास्त कशी वाढेल याचा प्रयत्न जगातल्या सर्व धर्मांनी केलेला आहे. या सर्वांनी शरीराला निरुपयोगी ठरवलं, काहींनी तर मनालाही निरुपयोगी ठरवलं. त्या सर्वांनी 'आत्मा' फक्त महत्त्वाचा मानला. पण असं करूनसुद्धा त्यांच्या अपेक्षेप्रमाणे परिणाम होऊ शकला नाहीच. उलट मानवतेच्या दृष्टीनं अत्यंत विचित्र आणि वाईट असा परिणाम झाला आणि तो म्हणजे लोक शरीराचा तर त्याग करू शकत नव्हते अथवा मनाचाही त्याग करू शकणार नव्हते. परंतु धर्मांच्या या शिकवणुकीमुळे ते शरीर आणि मनाचा धिक्कार करू लागले. परिणामत: ते स्वत:चा आत्मसन्मान हरवून बसले, स्वत:च्या शरीराबद्दलचा आदर घालवून बसले, स्वत:च्या मनावरचं स्वामित्व घालवून बसले आणि सत्य गोष्ट अशी आहे की शरीर, मन आणि आत्मा या तिन्ही गोष्टी एकत्रित जोपर्यंत कार्यरत रहात नाहीत तोपर्यंत माणूस हा पूर्ण होत नाही. आणि जो पूर्ण नाही तो पवित्रही नाही.

मी शरीराच्या विरोधात नाही. मी मनाच्या विरोधात नाही. त्या सर्वांच्या एकसंधपणात मला जास्त अर्थ वाटतो. एखाद्या वाद्यवृंदाप्रमाणे, एका स्वरलहरींमधे, एकाच सुरात त्यांचं कार्यरत असणं हे मानवाच्या पूर्णतेकडे नेणारं आहे असं मला वाटतं. या तिघांच्या एकसंध क्रियेवाचून माणूस कधीच पूर्ण असणार नाही.

पूर्वेकडे शरीराला कायमच धिक्कारलं गेलेलं आहे. त्यामुळे अंतिम परिणाम झाला तो म्हणजे दारिद्र्य! विज्ञानाची आस नाही, तंत्रज्ञानाची नाही. एक अत्यंत दरिद्री, भुकेला, दुर्लक्षित देह एवढीच त्याची प्रतिमा! पश्चिमेकडे परिणाम असा दिसतो की अत्यंत निरोगी शरीरसंपदा, सतत वाढत जाणारं तंत्रज्ञान, अभिरुचीसंपन्न साहित्य, कला, मनाला उत्तम खाद्य पुरवणाऱ्या अक्षरश: सर्व गोष्टींची संपन्नता परंतु 'आत्मा' मात्र दरिद्री! जणूकाय अस्तित्व नसलेला. ही आणखी एक विचित्र शोकांतिका. म्हणजे निष्कर्ष काय तर पाश्चात्त्य जग हे 'आत्म्याच्या' दारिद्र्यानं त्रासलेलं, तर पौर्वात्य जग जे शारीरिक आणि मानसिक दारिद्र्यानं ग्रासलेलं!

समीर, माझा तुला असा सल्ला आहे की, भविष्यकाळातल्या मानवाच्या दृष्टीनं तुला जर काही काम करायचं असेल तर मनावरच्या पक्क्या मतप्रणालीचे, जुन्या-पुराण्या धुळीचे थर तुला बाजूला करावे लागतील. ते जसे पौर्वात्य विचारांच्या बाबतीत तसेच पाश्चिमात्य विचारसरणीबाबतीतही करावं लागेल. आध्यात्मिक असो किंवा आधिभौतिक असो, त्यातला विरोध मोडून टाक आणि हे दोन्ही म्हणजेच प्रकृती हे मान्य कर. भौतिक गोष्टी शरीराच्या मर्यादेत, बाहेरच्या जगात! आणि 'आध्यात्मिक भाग' आतल्या गाभ्यात-अंतरंगात! आणि

या दोन्हीसाठी पूल म्हणजे 'मन'.

हेच सारं एका लहान प्रतिकृतीत बघायचं झालं तर प्रत्येक मनुष्य याचं उत्तम उदाहरण म्हणता येईल. येणारा नवीन मानव या तिघांच्या (मन-शरीर-आत्मा) एकतेतूनच निर्माण होईल.

गौतमबुद्ध यांचं तत्त्वज्ञान अर्धंच होतं असं म्हटलं तर लोक दुखावतील कदाचित, पण सत्य हे सत्यच! महावीरांचं तत्त्वज्ञानही अर्धंच म्हणता येईल. कारण फक्त 'आत्म्याचा' विचार त्यांनी केला. जीवनाच्या विरोधी असलेलं तत्त्व. तसंच झोरबाबद्दल म्हणता येईल. तो अध्यात्माच्या विरोधी! तसंच सगळे वैज्ञानिक, अगदी मोठ्यातला मोठा शास्त्रज्ञ अल्बर्ट आईनस्टाईन, तो सुद्धा अंतरंगातल्या 'जाग' येण्याबद्दल, अंतरात्म्याच्या साक्षात्काराबद्दल, त्याच्या अस्तित्वाबद्दल काहीही सिद्ध करू शकला नाही. म्हणून अल्बर्ट आईनस्टाईनचं तत्त्वही अर्धवटच! बुद्धांचे विचार अर्धेच. हेच तर आपलं दुर्दैव आहे. पण हे दोन्हीही एकत्र आणणं हेच तर यापुढचं काम आहे.

मी एक शब्दप्रयोग करतो 'झोरबा बुद्ध.' आत्म्याप्रमाणेच शरीरापासूनसुद्धा आनन्द मिळवता आला पाहिजे! 'जड' गोष्टींनासुद्धा त्यांची म्हणून काही सुंदरता असते; त्यांची म्हणून एक शक्ती असते, जशी अंतरंगातल्या जाणिवांना त्यांचं एक स्वतंत्र जग असतं, त्यांची शांती असते, स्तब्धता असते. त्यांची तन्मयावस्था असते आणि या दोघांच्या मधला पूल म्हणजे मन असतं. काही थोडा भाग आध्यात्मिक आणि काही थोडा भाग भौतिक. कवी हा नेहमी मध्यावर असतो. त्याची कविता दोन्ही टोकांना स्पर्श करत असते. मला हे तिन्ही प्रकार महत्त्वाचे वाटतात. दोन परस्परविरोधी टोकं आणि त्यांचा मध्य या तिघांचा एकसंधपणा! शरीराच्या माध्यमातून मिळणाऱ्या सुखदुःखात रममाण होणारा, तेवढ्याच शरीरमर्यादेत समाधान मानणारा, असा माणसाचा एक प्रकार! तसंच मनाच्या अद्‌भूत शक्तीवर विश्वास ठेवणारा आणि उत्क्रांतीमुळे प्राप्त झालेल्या मन:सामर्थ्यावर जगणारा माणसाचा दुसरा प्रकार! आणि अंतर्मनात बुडी मारून मनातीत अवस्थेकडे आणि आध्यात्मिक जीवनातील उन्नत तसंच ईश्वराच्या अस्तित्वाच्या अनुभवाकडे झेप घेणारा माणसाचा तिसरा प्रकार आपण पाहतो. आत्ताच्या आधुनिक जगात नव्या आणि तरुण पिढीला घडवण्याचा वसा घेतलेल्या विविध क्षेत्रांतील तज्ज्ञांचा उद्देश अशा तऱ्हेच्या उन्नत पुरुषोत्तमाच्या निर्मितीचाच असतो. आत्तापर्यंतच्या मानवापेक्षाही नवीन उन्नत अशा मानवाला निर्माण करण्याचं ध्येय शिक्षणतज्ज्ञ, पत्रकार, आध्यात्मिक विचारवंत आणि गुरुपदी असलेले संत यांनी बाळगायला हवं. वर नमुद केलेल्या कोणत्याही जीवनपद्धती न नाकारता सर्वसमावेशक अशा नव्या मनुष्याचा स्वीकार करावाच लागेल. पत्रकारांचा दृष्टिकोन जर निखळ-

स्वच्छ असेल तर मानवतेच्या दृष्टीनं ते बरंच काही काम करू शकतात. त्यांचा दृष्टिकोन जर पूर्वग्रहदूषित नसेल, मग तो धार्मिकतेकडे झुकलेला असो किंवा भौतिकतेकडे झुकलेला असो... पण कुठेही एका बाजूला झुकलेला असेल तरीही पूर्वग्रहदूषित नसेल तर ते चांगलं कार्य करू शकतात. त्यांचा दृष्टिकोन मोकळा असायलाच हवा. अनेक प्रकारच्या शक्यता ग्रहण करणारा असावा. त्यानं शोधक असायला हवं आणि संशोधक वृत्तीचं आणि अज्ञेयवादी असायला हवं. नुसतंच श्रद्धाळू असता कामा नये. एकदा का तुम्ही कशाबद्दल श्रद्धा बाळगायला लागलात की त्याबद्दल आग्रही बनायला लागता मग ती गोष्ट बरोबर असो किंवा चूक असो. पण पत्रकारानं मात्र सर्व बाजूनं मोकळ्या दृष्टीचं असावं. प्रकृतीच्या सुंदरतेकडे नेणारी आणि माणसाला कृतार्थ करणारी, आजूबाजूच्या वातावरणातली आरोग्यदायी, माणसाला हुशार बनवणारी, जागरूक बनवणारी सृष्टीची अद्भूतता त्यानं मनानं टिपून घेतली पाहिजे.

माझ्या मतानं हीच खरी प्रार्थना आहे... आजूबाजूच्या सृष्टीच्या चमत्काराविषयी, अद्भूततेविषयी जागरूक राहाणं, हीच खरी प्रार्थना... आणि शरीर, मन आणि आत्म्याच्या एकरूपतेनं जो माणूस हे जाणून घेत असतो तोच हा प्रकृतीचा चमत्कार जाणू शकतो.

❑

प्रिय ओशो

माणूस जेव्हा एखाद्या मंदिरात प्रवेश करतो तेव्हा एखाद्याला मानसिक शांतीची भावना तृप्त झाल्याचा अनुभव येतो. तिथल्या प्रार्थना, त्यांचे स्वर, संगीत, धूपदीपांचा सुगंध, त्या मंदिराच्या वास्तुशिल्पाची सुंदरता पाहून मन तृप्त होतं...

एखाद्या उद्योगधंद्याचं ठिकाण, की जे सध्याच्या युगातलं मंदिरच आहे. त्याला अशा सुंदर वातावरणाचा परिणाम साधता येईल का?

समीर,

फक्त उद्योगधंद्यांनी नाही, तर माणूस राहतो त्या प्रत्येक ठिकाणांनी देवळांपासून शिकायला पाहिजे. पहिलं म्हणजे तुम्ही वावरत असता ती प्रत्येक भूमी पवित्रच असते. फक्त देवळामधेच पवित्र जागा असते असं नाही, तर तुम्ही जिथे जिथे म्हणून वावरत असता, मग ते बाजाराचं ठिकाण असो किंवा कुठलंही असो ती भूमीही पवित्रच असते. फक्त देवळातच किंवा मशीदीत, चर्चमधे तुम्ही प्रार्थना- निष्ठ असता कामा नये. तर तुमच्या श्वासोच्छ्वासाइतकी ती सहज भावना असायला हवी. धूपदीपांचा सुवास, सुंदर फुलं, मधुर संगीत, प्रार्थना किंवा सुरेख वास्तुशिल्प ही काही फक्त देवळांची मक्तेदारी असत नाही. प्रत्येक घर हे मंदिराचा नमुना असायला हवं. फक्त उद्योगधंद्यांची ठिकाणंच नव्हेत, तर प्रत्येक घर हे मंदिरासारखं असायला हवं. कारण प्रत्येकाचं शरीर हे एक मंदिरच असतं.

तुमच्यामधे ईश्वराची वसती असते. त्यामुळे जिथे जिथे तुम्ही जाल, तिथे तिथे तो देवत्वाचा सुवास, सुगंध तुम्ही निर्माण करायला पाहिजे.

खराखुरा धार्मिक माणूस, आध्यात्मिक माणूस हा कुणी हिंदू नसतो, मुसलमान नसतो, ख्रिश्चन नसतो, जैन नसतो किंवा बौद्ध नसतो. खराखुरा धार्मिक माणूस हा फक्त शुद्ध भाविक असतो, भक्त असतो, प्रेमळ आणि सृजनशील मनुष्य असतो; त्याच्या प्रत्येक

कृतीला सोन्याचा स्पर्श प्राप्त झालेला असतो. ज्याला ज्याला तो स्पर्श करतो ते सारं सुंदर होऊन जातं, मौल्यवान होऊन जातं.

सातत्यानं आपलं घर नरकासमान असणं आणि क्वचित कधीतरी एखादा तास मंदिरात जाऊन स्वर्ग शोधायला जाणं हे कदापिही शक्य नाही. जोपर्यंत स्वर्गतुल्य वातावरणात तुम्ही चोवीस तास राहात नाही तोपर्यंत काही क्षण देवळात जाऊन तत्क्षणी स्वत:त बदल घडवणं हे शक्यच नाही. एका क्षणात सारे विकार टाकून देणं, मत्सरी वृत्ती, संताप, द्वेष, ईर्षा, महत्त्वाकांक्षा, राजकारण या साऱ्या वृत्ती एकाएकी टाकून देणं शक्यच नाहीये. तुमच्यातला सगळा घाणेरडेपणा एकाएकी टाकताच येणार नाही.

तुम्ही कदाचित ढोंग करू शकाल, दांभिकपणा करू शकाल. कारण सर्वसाधारणपणे देवळात जाणारी मंडळी मग ती कोणत्याही धर्माची असो, ती सारी दांभिकच असतात. कारण त्यांचे उरलेले तेवीसतास त्यांच्यातला खराखुरा घाणेरडेपणा दाखवत असतात. फक्त एक तास! छे छे एवढ्या वेळात संपूर्ण वेगळं व्यक्तिमत्त्व घडूच शकत नाही.

धार्मिक माणसांनी हे लक्षात घ्यायला हवं की हा काही कोणत्या ब्रह्मतत्त्वावरच्या विश्वासाचा प्रश्न नाहीये, किंवा विशिष्ट परंपरेवरच्या विश्वासाचा प्रश्न नाही. प्रश्न आहे तो तुमच्यातल्या वृत्ती बदलण्याचा! तुमच्यातली करुणा हीच तुमच्या हृदयाची स्पंदनं बनली गेली पाहिजेत. त्याबद्दलची कृतज्ञता ही तुमचा प्रत्येक श्वासोच्छ्वास असेल. जिथे जिथे तुम्ही जाल, जे काही पहाल त्यात पावित्र्य दिसेल, तुमचे डोळे ते पावित्र्य झाडात पाहील, पर्वतात पाहील, माणसात पाहील, प्राण्यात, पक्ष्यांमधे पाहील. तुमच्या सभोवतालचं संपूर्ण जगत् जोपर्यंत मंदिर बनत नाही तोपर्यंत तुम्ही खरे धार्मिक नाही. जिथे जिथे तुम्ही वावरता ते मंदिरच असतं, कारण लोक ज्याला ईश्वर म्हणतात त्या अद्‌भूत ईश्वरी शक्तीनं भारलेलं वातावरण तुमच्या सभोवती असतं. काही मंडळी त्याला वेगवेगळ्या नावानं संबोधतात. नावं निरनिराळी का असेनात, पण एक गोष्ट निर्विवाद आहे ती म्हणजे आपण ऐहिक विश्वात राहात नाही. प्रत्येक पायरीवर अद्‌भूतता आहे. गूढ आहे. सर्वांच्या पलीकडे असलेली ही अद्‌भूतता आहे, गूढता आहे! या अद्‌भूततेबद्दल जर तुम्ही पुरेसे जागरूक असाल तर तुमची पूजा, तुमची आराधना तुम्हाला योग्य असंच फळ देईल.

दुकानात बसून तुम्ही अशा गिऱ्हाइकाची वाट पहायला हवी की जो ईश्वर असेल.

कबीरांना साक्षात्कार झाल्यानंतर राजेमहाराजेसुद्धा त्यांचे शिष्य बनले. ते त्यांना म्हणू लागले की, 'बस करा आता हा विणकराचा धंदा! आम्हाला याचं

दुःख होतं. लोक आम्हाला हसतात आणि म्हणतात, 'तुमचा महात्मा एखाद्या गरीब विणकरासारखा जगतो. आठवडाभर कापड विणतो, नंतर स्वत:च्या खांद्यावर त्याचे गठ्ठे घेऊन बाजारात जातो... ज्या माणसाला अनेक शिष्य आहेत त्यानं हे असं करणं बरोबर नाही वाटत. तुम्ही त्यांना सांभाळू शकत नाही का?'

परंतु कबीरांचा आग्रह असायचा. ते म्हणायचे, 'हा माझ्या जगण्याचा प्रश्न नाहीये. मुद्दा असा आहे की, एक ना एक दिवस कुणीतरी देव माझ्या विणलेल्या कपड्यांची खरेदी करण्यासाठी बाजारात येईल, प्रेमानं येईल, कृतज्ञतापूर्वक येईल, हा मला विश्वास वाटतो आणि मग त्या वेळेला त्याला मी सापडलो नाही तर? मी असं करू शकत नाही. म्हणूनच जोपर्यंत मी जिवंत आहे, तोपर्यंत मला येत असलेल्या एकमेव कलेनं मी ईश्वराची सेवा करीन. ती कला म्हणजे विणणे!'

आणि अशाच प्रकारे त्यांनी कपडे विणले. त्याच प्रेमानं, त्याच प्रार्थनानिष्ठ मनानं, मोठ्या दिमाखानं! म्हणूनच तुम्ही जाणू शकता की हा माणूस फक्त कपडे विणत नसे, तर त्यापेक्षा जास्त काहीतरी विणत असे. कपड्यांमधे काहीतरी आध्यात्मिक धागे तो विणत होता. बाजारातल्या प्रत्येक माणसाला कबीर 'राम' म्हणून संबोधायचे. भारतीय अर्थानं ईश्वर! 'राम, किती काळ मी वाट पहातोय. तू कुठे होतास? आता दुकान बंद होण्याची वेळ आली आहे; सूर्यास्त होतोय... मी तुझी वाट पाहातोय.' अशा प्रकारानं पहिलंच गिऱ्हाईक गोंधळात पडायचं. हा एवढा मोठा संत त्याला 'राम' म्हणतोय? हळूहळू सर्वांना या गोष्टीचा सराव व्हायचा आणि त्याप्रमाणे ते वागायला लागायचे. एक दुकानदार आणि गिऱ्हाईक यांच्यातला हा प्रश्न नव्हता. तर तो होता दोन प्रेमिकांचा. ते एक प्रकारचे प्रेमसंबंधच होते.

सारी उद्योगधंद्यांची ठिकाणं ही मंदिराप्रमाणे असावीत असं मला वाटतं... फक्त उद्योगधंद्याचीच नव्हे, तर प्रत्येक घर, प्रत्येक स्वयंपाकघर, प्रत्येक शयनगृह हे एक मंदिर असायला हवं. तुम्हीही एकमेकांशी तसंच प्रेमानं वागावं असं मला वाटतं. तो तुमचा शत्रूही असेल कदाचित, परंतु मुळामधे तुझ्या जीवनाचा उगम जिथे आहे तिथेच त्याचाही आहे, हे लक्षात ठेव. त्यामुळे त्याच्या अस्तित्वाचा तुला मान राखायला हवा. जसा तुझ्या मित्राचा तू राखतोस तसाच! मंदिरामधल्या एखाद्या देवीइतकाच तुझ्या पत्नीचाही तू मान राखायला हवास.

स्वत:ला धार्मिक म्हणवून ढोंग करणाऱ्या माणसांवर माझा मुळीच विश्वास नाही. कारण अत्यंत क्रूरपणानं त्यांनी आत्तापर्यंत स्त्रियांना वागवलेलं आहे. स्त्रीमधे त्यांना देवाचं दर्शन झालेलं नाही. अशीच क्रूरतेची वागणूक या धार्मिक म्हणवणाऱ्या मंडळींनी गरिबातल्या गरीब अशा शूद्रांना दिलेली आहे. त्यांना

आयुष्यभर अस्पर्श आणि माणुसकीशून्य लायकीचं समजलं गेलं. त्यांच्यामधेही यांना देव दिसला नाही; ते बघू शकले नाहीत. ते फक्त दगडामधे, मूर्तीमधे देव पाहू शकतात - परमेश्वराच्या अस्तित्वाची स्पंदनं जशी तुमच्या हृदयात होत असतात तशीच ती या शूद्रांच्याही हृदयात होतात ही जाणीव हे धार्मिक लोक ठेवू शकत नाहीत.

मला अगदी ठामपणे, खात्रीपूर्वक असं वाटतं की ही मंडळी धार्मिक नव्हेतच. जशी सुसंस्कृतता अद्यापही जगात अवतरलेली नाही तशीच धार्मिकताही आलेली नाही. आपल्या सर्वांना अशी काही जागा निर्माण करावी लागेल की जिथे सुसंस्कृतता, धार्मिकपणा, संस्कृती या गोष्टी घडू शकतील. जागरूकतेचेच हे निरनिराळे प्रकार आहेत.

❑

प्रिय ओशो

व्यापारी संघटनांच्या दृष्टीनं 'बाजार' हे त्यांचं अंतिम लक्ष्य असतं. परंतु व्यापाऱ्यांच्या वैयक्तिक जीवनात मूलत: बऱ्याच विसंगतीला त्यांना सामना करावा लागतो - याउलट ज्या काही व्यापारी वस्तू आपण विकतो त्याची लोकांना गरजच नसते काय?

समीर...

तुझा प्रश्न जरा गोंधळाचा आहे. गोंधळाचा अशा दृष्टीनं की लोकांना ज्याची गरज आहे ते तुम्ही विकता. परंतु त्यांची गरज ही विकृत आहे, का चांगली आहे, निरोगी आहे हा सर्वस्वी निराळा भाग!

तुम्ही लोकांच्या विकृत गरजा पूर्ण करत असता.

गरजा पूर्ण झाल्या पाहिजेत, परंतु त्यांतल्या चांगल्या गरजा कोणत्या आणि वाईट कोणत्या फरक करता आला पाहिजे.

उदाहरणार्थ :- लैंगिक बीभत्सता ही विकृत गरज आहे. आणि त्यामुळेच लाखो व्यापारी लोक अशा बीभत्स पद्धतीचं साहित्य, छायाचित्रं, अनेक प्रकारच्या फिल्म्स, सतत पुरवत असतात. ते खरोखरच लोकांच्या गरजाच पुरवत असतात. कारण शतकानुशतकं लोकांच्या लैंगिक भावना दडपल्या गेल्याने नग्न स्त्री पाहाणं ही भूक बनते. खरोखरच तुमचा हा धंदा भरभराटीचा आहे. परंतु हा तुमचा धंदा लोकांच्या घाणेरड्या पिळवणुकीवर अवलंबून असतो.

पत्रकारांची जबाबदारी अशा वेळी मोठी आहे. त्यांनी लोकांना सावध करायला हवं, बीभत्स लैंगिकतेची त्यांना का गरज आहे? आदिवासी समाजात कोणालाही यामधे रस नसतो कारण ते नेहमीच नग्न असतात. अगदी लहानपणापासून त्यांच्या अंगावर कपडे

नसल्यानं मुलं काय किंवा मुली काय दोघंही त्यांच्या शरीराबद्दल जागरूक असतात. त्यांच्या सहज ओळखीचा तो भाग असतो. त्यामुळे विशेष उत्सुकता त्यांच्यात नसतेच. त्यामुळे 'प्लेबॉय'सारखं मासिक त्यांच्यासाठी काहीच महत्त्वाचं नसणार. परंतु आपल्यातली तथाकथित 'सुसंस्कृत' मंडळी मात्र 'प्लेबॉय' सारखं मासिक भगवद्गीता किंवा बायबलच्या पाठीमागे लपवून वाचतात. काहीही घाणेरडं लपवायची एवढी योग्य जागा दुसरी कुठली नाहीच. कारण हे ग्रंथ कुणी उघडतच नाही. पवित्र बायबल किंवा भगवद्गीतेत डोकवायचं कुणाला काय पडलंय?

एनसायक्लोपिडीआ विकणारा एक माणूस होता. दारोदारी जाऊन तो ते खंड विकत असे. एक दिवस एका दारावर तो गेला असता एका स्त्रीनं दार उघडलं. तो त्याच्या पद्धतीनं, विक्रेता म्हणून बोलायला लागला तोच ती स्त्री म्हणाली 'माझ्याकडे आधीच एक एनसायक्लोपिडीआ आहे. खूप चांगला आहे. आता आणखीन गरज नाही. ते समोरचं टेबल आहे त्यावर कोपऱ्यात ठेवलाय पहा. एनसायक्लोपिडीया! तुम्ही पाहू शकता... त्यामुळे क्षमा करा पण मी नाही घेऊ शकत!'

तो विक्रेता म्हणाला --मी खात्रीपूर्वक सांगतो की तो एनसायक्लोपिडीया नाही... ते बायबल आहे, ती स्त्री त्यावर म्हणाली, 'तुम्ही तर विचित्रच आहात. तुम्ही इतकं निक्षून कसं काय सांगता?'

विक्रेता म्हणाला, 'सोपं आहे. कारण त्यावर इतकी धूळ जमलीय की ते निश्चितच बायबल आहे. एनसायक्लोपिडीया सतत पाहिला जातो त्यामुळे त्यावर धूळ बसणं शक्य नाही. बायबल कोण पहाणार? बघा मी तुमच्याशी पैज लावायला तयार आहे.'

ती स्त्री खजील होऊन म्हणाली, 'नाही, त्याची खरंच गरज नाही. ते बायबलच आहे. मी खोटं बोलल्याबद्दल मला क्षमा करा.'

त्यावरचे धुळीचे थर हा फार मोठा पुरावा होता की तो ग्रंथ धार्मिक ग्रंथ आहे म्हणून! मंडळी नेहमीच या धार्मिक ग्रंथांच्यामागे काहीतरी लपवत असतात.

कोणतीही गोष्ट दडपून ठेवणे हे निसर्गाच्या विरुद्ध जाणं आहे; याविषयी लोकांना जागरूक केलं पाहिजे. नैसर्गिक गोष्टी मान्य केल्या जातील, नाकारल्या जाणार नाहीत, अशा तऱ्हेचं वातावरण निर्माण करणं गरजेचं आहे.

तुम्ही नैसर्गिक गोष्टी नाकाराल तर दुसऱ्या दारानं तुमची नैसर्गिक अभिलाषा समाधान शोधत राहील. आणि मग तिचं रूपांतर भ्रष्ट बनण्याकडे होतं. अत्यंत निराळ्या पद्धतीनं सांगायचं तर तुमचे सगळे तथाकथित संत-महात्मे आणि हे घाणेरड्या फिल्म तयार करणारे लोक यांच्यात संगनमत असल्यासारखं आहे.

हे दोघंही एकमेकांचे भागीदार आहेत. एकाच व्यवसायात.

संतांनी आयुष्यभर ब्रह्मचर्याचा आग्रह धरला. विषय-वासना दाबून टाकण्याकडे आग्रह धरला. कोणतीही गोष्ट दाबून टाकल्यामुळे लोक ओघानंच उलट प्रतिक्रियेनं भुकेली बनत जातात. एक उदाहरण देतो:- आपल्या सगळ्यांनाच माहितेय, संपूर्ण दिवसभर जर उपास केला तर असं लक्षात येतं की पूर्ण दिवस आपण फक्त खाण्याविषयीच विचार करत असतो. दुसरं काहीही नाही. इतर दिवशी आपण दिवसभर पाहिजे ते खात असतो, ज्याची गरज असेल ते खात असतो. त्यामुळे आपल्या मनात अन्नाचा विचारही येत नाही; तुम्ही त्याविषयी स्वप्न पहात नाही; विकृत विचार करत नाही. पण माझ्या पहाण्यात अशी मंडळी आहेत की दिवसभर उपास करत रहातात पण बोलतात सतत खाण्याविषयी! कुठेही गेली तरी त्याच विषयांकडे पाहतात. दुसरं काहीही नाही.

मानसशास्त्रीय प्रयोगान्ती असं दिसून आलेलं आहे की जर माणसाला पूर्ण तीन दिवस उपाशी ठेवलं गेलं तर घाणेरडी-बीभत्स छायाचित्रं (पोर्नोग्राफीक फिल्म्स इ.) पहाण्यातसुद्धा त्याला रस वाटत नाही. एखादी सुंदर अन्नाची थाळी पाहणं तो जास्त पसंत करतो. एखाद्या स्त्रीला 'ब्यूटीफूल डिश' असं म्हणतात ते फारसं विचित्र नाही. कारण शारीरिक संबंध ही सुद्धा एक प्रकारची भूक आहे. स्त्रीला असं संबोधणं म्हणजे खरोखर अपमानास्पद आहे, गलिच्छ आहे. पण तरीही ही इतर भुकेसारखीच एक भूक आहे.

मूळ प्रश्न जो असतो त्याचा मग न्यूनगंड बनत जातो. कारण लोकांना या सर्वांची गरज आहे. तुम्हा दुकान मांडून बसलेल्या मंडळींचा गोंधळ असा होतो की अशा गोष्टींचा तुम्ही व्यापार करता, काहीतरी बीभत्स, अश्लील विकता, पैसा मिळवता. हे जर तुम्ही असं विकलं नाहीत, तर तुमची मासिकंही संपून जाणार. म्हणजे, तुम्ही इतक्या विचित्र परिस्थितीत अडकता की त्यातून बाहेर पडणं शक्यच नसतं. एकतर धंदा न करणं, नाहीतर घाणेरड्या गोष्टींचा व्यापार करणं!

लोकांना पोर्नोग्राफीचं इतकं आकर्षण का असतं? या प्रश्नाबद्दल जोपर्यंत प्रसारमाध्यमांकडून जागरूक केलं जात नाही, किंवा जोपर्यंत आजूबाजूचं वातावरण बदलत नाही तोपर्यंत हा प्रश्न असाच राहणार. लेख लिहून, कथा लिहून चित्रपटांद्वारे, रेडिओ, दूरदर्शन या सर्वांद्वारे माध्यमांनी त्या पद्धतीचं जागरूकतेचं वातावरण निर्माण केलं पाहिजे - कोणतीही गोष्ट (नैसर्गिक) दडपून टाकणं हा निसर्गाला विरोध आहे असा प्रचार होणं आवश्यक आहे. ज्या दिवशी जगभरामधे 'दडपून' टाकणं संपेल त्या दिवशी समाजातली विकृती संपेल, समलिंगी संभोगाचे प्रकार थांबतील.

पत्रकारितेनं या अडचणीच्या परिस्थितीबाबत जागरूक राहिलंच पाहिजे. उदा. सध्या एड्स सारखा एक भयंकर रोग जगामधे धुमाकूळ घालतोय. समलिंगी संभोगाची ती एक परिणती आहे. कॅथॉलीक धर्मगुरू आणि इतर धार्मिक मंडळी या प्रकाराची निर्भर्त्सना करतात. परंतु समलिंगी संबंध ही रोगाची फक्त लक्षणं आहेत. खरा रोग आहे तो ब्रह्मचर्याबद्दल आग्रह धरणं!

समलिंगी संबंध निर्माण कुठून झाले? तर मठांमधून, सैनिकांच्या बराकीतून, मुलांच्या, मुलींच्या वसतिगृहातून, ज्या ज्या ठिकाणी स्त्री आणि पुरुषांसाठी स्वतंत्र ठिकाणं होती त्या त्या ठिकाणी ही 'भूक' विकृतीमधे निर्माण झाली.

टेक्सासमधे मध्यंतरी कायदा निघाला की समलिंगी संबंध ठेवणे हा गुन्हा समजला जाईल आणि पाच वर्षं तुरुंगवासाची शिक्षा होऊ शकेल आणि या फर्मानाच्या विरोधी समलिंगी संबंध ठेवणाऱ्या दहालाख मंडळींनी निदर्शनं केली. एखादा कल्पनाही करू शकणार नाही की टेक्सासमधे एवढे लोक 'या प्रकारचे' असतील म्हणून! या लोकांनी निदर्शनं करून जाहीर केलं की जर तुम्ही अशा प्रकारची बंदी आणलीत तर आम्ही भूमिगत होऊ. तिथं या लोकांसाठी विशिष्ट हॉटेल्स, क्लब्ज्, असतात - आता ही मंडळी जर भूमिगत झाली तर हा रोग आटोक्यात आणणं आणखी कठीण होणार. या रोगाशी सामना करणं आणखीन अवघड होऊन बसणार. हा रोग सध्या एखाद्या आगीसारखा पसरत चाललाय. आपल्या देशात असे किती लोक आहेत आणि किती लोकांना एड्स झालेला आहे या विषयीची आकडेवारी लपवण्याचा प्रत्येक सरकारचा सध्या प्रयत्न आहे. कारण एड्स हा बरा होणारा रोग नाही. खात्रीपूर्वक मृत्यू हाच त्याचा मार्ग आहे.

शास्त्रज्ञांनीही या रोगाच्या इलाजाबाबत असमर्थतता प्रकट केलेली आहे. हा साधासुधा रोग नाही. सावकाशपणे मृत्यूकडे नेणारा हा रोग आहे. निसर्गाच्या विरुद्ध वागण्यातून निर्माण झालेला हा रोग आहे. त्यामुळे निसर्गानं हा एक प्रकारचा सूडच घेतलेला आहे.

साऊथ आफ्रिकेची एक बातमी समजली. ती अशी- एका हॉस्पिटलमधे पाहणी केली असताना त्यापूर्वी गावातल्या सत्तर टक्के वेश्यांना एड्सची लागण झालेली होती. पाहणी केल्यानंतर फक्त एका महिन्यात हे प्रमाण सत्तर टक्क्यावरून शंभर टक्क्यावर गेलेलं दिसलं. हे फारसं आश्चर्य करण्यासारखं नाही. जास्त आश्चर्य पुढेच आहे. त्या हॉस्पिटलमध्ये जेवढ्या म्हणून इतर स्त्रिया बाळंतपणासाठी आलेल्या होत्या त्यांच्यापैकीसुद्धा सत्तर टक्के स्त्रियांना एड्स झालेला होता. म्हणजे वेश्यांइतकीच इतर स्त्रियांची सरासरी. या तर गृहिणी स्त्रिया होत्या. म्हणजे त्यांना होणारी मुलंसुद्धा एड्सग्रस्त असणार होती. अर्थातच या साऱ्या

भयंकर प्रकाराबाबत सगळं जग मात्र चूपचाप होतं!

हे सारं अण्वस्त्रांपेक्षाही भयंकर आहे. कारण अण्वस्त्रांच्या बाबतीत कुठेतरी आपला ताबा आपण ठेवू शकतो. आपल्या हातात ते असतं. पण एड्सवर ताबा मिळवणं आपल्या आवाक्याबाहेरचं आहे.

पत्रकारांची ही जबाबदारी आहे की लोकांसमोर सत्य घटना आणल्या पाहिजेत. विकृती टाळण्यासाठी समाजाला सावध केलं पाहिजे. समलिंगी संबंध हा काही रोग नाही, तर ती फक्त लक्षणं आहेत. खरा रोग आहे तो ब्रह्मचर्य, की, ज्याचा आग्रह सर्व धर्मांकडून धरला जातो. आता ही तर विचित्रच गोष्ट आहे. ती म्हणजे 'एड्स' रोगाला कारणीभूत ठरलेली हीच मंडळी समलिंगी संबंधांचा धिक्कार करतात. हे तथाकथित महात्मे, प्रवचनकार, धर्मगुरू इ. ही मंडळीच खरोखरची गुन्हेगार आहेत. त्यांना तुरुंगाची हवा खायला पाठवलं पाहिजे. हे समलिंगी संबंध ठेवणारी मंडळी यातली गुन्हेगार नसून ते एकंदर परिस्थितीला पडलेले बळी आहेत. धर्ममार्तंडांकडून दिल्या गेलेल्या अत्यंत चुकीच्या शिकवणुकीला ती बळी पडलेली आहेत.

म्हणून विकृत गरजा भागवू नका. या विकृत गरजा निर्माण करणारी मूळ कारणं शोधून काढून ती उघड करा. आणि लोकांची मनोवृत्ती बदलवण्याचा प्रयत्न करा म्हणजे ती मूळ कारणं नष्ट होतील. ती कारणं नष्ट झाल्याशिवाय तुम्ही विकृतीशी सामना करू शकणार नाही. एका बाजूला तुम्ही त्या कारणांना उत्तेजन देता आणि दुसऱ्या बाजूला लोकांच्या या घाणेरड्या गरजांसाठी नाकं मुरडता की ज्या टाळणं अशक्य आहे.

परंतु हीच परिस्थिती तुमच्या धर्मांनी निर्माण केलेली आहे. या साऱ्या खोट्या-नाट्या, अशास्त्रीय, अ- मानसशास्त्रीय शिक्षणपद्धतीचा लोकांसमोर बुरखा फाडणं आवश्यक आहे आणि लोकांनीसुद्धा शुद्ध नैसर्गिक तसंच निरोगी जीवन जगण्यासंबंधी जागरूक राहिलं पाहिजे. आपल्या शरीराची गरज ही नैसर्गिक आहे हे मान्य केलं पाहिजे. असं झालं तरच या अशा विकृत गरजा पुरवणाऱ्या व्यापाऱ्यांना आपण आळा घालू शकू. पत्रकारिता हा फक्त धंदा बनता कामा नये, तर मानवतेच्या दृष्टिकोनातून ती फार मोठी जबाबदारी ठरली पाहिजे. हा साधासुधा धंदा नाहीये, की ज्यामधे फक्त नफ्याचाच विचार व्हावा. नफ्याचाच फक्त विचार होण्यासाठी इतर अनेक धंदे आहेत - पण पत्रकारिता ही केवळ नफा मिळण्यासाठी भ्रष्टाचारी बनता कामा नये. पत्रकारितेनं मिळणाऱ्या फायद्यावर पाणी सोडण्याची तयारी ठेवायला हवी. तरच या विकृत मागण्या पूर्ण करणाऱ्या मंडळींना ते उघडे करू शकतील आणि त्यांचं खरं अंतरंग दाखवून ते दूर करू शकतील.

पत्रकारिता ही क्रांतीच्या दिशेनं जाणारी असायला हवी. ती फक्त धंदा म्हणून असता कामा नये. मूलत: पत्रकार हा बंडखोर असतो; भांडणारा असतो आणि न्यायासाठी तर भांडलंच पाहिजे. मी स्वत: पत्रकारितेकडे धंदा म्हणून पाहात नाही. कारण, फक्त नफा दृष्टीसमोर ठेवून करायचं म्हटलं तर इतर अनेक धंदे करता येतात. फक्त नफा पाहून होणाऱ्या भ्रष्टाचारापासून किमान एखादा तरी हा असा धंदा मुक्त असायला हवा. तरच जनतेला तुम्ही सुशिक्षित बनवू शकाल, ज्या ज्या चुकीच्या गोष्टी आहेत त्याला विरोध करण्याची कुवत निर्माण होऊ शकते ती शिक्षणानं! तसं शिक्षण तुम्ही द्या... या घाणेरड्या वृत्तीला पोषक अशा कारणांना विरोध करण्यासाठी शिक्षण द्या!

एका गोष्टीसाठी मला आवर्जून सांगावंसं वाटतं की जीवन म्हणजे फक्त फुलांच्या पायघड्या नाहीत. जीवनात काटेही आहेतच. पण तरीही त्या काट्यांविषयी फार मोठं अवडंबर करण्याची गरज नाही. कारण काट्यांचं असं अवडंबर करण्यामुळे तुम्हाला पुढे हळूहळू फुलांचाही विसर पडायला लागतो.

पत्रकारिता तसंच इतर प्रसारमाध्यमं ही नवीन जगातली अपूर्व गोष्ट आहे. गौतमबुद्ध किंवा जिझसच्या काळामधे यातलं काहीही नव्हतं. याच कारणामुळे लोकं म्हणतात की तो काळ फारच सुंदर होता. हिंदू धर्माबद्दल अतिरेकी स्वाभिमान बाळगणारी मंडळी इतकंही पुढे म्हणतात की गौतमबुद्धाच्या काळात लोकं दरवाज्याला कुलुपंही लावत नसत म्हणून! त्यांच्या म्हणण्याचा अर्थच असा की त्या वेळी चोऱ्या-माऱ्या होत नसत. पण हा शुद्ध मूर्खपणा आहे. कारण संपूर्ण बावीस वर्षं गौतमबुद्ध रोजच्या रोज चोरी न करण्याबद्दलच प्रवचनं देत होते. मग ते काय वेडे होते काय? त्या वेळी चोऱ्या होत नव्हत्या तर मग ते प्रवचनं कशाला देत होते? जगातल्या सगळ्या संतांनी चोरी न करण्याबद्दल, खोटं न बोलण्याबद्दल, व्यभिचार न करण्याबद्दल प्रवचनांतून सांगितलंय. आताची कुठलीच गोष्ट नवीन नाहीये की ती त्या काळात नव्हती... तुम्हाला त्यांच्या शिकवणुकीतून सहज लक्षात येतं.

त्या काळात कुलुपं नव्हती याचा अर्थ त्या काळात चोर नव्हते असं नाही, तर त्या काळात कुलुपांचा शोधच नव्हता. शिवाय लोकांच्या घरामधे चोरण्यासारखं काही नव्हतंसुद्धा! अत्यंत गरिबीमधे त्या वेळचे लोक जगत होते. कुलूप तयार होण्याइतकं तंत्रज्ञान त्या वेळी झालेलं नव्हतं. शिवाय कुलूपबंद ठेवण्यासारखं तुमच्यापाशी काही पाहिजे की नाही? इथं दोन वेळच्या जेवणाचीच भ्रांत... तिथं सांभाळून, बंद करून काय ठेवणार?

याच शतकात बंगालमधे घडलेली गोष्ट आहे. महात्मा गांधी बंगालमधून दौरा करत होते. नोआखलीत एक स्त्री त्यांच्याजवळ आली, त्यांचे पाय धरले

आणि म्हणाली, 'एक मिनिट थांबा, कारण माझ्या पतीलासुद्धा तुमच्या पाया पडायचं आहे.' गांधीजींनी विचारलं, 'पण तो तुझ्याबरोबर का आला नाही?'

ती स्त्री संकोचानं म्हणाली, 'आम्हाला लाजवू नका. आमच्याजवळ कपड्यांचा एकच जोड आहे. म्हणून मी एकटीच आलेय. आता मी घरात जाईन तेव्हा हेच कपडे मी नवऱ्याला देईन. कारण घरामधे तो कपड्याशिवाय उभा आहे-'

ही तर विसाव्या शतकातली गोष्ट! पण त्या काळी प्रचार आणि प्रसार माध्यमं नसल्यानं तेव्हा वाईट गोष्टी कोणत्या होत्या ते आपल्याला माहिती नाही. बातम्या, तसंच प्रसारमाध्यमांची निर्मिती यामुळे खूप नवनव्या गोष्टी कळायला लागल्या. कारण प्रत्येक गोष्ट वाईट आणि नकारार्थी! मग ती खरी असो वा खोटी असो. ती सनसनाटी करणं! कारण तरच ती बातमी विकली जाणार. खून-मारामाऱ्या बलात्कार-लांचखोरी, दंगली, गुन्हेगारी या सगळ्या गोष्टी माणसं अत्यंत चवीनं चघळतात. आणि लोकांना याच बातम्यांमधे रस असल्यामुळे तुम्ही मंडळीही जगात घडणाऱ्या याच गोष्टी जमा करता... फुल पूर्णपणे विसरली जातात आणि काटे जास्त आठवणीत ठेवले जातात आणि त्यांची अतिशयोक्ती केली जाते. तुम्ही नवं काही शोधू शकत नाही कारण तुमच्यापुढचा मोठ्ठा प्रश्न असतो तो म्हणजे 'विक्री'!

यासारखीच किंवा यापेक्षाही वाईट परिस्थिती पूर्वी होती. परंतु लोकांना ती तशी कधीच कळून आली नाही. 'चांगली बातमी' जी काही असेल त्याचाच विचार त्या काळातल्या लोकांनी केला. कारण धर्मग्रंथांतून खून-चोऱ्या-माऱ्या याविषयी लिहिलं गेलं नाही, तर फक्त संत-महात्मे आणि त्यांची शिकवण, त्यांचे संदेश याविषयीच लिहिलं गेलं. तेच त्या वेळचं साहित्य!

गुन्हेगारांमधून संत निर्माण होण्याची शक्यता ही पत्रकारितेतून निर्माण झाली.

स्वीडनमधली एक घटना आहे - एका विचित्र माणसानं दुसऱ्या एका निरपराध माणसाचा खून केला. खून झालेल्या माणसाला तो विचित्र माणूस ओळखतही नव्हता, त्यानं त्याला कधी बघितलंही नव्हतं, तो कोण आहे हे सुद्धा माहीत नव्हतं. तो मनुष्य समुद्रकाठी बसला होता; समुद्राकडे पहात शांतपणे बसला होता. तेवढ्यात या विचित्र माणसानं त्याच्या मागून येऊन त्याला गोळ्या झाडल्या. कोर्टात त्यानं सांगितलं की केवळ वर्तमानपत्राच्या पहिल्या पानावर माझा फोटो येण्यासाठी मी हे कृत्य केलं. माझा हेतू आता साध्य झाला. आता मी कोणत्याही गोष्टीची चिंता करत नाही. तुम्ही आता मला फासावर देऊ शकता. तेच योग्य होईल. माझा फोटो वर्तमानपत्रात छापलेला बघायची फार दिवसांची माझी इच्छा होती. वाईट गोष्टींना ज्या प्रकारे तुम्ही प्रसिद्धी देता त्यातून अशी विचित्र माणसं तुम्ही निर्माण करत असता.

कॅलीफोर्नियामधे गेल्या वर्षी एक पाहणी केली गेली. ती या प्रकारे - प्रत्येक बॉक्सिंग मॅचनंतर, प्रत्येक फूटबॉल मॅचनंतर तिथे गुन्ह्यांचं प्रमाण एकदम चौदा टक्क्यांनी वाढतं. आणि हे वाढलेलं प्रमाण जवळजवळ सात ते दहा दिवस टिकून राहतं आणि नंतर हळूहळू कमी होत जातं. परंतु तरीही तिथलं सरकार बॉक्सिंगसारख्या या रानटी खेळावर बंदी आणत नाही. हा खेळ खरोखरच क्रूर आहे. त्यातल्या त्यात तो जास्त करून प्रत्यक्ष खेळणाऱ्या दोन खेळाडूंसाठी तर फारच क्रूर आहे.

कॅलीफोर्नियाच्या सर्व राज्यातून या खेळामुळे गुन्हेगारीचं प्रमाण सतत वाढत जातं; जास्तीत जास्त खून घडतात, बलात्कार होतात. सारंच विचित्र. तरीही बॉक्सिंग चालूच आहे. फूटबॉल चालूच आहे. आणि प्रसारमाध्यमं या सर्वांचं रसभरित वर्णन करून बातमीपत्रं देत असतात. प्रसारमाध्यमांनी जर थोडासा विचारीपणा बाळगला, तर त्यांनी पहिल्यांदा या खेळावरची धावती वर्णनं बंद करायला पाहिजेत. मॅचेस वाटल्यास होऊंदे, पण त्यांचं प्रसारमाध्यमांकडून होणारं अवडंबर थांबवावं. संपूर्ण देश या अवडंबरात त्यामधे गुंतला जातो. गुन्हेगारीला प्रोत्साहन देणाऱ्या, निर्दय गोष्टींना प्रोत्साहन देणाऱ्या काही गोष्टींवर प्रसारमाध्यमांनी बंदीच आणायला हवी. परंतु कोणत्याही अंतिम परिणामांची पर्वा न करता या गोष्टींना भरपूर प्रसिद्धी देऊन जास्तीत जास्त त्यातून पैसा तुम्ही मिळवत राहता, जास्तीत जास्त विक्री कशी होईल असे मार्ग शोधता, त्यातून स्वत:ची भरभराट करता, जास्त जास्त या गोष्टींचा प्रसार करता.

पूर्वीचं अर्थशास्त्राचं तत्त्वं होतं की जिथे मागणी असेल तिथे पुरवठा करणं. परंतु आधुनिक तत्त्व असं आहे की जिथे जिथे पुरवठा असेल तिथे तिथे हळूहळू गरजा निर्माण करणं, मागणी निर्माण करणं. उदाहरण द्यायचं झालं तर पाचशे वर्षांपूर्वी कुणालाही मोटारीची गरज नव्हती, विमानाची गरज नव्हती, रेल्वेची गरज नव्हती.

लंडन स्टेशनवरून ज्या दिवशी पहिली रेलगाडी सुरू झाली त्या दिवशी सगळे प्रिस्ट्स, पाद्री, बिशप्स्, धर्मगुरू एकत्र जमले; आणि सभेमधे त्यांनी जाहीर केलं, 'ही रेलगाडी ईश्वरानं निर्माण केलेली नाही. आणि हे तर उघडच आहे की सृष्टी निर्माण केली गेली तेव्हा त्यानं रेलगाडी निर्माण केली नाही. तर मग कोणी ही निर्माण केली? अर्थातच सैतानानं!' आणि जुन्या काळातील रेल्वे, त्यांचं इंजिन हे खरोखरच सैतानासारखंच दिसायचं. ती गाडी फक्त प्रायोगिक तत्त्वावर तयार केलेली होती. सुरवातीला फक्त दहा मैलावर जाणारी! प्रवास फुकट, नाश्ता, जेवण, पेय सगळं फुकट! तरीही सगळ्या चर्चेसमधे तिथले धर्मगुरू इतर लोकांना त्यापासून परावृत्त करीत होते. ते सांगायचे,

पहिलं म्हणजे ही गाडी देवानं निर्माण केलेली नाही. दुसरं म्हणजे हे लोक या साऱ्या गोष्टी फुकट का देतात?... त्यांतला एकजण खात्रीपूर्वक सांगायला लागला, 'ही गाडी सुरू होणार आहे. परंतु ती थांबू शकणार नाही. तुम्हाला जायचं असलं तर तुम्ही जाऊ शकता. परंतु नंतर पश्चात्ताप पावाल.'

त्या गाडीतून जाण्यासाठी कुणीच तयार होईना. त्या संपूर्ण स्टेशनवर लोकांची गर्दी जमली. परंतु जाण्यासाठी कुणीच तयार होईना... फक्त काही चारपाच जणांनी धाडस केलं. 'बघूया तर काय होतं ते? ते जर नाश्ता-जेवण देत असतील तर हरकत काय? न का थांबेना ती.'

एकशेवीस जण बसू शकतील अशी ती रेल्वे, परंतु फक्त आठजणांनी धैर्य दाखवलं आणि त्या गाडीत प्रवेश केला - अर्थातच पुढे ती एक गरज बनली. आता तर रेल्वे, मोटारगाड्या किंवा विमानं याशिवाय जगाची आपण कल्पनाच करू शकत नाही.

वृत्तपत्रव्यवसाय हा फक्त लोकांच्या गरजा पूर्ण करणारा म्हणून असता कामा नये. तर तो चांगला आणि उत्तम प्रकारचा, पुरवठा करणारा ठरावा की ज्यायोगे लोकांच्या गरजाही चांगल्या प्रकारच्या निर्माण होतील. पूर्वीचं अर्थशास्त्रीय तत्त्व आता कालबाह्य झालेलं आहे. त्याचं एकमेव रहस्य म्हणजे जाहिराततंत्र! लोक जाहिरात का करतात?

अमेरिकेत विशेषत: एखाद्या उत्पादनाच्या जाहिराती दोन वर्षं अगोदर सुरू होतात आणि प्रत्यक्ष उत्पादन दोन वर्षांनंतर बाजारात येतं. काहीतरी नवीन बाजारात येतंय याविषयी लोकांच्या मनात उत्सुकता निर्माण करून त्यांचं मन तयार केलं जातं. पहिल्यांदा पुरवठा आणि नंतर तो पुरवठा 'गरज' निर्माण करतो. बरोब्बर पूर्वीपेक्षा उलटं तत्त्व! म्हणून मोठ्या जाहिरातींची इथे आवश्यकता असते.

चांगल्या पद्धतीच्या निरोगी गरजा तुम्ही निश्चितपणे निर्माण करू शकता. लोकांच्या विकृत गरजा पूर्ण करण्याची तुमच्यावर बळजबरी नाही. खरं पाहता अशा गरजा पूर्ण करणं हा एक गुन्हाच आहे. जगामध्ये सगळीकडे मी फिरलोय. तिथलं तथाकथित पत्रकारिता माध्यम हे वाईट गोष्टी जर त्यांना नाही मिळाल्या तर ते स्वतःच काहीतरी शोधून काढतात. अनेक प्रकारची खोटी-नाटी बातमीपत्रं मुद्दामहून तयार केली जातात. कोणत्याही सुंदर गोष्टींबद्दल, महान गोष्टींबद्दल त्यांना फारशी उत्सुकता नसते. आपली प्रगती होतेय, मानवाच्या दृष्टीनं काहीतरी चांगल्या गोष्टी घडतायत अशा पद्धतीचे आशादायी विचार लोकांच्या मनात रुजवलेच जात नाहीत. लोकांच्यापुढे चित्र कुठलं उभं केलं जातं? तर, येणारी रात्र ही जास्त जास्त अंधारी होत चालली आहे.

रेडिओ, टेलीव्हीजन, चित्रपट, वर्तमानपत्रांतून ज्याप्रकारे चित्रण केलं जातंय ते पहाता असं वाटू लागलंय की, आता दुसरा कुठला मार्ग नाहीच! आहे तो फक्त नरकाकडे जाणाराच. एकट्या कॅलीफोर्नियात सहा-आठ वर्षांची शाळकरी मुलं सध्या ड्रग्ज घेतात. त्या वेळी हिप्पी मंडळी तिकडे होती. आता ती नाहीशी झाली आहेत... आता ड्रग्ज! हिप्पी लोकं निदान तरुण तरी होते. वीस-एकवीस वर्षांचे! पण इथं तर शाळकरी मुलं आहेत. इथं तेरा-चौदा वर्षांच्या मुलांनी खून केलेले आहेत. चौदा वर्षांच्या मुलांनी बलात्कार केलेल्या केसेस आहेत. या अशा गोष्टी त्यांच्या मनामधे कुठून निर्माण झाल्या. कारण ही मुलं सिनेमे पाहातात. बंदी असलेले सिनेमे ते पाहातात. हे जे निर्बंध असतात ते निर्बंध म्हणजेच त्या गोष्टीसाठी नकळत आमंत्रण असतं. रोजच्या रोज जगामधे काय घडतंय याबद्दलच्या बातम्या ते वाचतच असतात.

एकट्या अमेरिकेतली पाहणी केली असता तिथली प्रत्येक व्यक्ती ही सरासरी रोजच्या रोज सात तास टी. व्ही. पाहते. सात तास खुर्चीला चिकटलेले! काय पाहातात? तर खून-मारामाऱ्या, दरोडे, बलात्कार...! हळूहळू या साऱ्या गोष्टी त्यांच्या डोक्यात जातात. मेंदूमधे तोच विचार! ही मंडळी मनामधे विचार करतात, 'या अशा गोष्टी जगामधे चालल्या आहेत? म्हणजे मी तर मूर्खच आहे... चर्चमधे जाऊन मी मूर्खपणाच करतो. '...ही माणसं पडद्यावर कुणालाही प्रार्थना करताना पाहात नाहीत, ध्यान करताना पाहात नाहीत. फक्त पाहातात बलात्कार, खून, दरोडे! मग यांच्या मनात विचार येतो, 'माझ्यात काहीतरी वेगळं आहे. काहीतरी कमी आहेत. कारण सर्वसामान्य माणसं तर हे असं सगळं करतात! आणि मी? मी चर्चमधे जातो आणि दुसरं म्हणजे खुर्चीला चिकटून सात तास टी.व्ही. पाहातो. नक्कीच मी मूर्ख आहे. आता कांहीतरी करायलाच हवं' आणि नंतर मग हळूहळू या प्रसारमाध्यमांकडून मिळालेलं हे 'ज्ञान' मनावर ताबा मिळवू लागतं.

अत्यंत 'निरोगी' पद्धतीनं या माध्यमांनी काम करणं हे अतिशय गरजेचं आहे... अशीही काही माणसं जगात आहेत की त्यांना चांगल्या, उच्चतम गोष्टींमधे रस आहे, त्यांना काट्यांपेक्षा गुलाबामध्ये रस आहे, माणसातल्या महानतेमधे रस आहे. त्याला चालना द्या...

जर काही 'चांगलं काम' त्यानं केलं नाही, तरच 'मी काहीतरी वेगळा आहे - आजारी आहे' असं त्याला वाटायला हवं... वाईट गोष्टींमुळे 'स्वत: वेगळं आहोत' हे वाटणं चुकीचं आहे. त्याला असं वाटायला लावणं तुम्हा 'माध्यमांच्या' हातात आहे.

□

प्रिय ओशो

आमच्या पत्रकारितेच्या प्रशिक्षणामधे आत्मोन्नतीच्या अनुषंगानं असणाऱ्या तसंच आध्यात्मिक गोष्टी या पूर्णपणे दुर्लक्षित केल्या आहेत. उलट मानसिक उलथापालथीमुळे निर्माण होणाऱ्या शारीरिक व्याधींबाबत जास्त ठळकपणे विचार केलेला दिसतो - प्रिय ओशो, पत्रकारितेच्या अभ्यासक्रमात आध्यात्मिक भाग अंतर्भूत करणं महत्त्वाचं का आहे? स्पष्ट करू शकाल?

नंदिता,

या देशानं आत्तापर्यंत जवळजवळ दोन हजार वर्षे गुलामगिरीत काढलेली आहेत. त्यामुळे इथली जनता मनानं सुद्धा गुलाम बनलेली आहे. राजकीय-दृष्ट्या आता आपण स्वतंत्र आहोत, परंतु मानसिकरीत्या आपण अजून गुलाम आहोत. 'पत्रकारिता' हा प्रकार ही पाश्चात्त्य जगाची निर्मिती आहे. आणि तिथे जे काही घडेल त्याची नक्कल करणं ही तर आपल्या रक्तात भिनलेली सवय. 'पत्रकारिता' ही आपली निर्मिती नाही. पाश्चात्य मंडळी 'आध्यात्मिकता' मानत नाहीत. त्यामुळे प्रचंड चिंता, काळज्या आणि यातनांना त्यांना तोंड द्यावं लागतंय. इथल्या आशियातल्या देशांपेक्षा चार पटींनी तिथं आत्महत्येचं प्रमाण जास्त आहे. आशियामधे लोक आत्महत्या करतात ती केवळ भुकेनं आणि दारिद्र्यानं! त्यांच्यासाठी आपण करुणा बाळगली पाहिजे. पाश्चात्त्य जगात लोक आत्महत्या करतात ते 'सर्वकाही' असल्यामुळे! आयुष्याची निरर्थकता समजल्यामुळे ते आत्महत्या करतात. त्यांच्याजवळ पैसा भरपूर असल्यानं पैशानं विकत घेता येणाऱ्या साऱ्या गोष्टींची तिथे मुबलकता आहे. पण तिथं अशा गोष्टींची न्यूनता आहे की ज्या गोष्टी विकत घेता येत नाहीत. ते शांती विकत घेऊ शकत नाहीत; प्रेम, करुणा विकत घेऊ शकत नाहीत; ध्यानाची अवस्था विकत घेऊ शकत नाहीत.

महावीरांच्या जीवनातली एक सुंदर

कथा आहे. त्यांच्या काळातल्या राजा प्रसेनजीतची ही कथा आहे. एकदा एका जैनांच्या मठाजवळून राजा चालला असता एक मठवासी राजाला म्हणाला - -तुम्ही भले मोठे राजे असाल. परंतु अध्यात्मातून प्राप्त होणारी कृतार्थतेची भावना आणि तन्मयावस्थेतला परमानन्द म्हणजे काय तुम्हाला माहीत आहे? हा प्रश्न ऐकताक्षणी आयुष्यात प्रथमच प्रसेनजीत राजा चपापला; त्याला धक्काच बसला. आपल्याजवळ सगळं काही असल्याची बढाई तो सतत मारत होता. परंतु पहिल्या प्रथमच त्याला कुणीतरी त्याच्या जवळची न्यूनता दाखवली होती. 'सर्वकाही' त्याच्याजवळ 'नाही' याची जाणीव करून दिली होती. त्यानं त्या मठवासी साधकाला विचारलं, 'ध्यानधारणा मी कुठून मिळवू शकेन?' त्यानं त्याच्या कुवतीप्रमाणे विचार केला होता की, 'ध्यानधारणा म्हणजे विकत मिळणारी गोष्ट असावी बहुदा... म्हणून त्यानं असा प्रश्न केला, 'मी त्यासाठी कितीही पैसे देईन. पण मला सांग कुठे मिळेल ध्यानधारणा?'

मठवासी म्हणाला, 'त्यासाठी तुला माझ्या स्वामींकडे जावं लागेल. राजधानीबाहेर त्यांचं वास्तव्य आहे. तुला 'महावीरांकडे' गेलंच पाहिजे.'

प्रसेनजीत तत्परतेनं महावीरांकडे गेला. आणि तोच प्रश्न त्यानं त्यांनाही केला. 'मी ध्यानधारणा विकत घेण्यासाठी इथं आलोय. काहीही किंमत असो. तुम्ही काहीही काळजी करू नका. आत्ताच्या आत्ता मी पैसे द्यायला तयार आहे. पण मला आत्ताच्या आत्ता ध्यानधारणा पाहिजे.' महावीरांनी त्याच्याकडे एकवार पाहिलं आणि ते म्हणाले, 'तुला खरोखरच ध्यानधारणा विकत घेण्याची इच्छा दिसते. मला त्याची विक्री करायची नाहीये; कितीही किंमत मिळाली तरीही! पण माझा एक गरीब शिष्य तुझ्या राजधानीत राहतो. तो कदाचित विकू शकेल. तेव्हा त्याच्याकडे तू जा! कदाचित त्याला पैशाची गरज असेल त्यामुळे त्याची ध्यानधारणा तो विकू शकेल.'

प्रसेनजीत त्याच्या सोन्याच्या रथातून त्या गरीब वस्तीत पोहोचला. तिथले लोक नवलानं बघत बघत गर्दी करू लागले. मग तो शिष्य एकदाचा सापडला. प्रसेनजीत त्या शिष्याला म्हणाला, 'काय वाट्टेल ती किंमत असो... कितीही सांग, पण मला ध्यानधारणा विकत घ्यायची आहे. ती तू मला दे.'

तो गरीब शिष्य उत्तरला, 'माझ्या स्वामींनी तुमची थट्टा केलेली दिसतेय. तुला विकत घेण्यासारखी ही गोष्ट नाही... आणि मी कितीही गरीब असलो तरीही मला ती विकताही येणार नाही. तुला स्वत:ला नैसर्गिकरीत्या ती विकसित करावी लागेल.'

पाश्चात्त्य जगामध्ये आत्महत्येचे प्रमाण जास्त आहे. बरं हे लोक गरीब असतात असं नाही. तर उच्चवर्गातले हे लोक असतात. अति श्रीमंत वर्गातले!

मग काय कमी असतं? काय हरवलेलं असतं? जे लोक आत्महत्या करीत नाहीत त्यांना काहीतरी कमी असण्याची अस्वस्थता आलेली असते. शिडीच्या शेवटच्या पायरीपर्यंत ते पोचलेले असतात. आता पुढे जाण्यासारखं काहीही शिल्लक राहिलेलं नसतं आणि आतमधे तर अंध:कार आणि मृत्यू!

पत्रकारिता ही पाश्चात्त्य जगातून आलेली आहे. तुम्ही त्यांच्या या गोष्टीची निव्वळ नक्कल करताहात, की जी इथल्या संस्कृतीत वाढलेली नाही, या वातावरणात निर्माण झालेली नाही, या जमिनीची ती देन नाही वा हे इथलं फूल नाहीच. त्यामुळे एक प्लॅस्टिकचं फूल तुम्ही जवळ वागवत आहात, ज्याचं इथं मूळ नाहीच.

पाश्चात्त्य जगामधे आध्यात्मिक किंवा धार्मिक गोष्टींना पत्रकारितेमधे जागा नाही. कारण कुणालाही त्यात रस नाही. कित्येक शतकांपासून त्यांनी या बाबतीत लक्ष घातलेलं नाही. अर्थात त्यामुळे त्यांना आत्तापर्यंत बरंच काही भोगावं लागलेलं आहे. तिथे असंख्य लोक मानसिक रोगांची शिकार झालेले दिसतात, मनोरुग्णालयात अनेक जण खितपत पडलेले दिसतात, लोक आत्महत्या करतात, खून करतात... का? तर त्यांना जीवन म्हणजे निरर्थक वाटू लागलंय.

'द ब्रदर्स कारामाझोव्ह' या डोस्टोव्हस्कीच्या प्रसिद्ध कादंबरीत... त्यांतल्या भावांपैकी एका भावाचं विधान असं आहे : 'जर कधीकाळी मला ईश्वर भेटला तर मी तिकीट परत करेन. कारण मला या जगाचं आकर्षण नाही. कारण हे जग वाईट आहे. निरर्थक आहे.'

तू मला प्रश्न केलायस, 'आमच्या पत्रकारितेच्या प्रशिक्षणात आध्यात्मिक जगाला तसंच आत्मोन्नतीला दुर्लक्षित केलेलं दिसतं' कारण एकच - या जमिनीतलं जे काही आहे, या जमिनीतला जो काही सुगंध आहे तो तुम्ही पत्रकारितेच्या वाढीसाठी विचारातच घेत नाही. तुम्ही फक्त परकियांची नक्कल करता

आणि आध्यात्मिक विचार हा तर इथल्या भूमीचा मूलाधार आहे. त्यामुळे त्याचा विचार न केल्यामुळे समाजाचं तुम्ही नुकसान करता. तुमच्या शिक्षणपद्धतीत सुद्धा हेच घडत आलेलं आहे. तुमच्या सगळ्या विद्यापीठांतून, शाळा-कॉलेजातून प्रत्येक ठिकाणी पाश्चात्त्य विचारांचे तुम्ही गुलाम झालेले दिसता. जे काही तिकडे घडतं, त्याची नक्कल इथे तत्परतेनं होते. ती नकळत तुमची सवय बनून गेलीय. पत्रकारितेनं स्वत:चा मार्ग निवडला पाहिजे, स्वत:च्या स्वत्वाची जपणूक करायला पाहिजे. शिक्षणसंस्थांनीही हेच केलं पाहिजे. नन्दिता, तू विचारतेस की याचं महत्त्व काय? याचं महत्त्व इतकंच की आध्यात्मिकता हाच तर जीवनाचा खरा अर्थ आहे! - अध्यात्माशिवाय मनुष्य म्हणजे जणूकाही

प्रेतच! तसंच सगळ्या शिक्षणसंस्था! त्याही प्रेतासारख्याच!

तुमचं राजकारण ही सुद्धा पाश्चात्त्यांची एक नक्कल आहे. म्हणूनच चाळीस वर्षांनंतरसुद्धा अजून काहीही बदललेलं नाही. तुमची नोकरशाही; सर्वांत वाईट अवस्था! कारण नक्कल करणारे हे मूळ प्रत्यक्षापेक्षा कधीही जास्त चांगले असत नाहीत.

तुमची शिक्षणपद्धती ही फक्त एक भ्रष्ट नक्कल आहे. मी विद्यापीठात शिक्षक म्हणून काम करत असताना सतत भांडत असे - विद्यापीठीय अभ्यासक्रमात योग आणि अध्यात्माचा अंतर्भाव करण्यासाठी ते कधीही तयार झाले नाहीत. बढाया मात्र माारायचे की ही भूमी गौतमबुद्धांची आहे, महावीरांची आहे, पातंजलीची आहे म्हणून! निव्वळ ढोंग! कबीर आणि नानकांची नावं घेऊनही बढाया मारत असायचे. पण आपण प्रत्यक्षात काय करतोय याचं त्यांना भान नव्हतं! त्यांच्या पत्रकारितेत, शिक्षणात, राजकारणात तर कबीर, नानक, पातंजली किंवा बुद्ध यांचा मागमूसही नाही. ते फक्त परकीय विचारवंतांच्या प्रभावाखाली वावरत आहेत. -म्हणून मी म्हणतो की राजकीयदृष्ट्या तुम्ही स्वतंत्र झाला असला तरी मानसिकदृष्ट्या तुम्ही अजूनही स्वतंत्र नाही. अजूनही तुम्ही त्यांच्या प्रभावाखालीच आहात.

पत्रकारिता पाश्चात्त्यांच्या प्रभावापासून मुक्त झालीच पाहिजे. पण नंतर त्याला सत्याचा, मूळ आकार दिला पाहिजे. तुम्हाला आश्चर्य वाटेल पण हे असं जर तुम्ही केलंत म्हणजे अध्यात्माचा अंतर्भाव केलात, तर कधी ना कधी तरी पाश्चात्त्य मंडळी तुमचं अनुकरण करायला लागतील. कारण त्यांना या गोष्टींची प्रचंड तहान आहे. नक्कल करणारे होण्यापेक्षा तुम्ही स्वत: खरेखुरे मूल स्वरूपातले का होत नाही? इतरांना तुमचं अनुकरण करू दे! तरच देशाला मिळालेल्या स्वातंत्र्यातून काहीतरी चांगलं निष्पन्न झालं असं म्हणता येईल.

आध्यात्मिकता म्हणजे धर्मवेड नव्हे. अध्यात्म म्हणजे असं नाही की हिन्दूधर्म शिकवला पाहिजे, किंवा जैनधर्म शिकवला पाहिजे किंवा मुसलमान धर्म शिकवला पाहिजे. सर्व धर्मांची जी मूळतत्त्वं एकच आहेत त्यांचा प्रसार करणं एवढाच याचा अर्थ आहे. काय, प्रेम म्हणजे फक्त हिंदू किंवा मुसलमान? मनाची स्वस्थता म्हणजे फक्त हिंदू वा बौद्ध आहे का? करुणामय मनुष्य फक्त ख्रिश्चन किंवा ज्यूच असायला हवा का?

खरीखुरी शुद्ध आध्यात्मिकता ही कोणत्याही विशेषणाशिवायच असायला हवी. ती तुम्हाला प्रत्येक धर्मातला शुद्ध अर्कच देऊ शकेल - म्हणूनच पत्रकारितेनं पहिल्या प्रथम अध्यात्माचा विचार करायला हवा. आध्यात्मिक विचार हा पहिल्याप्रथम असायला हवा आणि राजकारण हा शेवटचा विचार असायला

हवा. दुर्दैवानं तुम्ही मंडळी राजकारणाचा विचार सर्वप्रथम करता आणि अध्यात्माचा विचार तर शेवटीसुद्धा करीत नाही. अध्यात्माला तुम्ही खिजगणतीत धरत नाही.

तुम्ही सातत्यानं गुलामीमधे कसे काय राहू शकता समजत नाही. पाश्चात्त्यांपासून आध्यात्मिकदृष्ट्या तरी आपण वेगळं व्हायला हवं असं नाही का वाटत? तेवढे परिपक्व आपण व्हायलाच पाहिजे का नको? ते तर आपलं स्वतंत्र शिक्षण व्हायला हवं, तसंच आपल्या पत्रकारितेचं सुद्धा! आपलं स्वतंत्र म्हणून शिक्षण असायला हवं, आपला स्वत:चा असा गंध, आपला स्वत:चा असा सूक्ष्म भेद! आता अगदी योग्य वेळ आलेली आहे. पत्रकारिता ही त्या नव्या युगाची सुरवात ठरू शकते. तेव्हा राजकारणाचा विचार जितका मागे टाकता येईल तितका टाका, तुमच्या वर्तमानपत्रातलं अगदी शेवटचं पान त्यासाठी वाटल्यास राखून ठेवा. राजकारण हा काही आपला आत्मा नाही. लोकांची मनं भडकवणारा तो एक घाणेरडा खेळ आहे, आणि त्याचाच प्रचार तुम्ही करत असता.

राजकारणी पुढाऱ्यांना तुम्ही भानावर आणून त्यांना जाणीव दिली पाहिजे की ती काही फार विद्वान किंवा शहाणी माणसं नाहीयेत, राष्ट्राचं भविष्य घडवणारी ती काही कुणी महान माणसं नाहीयेत, ते फक्त जनतेचे नोकर आहेत, तेवढ्यापुरतीच त्यांची भूमिका.

उदा. पोस्टमास्टरजनरल कोण आहे? रेल्वेचा मुख्य अधिकारी कोण आहे? अमुक अमुक कोणत्या हुद्द्यावर आहे? याच्याशी तुम्हाला काय कर्तव्य? त्यांच्या मोठ्या हुद्द्याचं तुम्ही अवडंबर माजवू नका. त्यांचं काम म्हणजे निव्वळ नेमून दिलेलं कार्य! ते त्यांचं काम करतात, त्याचा पगार घेतात. बस्स! त्यामुळे राजकीय पुढाऱ्यांबद्दल तुम्ही इतका का विचार करता? ज्याचं लौकिक आयुष्यं केवळ चार ते पाच वर्षांपुरतं मर्यादित असतं त्याच्यासाठी तुम्ही स्वत:तली पन्नास टक्क्यांपेक्षा जास्त शक्ती खर्च करत रहाता. पण त्या चारपाच वर्षांनंतर ते विस्मृतीत जाणारे असतात.

ते पुढारी तुमच्या वर्तमानपत्राप्रमाणे असतात. कालची वर्तमानपत्रं जशी आज निरर्थक असतात; तसेच तुमचे पुढारी!

म्हणूनच मी म्हणतो, क्षणिक टिकणाऱ्या गोष्टींना तुम्ही इतकं महत्त्व का देता? अध्यात्म याचा अर्थ मात्र असा की चिरकाल टिकणाऱ्या गोष्टींना महत्त्व देणे! या गोष्टींमुळे तुम्हाला खरं जीवन प्राप्त होतं, ज्याला 'सनातन' म्हणून म्हणता येईल असा योग्य मार्ग दाखवला जातो, जो शाश्वत असतो. शाश्वत मूल्यांनीच अध्यात्म घडतं, आणि क्षणिक टिकणाऱ्या मूल्यांनी राजकारण घडवलं जातं -

म्हणूनच राजकारण आणि आध्यात्मिक जीवन या दोन धृवावरच्या टोकावरच्या

गोष्टी आहेत.

राजकारणामधे सगळ्या धार्मिक, आध्यात्मिक मूल्यांना दाबून टाकलं जातं. प्रत्येक देशांमधे हे घडलेलं आहे. म्हणून फक्त या आध्यात्मिक क्षेत्रापासूनच राजकारण्यांना धोका असतो. कारण फक्त धार्मिक आणि आध्यात्मिक क्षेत्रातल्या माणसाजवळच पुरेसं शहाणपण असतं. सध्या देशामधे अशी कोणतीही मोठी अडचण राहिलेली नाहीये की ज्याचं निवारण करायचं राहिलेलं आहे. येत्या दहा वर्षांमधे बहुतेक सारे प्रश्न सुटू शकणार आहेत. परंतु राजकीय पुढाऱ्यांना हे प्रश्न पूर्णपणे सुटायला नको आहेत. उलट नवीन प्रश्न निर्माण होणं त्यांच्यासाठी गरजेचं आहे. एवढंच काय, परंतु त्यांचं संपूर्ण जीवनच मुळी त्याच्यावर अवलंबून आहे. ॲडॉल्फ हिटलरच्या आत्मचरित्रात एक महत्त्वाचं विधान त्यानं केलेलं आहे. एखाद्या राजकीय पुढाऱ्याला जर महान पुढारी बनायची इच्छा असेल तर त्यानं त्याच्या राज्यात कधीही 'शांतता' प्रस्थापित करता कामा नये. कायम अस्थिर वातावरण राखणं गरजेचं आहे. त्यानं आपल्या प्रांतात सतत दंगलीचं वातावरण, अस्थिरतेचं, घबराटीचं वातावरण ठेवायला हवं. जनतेला अशा अवस्थेत ठेवायचं की सतत त्यांना आपली गरज भासेल. शेजारीपाजारी खरे अथवा खोटे परंतु शत्रू निर्माण करून ठेवायचे. सतत ठेवायचे. आपलं पुढारीपण संपुष्टात येतंय असं ज्या क्षणी तुम्हाला वाटेल त्या क्षणी युद्ध निर्माण करा. कारण केवळ युद्धामधूनच महान पुढारी जन्माला येतात. त्याचं हे विधान बरोबर असलं तरीही त्याचा मथितार्थ काय?

मथितार्थ इतकाच की राज्यकर्ते हे कधीच प्रश्न सोडवण्यात रस घेत नसतात, तर ते प्रश्न निर्माण करण्यात, ते प्रश्न जास्तीत जास्त अवघड करण्यात रस घेत असतात. म्हणूनच त्यांची तुम्हाला सतत गरज भासते. चीन, पाकिस्तान या शेजारी शत्रूंपासून तुम्हाला सतत धोका निर्माण होण्याची स्थिती ते निर्माण करतात. अण्वस्त्रांची जमवाजमव केली जाते, शस्त्रास्त्रांची जमवाजमव होते. आणि मग राज्यकर्ते जास्त गरजेचे बनून जातात. मग ते कितीही वाईट असोत. पण त्यांची गरज निर्माण होतेच. ज्या ज्या वेळी युद्धं झालेली आहेत त्या त्या वेळी सत्तेवर जो कोणी असेल त्याला पूर्णपणे पाठिंबा मिळालेला आहे. कारण अशा वेळी प्रश्न असतो तो संकटाच्या वेळेचा.

असं म्हणतात की राजकारणात जे एक विधान सातत्यानं केलं जातं त्याचं मूळ ॲडम आणि इव्हच्या गोष्टीत आहे. ज्या वेळी ॲडम आणि इव्ह या दोघांना एडन बागेतून हाकलण्यात आलं तेव्हा तिथून बाहेर पडताना ॲडम हा इव्हला म्हणाला, ''आपण सध्या फार मोठ्या संकटातून जात आहोत.''

हेच वाक्य मग नंतर सर्व राजकीय पुढारी बोलू लागले. संकटसुद्धा एवढं

मोठं की जणू काय तेच एकटे फक्त त्यावर मात करू शकणार. तुम्हाला जसं काही ते जमण्यासारखं नाही.

नंदिता... पत्रकारितेमधे क्रांती होऊ शकते. पण केव्हा? तर, या देशामधे जर आपण वेगळ्या पद्धतीनं पत्रकारिता निर्माण करू शकलो तरच! त्यामधे राजकीय पुढाऱ्यांच्या दबावाखाली काम न करता फक्त शहाण्या माणसांकडून काम करून घ्यावं लागेल. शिवाय हेही निश्चित पाहिजे की या शहाण्या माणसांनी निवडणुका लढवायच्या नाहीत - जनतेकडून मतांची भीक मागायची नाही. म्हणजे आपोआपच ही शहाणी माणसं स्वाभाविकपणे सत्तेपासून दूर राहातील. अशा शहाण्या माणसांना जनतेसमोर आणणं हे पत्रकारितेचं मूलभूत कार्य असायला हवं. त्यांना प्रकाशात आणणं हे महत्त्वाचं काम असायला हवं.

राजकीय पुढाऱ्यांना अवास्तव महत्त्व दिलं जाऊ नये. असं करणं फार धोकादायक आहे. जास्तीतजास्त त्यांच्याकडे दुर्लक्ष करायला पाहिजे. काही खरंखुरं महान कार्य जर त्यांच्या हातून घडलं तरच त्यांच्याकडे लक्ष द्यावं!

◻

प्रिय ओशो

उत्तम पत्रकारितेचं लक्षण कोणतं? फक्त सकारात्मक बातम्यांवरच पत्रकारिता तग धरू शकेल का? 'माध्यमांची' जबाबदारी काय असावी? याबद्दल तुमचा दृष्टिकोन काय आहे याचं स्पष्टीकरण द्याल?

नंदिता,

मनुष्याच्या संपूर्ण व्यक्तिमत्त्वाचं पोषण ज्या योगे होतं त्याला मी उत्तम पत्रकारिता समजेन. त्याचं शरीर, मन आणि आत्मा या तिन्ही गोष्टींच्या एकत्वातून जे व्यक्तिमत्त्व निर्माण होतं ते संपूर्ण व्यक्तिमत्त्व! म्हणून 'मानवतेच्या दृष्टिकोनातून' पत्रकारितेनं कार्य करायला हवं. नुसतं अमुक अमुक घडलं ही बातमी देणं म्हणजे पत्रकारिता नव्हे!... ते फक्त 'बातम्या देण्याचं' माध्यम राहाता कामा नये... तर उत्कृष्ट साहित्य म्हणून ते ओळखलं जायला पाहिजे. तरच त्याला निरोगी पत्रकारिता म्हणता येईल. कालचं वर्तमानपत्रसुद्धा इतकं उत्तम असावं की जे आजही वाचलं जाईल. त्याचं मूल्य क्षणिक असता कामा नये. परंतु तुम्ही फक्त 'बातम्या देण्यापुरतंच' त्यांचं स्वरूप राखत असाल तर साहजिकच तो दिवस संपताक्षणी ती बातमी जुनी, शिळी होणार. तुम्ही असं काहीतरी निर्माण करा की जे कधीही जुनं होणार नाही. ते कायम नवीन राहील.

उत्कृष्ट साहित्यकृतीबद्दल हाच निकष आहे. डोस्टोव्हस्कीच्या कादंबऱ्या, टॉलस्टॉल, चेकॉव्ह, टर्जिनीव्ह अथवा रवींद्रनाथांच्या साहित्यकृती या सगळ्या चिरकाल टिकणाऱ्या गोष्टी ठरलेल्या आहेत. माणुसकी जोपर्यंत जिवंत आहे तोपर्यंत त्यांचं महत्त्व टिकून असणारच आहे; त्यांचं ताजेपण असणार आहे.

तुमच्या पत्रकारितेमधे ही अशी गुणवत्ता असायला हवी, तो पायंडा तुम्ही पाडायला हवा. तुमच्या वर्तमानपत्रात बातम्यांसाठीही जागा हवीच... परंतु ती दुय्यम असायला हवी. कारण चोऱ्या-माऱ्या, आत्महत्या याविषयीच्या बातम्यांना एवढा काय अर्थ आहे? ती 'महत्त्वाची बातमी' म्हणून देणं गरजेचं नाहीये. तुम्ही तुमच्या वर्तमानपत्राची जागा पूर्णपणे निरर्थक गोष्टींनी भरून काढता.

अत्यंत महत्त्वाच्या, अतिशय गरजेच्या गोष्टींना प्राधान्य द्या! तुमच्याकडे कवी आहेत, चित्रकार आहेत, लेखक आहेत, अध्यात्मातली महान मंडळी आहेत. तुम्ही त्यांच्या कर्तृत्वाला तुमच्या वर्तमानपत्रात जागा द्या.

या साऱ्या गोष्टी तुमच्या पत्राचा मुख्य भाग असायला हव्यात आणि राजकारणी माणसं फक्त तिसऱ्या पानावर! किंवा चौथ्या पानावर! किंवा कुठल्याच पानावर नको. तुम्ही या पुढाऱ्यांना फार फार मोठं बनवलंय, अतिशयोक्ती करून महान बनवलंय आणि त्यामुळे सगळ्या देशाला भोगावं लागलेलं आहे. या लोकांमुळे सर्व जगाला आत्तापर्यंत भोगावं लागलेलं आहे आणि त्याची जबाबदारी मुख्यत: तुमच्यावर येते. या मंडळींचे 'भव्य आकार' कमी केले पाहिजेत आणि त्यांना त्यांच्या जागेवर बसवलं पाहिजे. एखादा भलेही राष्ट्रपती असेल. त्याला फारसा अर्थ नाही. तो कर्तृत्वानं मोठा आहे का? हा महत्त्वाचा प्रश्न! त्याची गुणवत्ता महत्त्वाची.

अब्राहम लिंकनच्या बाबतीत असंच घडलंय. तो राष्ट्राध्यक्ष झाल्यानंतर सिनेटमधे पहिल्या दिवशी इतर अमीर-उमराव असलेले अधिकारी अतिशय संतापले होते. उर्मटपणानं त्याचा ते धिक्कार करत होते. कारण लिंकन त्यांच्यासारखा श्रीमंत नव्हता. तो एका चांभाराचा मुलगा होता. एका अधिकाऱ्याला अगदी चैन पडेना. तो शेवटी उठला आणि म्हणाला, "मि. लिंकन, तुम्ही तुमचं भाषण सुरू करण्यापूर्वी मला तुम्हाला एक आठवण द्यायची आहे. ती म्हणजे तुम्ही एका चांभाराचा मुलगा आहात." लिंकनचं त्या दिवशी उद्घाटनाचं भाषण होतं. त्या अधिकाऱ्याच्या या बोलण्यावर सगळ्या सिनेटमधे टाळ्यांचा कडकडाट आणि हास्याचे फवारे उडायला लागले. लिंकनचा अपमान करायचा हाच तर सर्वांचा हेतू होता. परंतु लिंकनसारख्या माणसाचा कुणीच अपमान करू शकत नसतं. सगळा गोंगाट थांबल्यानंतर लिंकन शांतपणे उठला आणि सगळ्या लोकांना म्हणाला, 'माझ्या महान वडलांची आठवण करून दिल्याबद्दल मी तुमचा आभारी आहे. माझा दुबळेपणा, आणि कमकुवतपणा मला चांगला परिचित आहे. त्याची मला जाणीव आहे. त्यांच्यासारख्या महान चांभाराइतका मी महान राष्ट्राध्यक्ष कधीच बनू शकणार नाही याचीही मला जाणीव आहे. त्यांच्याशी खरोखरच माझी तुलना होऊ शकत नाही. माझे वडील फार मोठे

कलाकार होते. मी सुद्धा त्यांच्याइतका प्रयत्न करेन. पण मला नाही वाटत, मी 'त्यांची' उंची गाठू शकेन म्हणून!'

सिनेटमधे सर्वांना प्रचंड आश्चर्याचा धक्का बसला आणि एक पक्की खात्री झाली की या माणसाला आपण कधीही अपमानास्पद वागणूक देऊच शकणार नाही. ज्या उमरावानं त्याच्या वडिलांचा उल्लेख केला होता त्याला उद्देशून तो पुढे म्हणाला, 'तुमच्या कसं काय स्मरणात आहे बुवा? मला चांगलंच आठवतंय. माझे वडील तुमच्या घरी नेहमी जायचे. माझ्या वडिलांनी तयार केलेली पादत्राणंच तुम्ही वापरता का? ती तुम्हाला टोचत तर नाहीत ना? कारण त्यातली थोडीफार माहिती मला असल्यानं मी दुरुस्त करुन देऊ शकेन. मी काही फार मोठा कलाकार नाही, परंतु वडलांबरोबर काम करून करून थोडीफार माहिती मला झालेली आहे. तेव्हा यापुढे तुम्हा कोणाला पादत्राणांबद्दल काही अडचण निर्माण झाली तर निश्चितच विनासंकोच तुम्ही मला सांगू शकता. मी दुरुस्त करू शकेन.'

राष्ट्राध्यक्ष हा फक्त त्या पदापुरता असून भागत नाही, तर गुणवत्ता असणं आवश्यक असतं. म्हणून 'व्यक्तीची' महती गाऊ नका, गुणवत्तेची गा - पंतप्रधान हा केवळ पंतप्रधान आहे म्हणून त्याला मुळीच अर्थ नाही, तर त्याच्यात गुणवत्ता किती आहे, तो राष्ट्रासाठी खरंच काही भरीव काम करतोय का? हे पहाणं महत्त्वाचं. ते काम करण्यासाठी त्याला उत्तेजन देणं महत्त्वाचं.

दिवस जातच असतात. गेली चाळीस वर्षं मी पाहातोय माझे सारे कुटुंबीय स्वातंत्र्यलढ्यामध्ये गुंतलेले होते. सगळेच्या सगळे तुरुंगात डांबले गेले होते. त्यामुळे लहान मुलं म्हणून आम्हाला खूप प्रमाणात सोसावं लागलं. माझ्या लहानपणी मी वडिलांना विचारत असे, 'तुम्ही ज्या स्वातंत्र्यासाठी लढा देताय ते स्वातंत्र्य खरोखर येईल असं तुम्हाला वाटतंय? ब्रिटिश राज्यकर्ते इथून जातील हे शक्य आहे. परंतु त्यांच्याजागी जे आपले राज्यकर्ते येतील ते त्यांच्यापेक्षा चांगले असतील याची काय खात्री आहे? माझ्या समजुतीप्रमाणे तुमचा लढा हा गुलामगिरीविरुद्ध आहे... स्वातंत्र्याविरुद्ध नाही. कारण तुमच्याजवळ तसा कोणताही भविष्यातला सकारात्मक कार्यक्रम नाही.'

भारतातला संपूर्ण स्वातंत्र्यलढा हा निश्चित अशा कोणत्याही कार्यक्रमाची आखणी नसतानाच लढला गेला. त्याची फलश्रुती म्हणजे गेली चाळीस वर्षं राष्ट्राची स्थिती ही खालावतच चालली. तीस वर्षांपूर्वी मी पहिल्यांदा जाहीर बोलायला लागलो तेव्हा भारताची लोकसंख्या चारशे दशलक्ष होती. मी कुटुंबनियोजनाच्या पद्धतीविषयी बोलायला लागलो तर माझ्यावर दगडफेक झाली, माझी सभा उधळली गेली. नंतरच्या काळात ज्या वेळी मी त्या शहरात पोहोचलो

तेंव्हा रेल्वेमधे मला प्रवेश मिळाला नाही. दोनशे तथाकथित देशभक्त माझी अडवणूक करण्यासाठी रेल्वे फलाटावर उभे होते आणि आता देशाची लोकसंख्या नऊशे दशलक्ष इथपर्यंत पोचलेली आहे. जगाच्या इतिहासात लोकसंख्येच्या बाबतीत भारत चीन देशाला मागे टाकणार आहेत. चीननं लोकसंख्येच्या नियंत्रणाबाबत पावलं उचलली आहेत. परंतु आपल्या राज्यकर्त्यांच्या अंगात तेवढं धैर्य नाहीये. लोकांना सत्य सांगायला ते घाबरतात. कारण त्यांना मतं हवी असतात.

पत्रकारांनी कोणालाही घाबरता कामा नये. कोणाच्याही मतांवर तुम्ही अवलंबून नाहीत. त्यामुळे लोकांसमोर तुम्ही सत्य आणलं पाहिजे. तुम्ही मुलं निर्माण करता... परंतु प्रत्यक्षात तुम्ही मृत्यू घडवून आणता. या शतकाच्या अखेरीला जवळजवळ निम्मी जनता ही भूकबळी ठरणार आहे. तुमच्याभोवती जणू प्रेतंच वावरणार आहेत. राज्यकर्त्यांनी आत्तापर्यंत काय केलं?... आणि मी जर कुटुंबनियोजनावर बोललो तर शंकराचार्यांसारखी महान माणसं मला धिक्कारतात. राज्यकर्ते माझे प्रयत्न हाणून पाडतात. कारण काय? तर लोकांच्या धार्मिक अंधश्रद्धांना धक्का पोचतो.

एकाही राज्यकर्त्याच्या अंगात मला भेटण्याचं धैर्य नाही. इंदिरानं जरासे प्रयत्न केले. सहा वेळा मला भेटण्यासाठी प्रयत्न केले. परंतु प्रत्येक वेळी अगदी ऐनवेळी ती भेट रद्द केली. मी माझ्या खाजगी चिटणीसाला त्यांच्याकडे पाठवलं आणि सांगितलं, 'हा कोणता मूर्खपणा? तुम्हाला जर खरोखर यायचं असेल तर या, अन्यथा येऊ नका. कारण तुम्हीच इच्छा व्यक्त केली होती.' त्यावर त्यांचं उत्तर आलं, 'माझ्या सहकाऱ्यांनी मला असं करण्याला बंदी केलीय. मी तुमच्याकडे बोलण्यासाठी आले तर माझ्या राजकीय भविष्याच्या दृष्टीनं धोकादायक ठरेल असं त्यांचं म्हणणं!' याचं एकच कारण होतं! माझ्यामागे मतं नव्हती. शंकराचार्य, सगळे इमाम, बिशप्स या साऱ्यांची मतं त्या माझ्याकडे येण्यामुळे जाणार होती.

यांतला एकही जण माझ्याशी वादासाठी तयार झाला नाही ही आश्चर्याची गोष्ट. 'कोणत्याही व्यक्तिबरोबर कोणत्याही मुद्द्यावर सर्व लोकांसमोर मी माझं मत स्पष्ट मांडायला तयार आहे... या असे समोर आणि करा वाद! असं आव्हानही मी देऊन झालं. पण... सगळेच भित्रे... कोणीही पुढे आलं नाही.

काही अप्रसिद्ध कारणांसाठी जे लढतात त्यांच्या बातम्या पत्रकारांनी लोकांसमोर आणल्या पाहिजेत. कारण ही कारणं म्हणजेच तर भविष्यातला माणूस असणार आहे. प्रसिद्ध गोष्टी या भूतकाळातल्या असतात. सडून गेलेल्या परंपरा आणि वारसा! राजकारणी माणसांच्यात एवढं धैर्य नाही. परंतु पत्रकार हे करू शकतात

आणि त्यांनी तसं करायला पाहिजे.

तू विचारतेस 'फक्त सकारात्मक बातम्यांवरच पत्रकारिता तग धरू शकेल का?' मी तसं म्हणत नाहीच. माझं म्हणणं इतकंच की, फक्त नकारात्मक किंवा वाईट बातम्यांवरच जगण्याचा प्रयत्न करू नका. सकारात्मक गोष्टीसुद्धा पुढे आणा. त्यांच्या सुंदरतेसह पुढे आणा. नकारात्मक गोष्टी त्यांच्या मागे राहू दे. त्या अगदी प्रकाशात नकोत. फक्त सकारात्मकतेचाच विचार करा असा माझा आग्रह नाही. माझी इच्छा इतकीच की तुम्ही सत्याच्या जास्त जवळ असावं.

वाईट बाजू हा सुद्धा जीवनाचा एक भाग आहे. होय... मृत्यू हा जीवनाचा एक भाग आहे. परंतु त्याचा अर्थ असा नाही की बाजारपेठेत अगदी मध्यावर तुम्ही स्मशानभूमी तयार करावी म्हणून! ती तुम्ही गावाबाहेरच ठेवायला पाहिजे. ज्या ठिकाणी तुम्ही आयुष्यात एकदाच जाता आणि परत कधीही येत नसता.

तुम्ही भर बाजारपेठेत अगदी मध्यावर का नाही असं ठिकाण तयार करत? की जाता येता लोकांना कसं जाळतात ते मंडळी पाहू शकतील

खरंच! हाही जीवनाचा एक भाग आहे. तेव्हा एखादे दिवशी त्याबद्दल बोलायला हरकत नाही, परंतु तोच एक आपला विषय असावा असं नाही. मृत्यू हा निश्चित आहे, परंतु जीवन हे त्यापेक्षा जास्त महत्त्वाचं आहे. तेव्हा जीवनाबद्दल बोला, त्याचा उत्सव करा. मृत्यूबद्दल लोकांना जास्त भित्रे करू नका.

नकारात्मक गोष्टींबद्दल भीती नसावी. मी असं नाही म्हणत की फक्त चांगल्या बातम्यांवरच माध्यमांनी निर्वाह करावा. तेही चुकीचं आहे. तो भाग अर्धा असावा. वाईट बातम्यासुद्धा बाहेर आणल्याच पाहिजेत. परंतु त्या प्रामुख्यानं येणाऱ्या नकोत, अतिशयोक्त नकोत. त्याचं विश्लेषण झालं पाहिजे.

चांगल्या बातम्यांना पाठिंबा दिला पाहिजे, आणि वाईट बातम्यांचा धिक्कार करायला पाहिजे. यामुळे दोन्हीही गोष्टी तुम्ही विचारात घेऊ शकता. रोजच्या जीवनाचा मार्ग चालताना वाईट गोष्टी आपण त्या मार्गाबाहेर ठेवतो आणि चांगल्या गोष्टी समोर ठेवतो. हाच उद्देश पत्रकारितेत असायला हवा.

चांगली गोष्ट ही 'ध्येय' असली पाहिजे आणि वाईट गोष्ट ही ते ध्येय साध्य करण्यासाठीची शिडी असली पाहिजे. परंतु तेच एक महत्त्वाचं नको. कारण नाहीतर आयुष्यातला महत्त्वाचा भाग म्हणून लोक त्या नकारात्मक गोष्टींचा विचार करतील - आपल्या आत्म्याला लागलेला तो एक धोकादायक कॅन्सर ठरेल!

◻

प्रिय ओशो

तुमचं व्यावसायिक रहस्य काय आहे? ते उघड करून सांगू शकाल?

नंदिता,

माझं वेगळं असं रहस्य काहीही नाही. तेच तुला उघड करून पाहिजे असल्यास एवढंच म्हणता येईल की, मी नेहमीच सत्य काय ते बाहेर काढत असतो. कोणतीही भीती न बाळगता, कोणताही स्वार्थ उराशी न बाळगता हे काम मी करत असतो. त्याचे जे काही परिणाम आत्तापर्यंत झालेले आहेत, मला भोगावे लागलेले आहेत ते मला मिळालेलं बक्षीस आहे असं मी समजतो. जीवनाबद्दल मला पश्चात्ताप नाही. माझ्या विचारांना योग्य वाटेल तसंच मी जगलोय. संपूर्ण जग जेव्हा माझ्याविरुद्ध होतं तेव्हाही केवळ तडजोड करण्यासाठी म्हणून मी कशाचीही पर्वा केलेली नाही.

याच माझ्या वृत्तीला तू रहस्य समजू शकतेस. मी तडजोड करणारा माणूस नाही. माझं खरं असो वा खोटं असो. मी नेहमीच माझ्या खरेपणाबद्दल लढतो. या खरेपणाबद्दल साऱ्या जगभरातून मी लढलोय. सर्व जग विरुद्ध असताना, शिवाय अमेरिका, जर्मनी, इंग्लंड, ग्रीस यांसारख्या बलाढ्य देशांनीही विचित्र वागणूक दिलेली असताना मी एकटा लढत होतो — त्यांच्याजवळ उत्तर नव्हतंच. एकंदर चोवीस देशांमधे मला बंदी घालण्यात आलेली होती. अगदी तीन-चार आठवडे जरी मी त्यांच्या देशात राहिलो तरीसुद्धा त्यांच्या धर्माला, त्यांच्या परंपरांना, त्यांच्या नीतिमत्तेला धक्का पोहोचेल,

त्यांचा मी नाश करेन अशी त्यांना भीती होती. मी त्यांना म्हणायचो, 'तुमचा धर्म, जो दोनशे वर्षं तुम्ही प्रस्थापित केलेला आहे तो जर इतका कमकुवत असेल की तो तीन-चार आठवड्यांत नाश पावेल, तुमची नीतिमत्ता जर इतकी वाईट अवस्थेत असेल की एखाद्या माणसाचा पर्यटनाचा व्हिसा ती नीतिमत्ता संपवून टाकेल? — तर मग ते सारं नष्ट होण्याच्या लायकीचंच आहे. मग मी आलो काय किंवा न आलो काय? तुम्ही तुमच्या हातानंच ते नष्ट करणार आहात.

तुम्हाला आश्चर्य वाटेल, जर्मनीसारख्या देशात माझ्याविरुद्ध पार्लमेंटमधे कायदा केला गेला- 'मला प्रवेश नाकारण्यासाठी!' खरं पाहाता मला त्या देशात जायचंय असं मी कधीच म्हणालो नव्हतो. मी तिथं कधीच गेलो नव्हतो — ही नुसती हवेतून पसरलेली अफवा होती; भीती होती. सगळ्या जगामधे हे भीतीचं वेड पसरलेलं होतं.

इतर देशही तसंच करीत होते. इंग्लण्डनं तेच केलं, अमेरिकेनं तेच केलं. तो जवळजवळ एक प्रकारचा वणवाच होता. आपण हे काय करतोय हे जाणून घेण्याचा शहाणपणा तरी दाखवावा की नाही? परंतु हे सारे देश सगळा शहाणपणा विसरून गेले होते. जर्मनीच्या हद्दीत प्रवेश करू शकणार नाही, अशा तऱ्हेचा कायदा त्यांनी केला. केवळ इंधन भरण्यासाठी सुद्धा माझं विमान ते त्या विमानतळावर उतरू देत नव्हते. कदाचित विमानात बसूनच मी त्यांचा देश नष्ट करणार होतो आणि त्यांची जनता भ्रष्ट करणार होतो, ही त्यांना भीती होती.

किती कमकुवत विचारसरणी आपली! कांट, हेगेल, कार्ल मार्क्ससारख्या विचारवंतांचा हाच का तो देश? असे महान विचारवंत जन्माला घालणारा हा देश इतका भित्रा?

ग्रीसमधे चार आठवड्यांचा माझा परवाना होता. मी घरातून बाहेर पडत नव्हतो. कधीच नव्हतो पडत! ज्या कुणाला यायचं असेल तो मला भेटण्यासाठी येत असे. मी एखाद्या तुडुंब भरलेल्या विहिरीसारखा आहे. तुम्ही जर तहानलेले असाल तर जरूर स्वागत आहे. तुम्हाला तहान नसेल तर मात्र विहीर तुमच्यामागे धावत येणार नाही.

तर... मी कधीच घराबाहेर पडत नव्हतो. माझ्याबरोबर पंचवीस मंडळी तिथं रहात होती. आणि शिवाय मला भेटण्यासाठी काही लोक येत असत. जगातल्या सर्वांत जुन्या चर्चचे, ग्रीक ऑर्थोडॉक्स चर्चचे आर्चबिशप यांनी माझ्याविरुद्ध मोहीम उघडायला सुरवात केली. त्यांनी जाहीर केलं की येत्या बारा तासांत जर या देशातून माझी हकालपट्टी केली गेली नाही, तर सगळी

नैतिकता धोक्यात येईल. इथले युवक भ्रष्ट होतील.

हीच ती मंडळी! की ज्यांनी शांतता आणि प्रेम याबद्दल सतत आग्रह धरला होता. ते जिझसबद्दल बोलत होते. करुणेबद्दल बोलत होते —

त्यांनी सरकारला धारेवर धरून सांगितलं की जर येत्या बारा तासांत हे घर मी नाही सोडलं तर सुरुंगानं ते, मी राहात असलेलं घर उडवणार होते. माझ्याबरोबर राहात असणाऱ्या पंचवीस माणसांसकट सर्वांना जाळण्याचा त्यांचा निर्णय होता. ही तुमची स्वत:ला धार्मिक म्हणवणारी मंडळी! पंतप्रधान घाबरले. पोलिसांची फौज तत्परतेनं माझ्या घराशी आली. मी झोपलो होतो. माझ्या सचिवानं त्यांना थांबवलं आणि सांगितलं, 'थांबा एक मिनिट. मी आत जाऊन त्यांना उठवते.'

'पोलिसांनी बरोबर सुरुंग आणले होते. ते तिला म्हणाले, 'तुम्ही जर आम्हाला आत जाण्याची परवानगी दिली नाहीत, तर आम्ही ही संपूर्ण इमारत उडवून द्यायला सुरवात करू.'

त्यांनी त्या तरुण मुलीला- माझ्या सेक्रेटरीला पहिल्या मजल्यावरून खाली वाळूवर फेकून दिलं आणि जीपमधे बसवलं.

या साऱ्या गोंगाटानं मला जाग आली आणि मी बाहेर आलो. कारण त्या सुंदर इमारतीवर त्यांनी दगडफेक करायला सुरवात केली होती. ती इमारत माझ्या स्नेह्यांची होती. मी दुसऱ्या मजल्यावर झोपलो असल्यानं मला बराच वेळ काही कळलंच नाही. तेवढ्यात एक संन्यासीन धावत आली आणि मला म्हणाली, 'पोलीस जवळजवळ वेडेच झाले आहेत. आम्ही तुम्हाला उठवतो असं मी त्यांना सांगितलं तरीही त्यांनी दगडफेक करून खिडक्या फोडल्या.'

मी तसाच धावत खाली गेलो. ते मला म्हणाले, 'एकही क्षण यापुढे इथं तुम्ही थांबता कामा नये.' त्यांच्याजवळ माझं ॲरेस्ट वॉरंट नव्हतं, किंवा सर्च वॉरंट नव्हतं — चाळीस पूर्ण भरलेल्या बंदुका घेऊन ते उभे होते. कोणाविरुद्ध? तर ज्याच्या हातात एकही शस्त्र नव्हतं किंवा जो कधीही घराबाहेर पडलेला नव्हता.

त्या ग्रीक पोलीस ऑफीसरला म्हणालो, 'सॉक्रेटीसला विषप्रयोग करणारे लोक कशा पद्धतीचे होते हे आज मला कळतंय. त्याला मारणाऱ्यांपैकीच तुम्ही कोणीतरी परत जन्म घेतलेला दिसतोय...' मी पुढे म्हणालो, 'तुमच्यापाशी माझ्याविरुद्ध काही कारण आहे? मी कोणताही गुन्हा केलेला नाही, तुमच्या समाजाविरुद्ध काहीही वागलो नाही, एवढंच काय पण घरातून बाहेरही पडलो नाही आणि तरीही तुमची नीतिमत्ता आणि तुमचा धर्म माझ्यामुळे अडचणीत आला? हे काय चाललंय?'

मी जगभरातून फिरलोय... त्यामुळे असंख्य माणसांचे अनेक घाणेरडे नमुने पाहिलेले आहेत.

अर्थात या सगळ्या प्रकारातून मी मनापासून आनन्द घेतला. कोणतीही स्फोटकं हातात न धरता 'एक' माणूस संपूर्ण जगाला हादरवून टाकू शकतो... फक्त 'शब्दांमुळे'! हे मी अनुभवलं.

माझ्याजवळ कोणतंही विशेष रहस्य नाही. हृदयातून मला जे सत्य वाटलं त्याचाच उच्चार मी सतत करत आलोय. मला जेव्हा जेव्हा शक्य झालं त्या त्या वेळी मी त्यासाठी लढा दिलाय. यालाच नंदिता, तू रहस्य म्हणत असशील तर म्हणू शकतेस. अन्यथा मी एक कथाकार आहे. कथा मला फार आवडतात. या कथा सांगून शक्य होईल तेव्हा मी लोकांमधल्या अंधश्रद्धा दूर करण्याचा जास्तीतजास्त प्रयत्न करतो.

शेवटची एक गोष्ट

एक छोटी मुलगी तिच्या आईजवळ तक्रार करते, 'झोपताना रोज रोज ती कंटाळवाणी लांबलचक प्रार्थना म्हणायचा मला कंटाळा येतो. तू आणि डॅडी म्हणता तशी छोटी प्रार्थना मला सांग ना!

कोणती म्हणतेयस तू? आई विचारते.

'मुलगी म्हणते ती नाही का! काल रात्री डॅडी म्हणाले ते मी ऐकलं. ते म्हणाले, 'हे देवा... मी येतोय. नंतर तू म्हणालीस, 'लॉर्ड, जिझस्... माझी वाट पहा.'

ठीक आहे, मनीषा?

होय, ओशो!

□□□

सत्र : नऊ

२८ जून १९८७, सकाळ

जीवनातला प्रत्येक क्षण न् क्षण तुम्हाला खऱ्या अर्थानं जगता आला पाहिजे. येणारा प्रत्येक क्षण हा शेवटचाच आहे असं समजून तुम्ही जगलं पाहिजे. त्यामुळे भांडणतंटे करण्यात, उणीदुणी काढण्यात वेळ घालवू नका. कदाचित क्षमा मागण्यासाठी सुद्धा पुढचा क्षण तुम्हाला मिळणार नाही.

मैत्रीची भावना ही पुरेशी आहे

प्रिय ओशो

'विवाह' या गोष्टीपेक्षा आत्म्याचं मीलन, किंवा मनोमीलनाची कल्पना जास्त योग्य वाटते का?

प्रेमप्रज्ञान,

माणसाच्या आयुष्यातली सर्वांत महत्त्वाची गोष्ट म्हणजे प्रेम! जन्म तुमच्या हातात नसतो, मृत्यूही तुमच्या हातात नसतो आणि आयुष्यात जन्म, मृत्यू आणि प्रेम याच तीन सर्वांत महत्त्वाच्या गोष्टी आहेत. यांतली 'प्रेम' ही गोष्टच फक्त तुमच्या हातात आहे. मनुष्य म्हणून जे काही महत्त्व, आणि स्वातंत्र्य आहे ते केवळ 'प्रेम' या गोष्टीनं प्राप्त होतं. अन्यथा इतर प्राण्यांप्रमाणे जन्म आणि मरण हे सामान्य आहेच! म्हणूनच जितकं शुद्ध स्वरूपात ठेवता येईल, मलीन न करता राखता येईल तितकं 'प्रेम' हे शुद्ध स्वरूपात ठेवलं पाहिजे. - तू प्रश्न केलास आत्म्याचं मीलन हे विवाहबंधनापेक्षा योग्य आहे का? ही कल्पना महत्त्वाची नाही. महत्त्व आहे ते तुमच्यातल्या समजून घेण्याला. एक वेळ तुम्ही विवाह हा शब्द 'मनोमीलन' या शब्दामधे बदलू शकता. पण हा झाला शब्दातला बदल! तुम्ही स्वत: तेच असता. ज्या प्रकारचा नरक तुम्ही विवाहातून निर्माण करता तोच प्रकार तुम्ही मनोमीलनातूनही करणारच! काहीच बदल नाही. फक्त शब्दबदल! एक शिक्का! म्हणूनच त्या शिक्क्यावर फार अवलंबून राहू नका.

विवाह असफल का होतात? तर कोणतंतरी अनैसर्गिक अवास्तव, अतिशयोक्तीपूर्ण चांगलेपणाचं प्रमाण आपण डोक्यात ठेवलेलं असतं. चिरकाल टिकणारं, काहीतरी आत्यंतिक

पवित्र असं काहीतरी करण्याचा आपला प्रयत्न असतो. शुद्ध पवित्रतेतला ओ का ठो सुद्धा आपल्याला माहीत नसतो, चिरकाल म्हणजे काय यातला एखादा अंश सुद्धा माहीत नसतो आणि आम्ही तो प्रयत्न करत असतो. आत्तापर्यंतचे आमचे हेतू अतिशय चांगले होते, परंतु एकमेकांना समजून घेण्याची पात्रता मात्र फारच कमी होती. आणि म्हणूनच आत्तापर्यंत असं घडलेलं दिसतं की विवाह हे स्वर्गासमान होण्यापेक्षा नरकासमानच झालेले आढळतात. ते एक पवित्र बंधन राहाण्याऐवजी त्याची प्रत इतकी खालावते की ते अनादाराच्याही कितीतरी खालच्या पातळीवर जाऊन पोहोचतात. आत्तापर्यंत माणसाचा हाच तर मूर्खपणा झालेला आहे. तो असा! अगदी पूर्वीसुद्धा ज्या ज्या वेळी मनुष्य अडचणीत आलेला होता त्या प्रत्येक वेळी त्याने 'शब्दांमधे' बदल केले. — स्वत:मधे बदल केले नाहीत उदा. 'विवाह' शब्द बदलून 'मनोमीलन' हा शब्द!

स्वत:मधे बदल मात्र शून्य! परंतु खरी अडचण तुमच्या स्वत:मधे असते. शब्दात नसते. शब्द कोणताही असो! गुलाब हा गुलाब म्हणजे गुलाबच आहे. तुम्ही दुसरं कोणतंही नाव द्या! तो गुलाबच!

तुम्ही काय करता? तर वरवरचे बदल करायला बघता, कल्पना बदलायला पाहाता, परंतु स्वत:मधे बदल करीत नाही.

ज्या चांगलेपणाचं प्रमाण विवाहाबाबतीत तुम्ही मनात योजलेलं असतं, वैवाहिक जीवनाविषयी योजलेलं असतं, तिथपर्यंत तर तुम्ही पोंहोचू शकत नाही. कारण प्रत्यक्षात तुम्ही निर्दयपणानं, रानटीपणानं वागत असता. पूर्णपणे मत्सरग्रस्त, वासनेनं पिसाटलेले असे तुम्ही वागत असता. खरं प्रेम कसं असतं याची ओळखही तुम्हाला नसते. प्रेमाच्या नावाखाली बरोब्बर त्याच्या विरोधी गोष्टी तुम्ही करत राहाता. मालकी हक्क गाजवणे, वरचढपणा करणे, सत्ता गाजवणे या गोष्टी तुम्ही सातत्यानं करीत असता. संसारामधे श्रेष्ठत्वासाठी पती-पत्नींमधे नेहमीच लढाया होत असल्याने वैवाहिक जीवन ही एकप्रकारची रणभूमी बनून जाते. प्रत्येकजण स्वत:च्या स्वाभाविक धर्माप्रमाणेच वागत असतो. पुरुष नेहमीप्रमाणे ओबडधोबड रांगडेपणानं वागणारा, सनातनी वृत्तीचा! आणि स्त्री नाजूकपणे, स्त्रीसुलभतेनं, सुसंस्कृतपणानं आणि शांतपणे वागणारी... पण तरीही परिस्थिती तीच. सध्याचे मानसशास्त्रज्ञ म्हणतात की विवाह म्हणजे जिवलग शत्रुत्व! आणि ते म्हणतात तसं ते सिद्धही झालेलं आहे. दोन शत्रू एकमेकांशी प्रेमाचं नाटक करत करत एकत्र राहात असतात. दुसऱ्यानं आपल्याला प्रेम द्यावं अशी अपेक्षा दोघंही करत असतात. परंतु प्रेम देण्याची मात्र कुणाचीच तयारी नसते. कारण कुणाजवळ ते नसतंच आणि तुमच्यापाशी जे मुळातच नाही ते तुम्ही दुसऱ्याला काय देणार? आपल्याजवळ प्रेम नाहीये हे ज्या वेळी

तुम्हाला कळून चुकतं त्याच वेळी नैराश्यानं तुम्ही घेरले जाता. दुसरा आपल्याला फसवतो आहे हा संशय सतत यायला लागतो. विवाहापूर्वी दोघांनीही सुंदर सुंदर शब्दांची पखरण केलेली असते, मधुर गोष्टींचीं देवाण-घेवाण झालेली असते. दुसऱ्याला आकर्षित करून घेण्यासाठी स्वत:मधलं उत्तम तेच दर्शवलेलं असतं; दुसऱ्याला घट्ट पकडून ठेवण्यासाठी जेवढं म्हणून करता येईल तेवढं केलेलं असतं. परंतु ज्या क्षणी लग्नगाठ बांधली जाते त्या क्षणी त्यात कायदा प्रवेश करतो, एकत्र राहाण्यासाठी समाजाची मान्यता मिळते... त्याच क्षणी मधुचंद्र संपून जातो. कारण आता समोरची व्यक्ती ही 'संपूर्णपणे' तुमच्यासमोर आलेली असल्याने वाईट बाजूसुद्धा कळून येते. विवाहापूर्वीचा धारण केलेला मुखवटा गळून पडतो. कारण चोवीस तास तो काही तुम्ही धारण करू शकत नाही. ज्या वेळी तुम्ही एकमेकांसोबत रहायला लागता त्या वेळी आत्तापर्यंत करीत असलेल्या ढोंगातून तुम्हाला बाहेर पडावंच लागतं आणि मूळ तुम्ही जसे असता त्याच स्वरूपात राहणं भाग पडतं. आपण जे ढोंग करीत होतो तसे मुळातच आपण नाही हे तुम्हाला निश्चितपणे माहीत असतं — आणि मग सुरू होतो मत्सर, आणि मालकी गाजवणं!

खऱ्या प्रेमाचं महत्त्वाचं लक्षण म्हणजे ते मालकी हक्क गाजवत नाही. उलट ते दुसऱ्याला स्वातंत्र्य देत असतं. दुसऱ्याच्या आनंदात ते आनन्द मानणारं असतं. ते कधीही भीक मागत नाही. ते एखाद्या सम्राटासारखं असतं. ते सतत देत असतं. अमर्याद देत असतं, निरपेक्ष बुद्धीनं देत असतं.

परंतु प्रत्यक्ष जीवनात शतकानुशतकं आपण पाहात आलेलो आहोत की नेहमी आपण दुसऱ्यानं प्रेम द्यावं ही अपेक्षा करतो. त्यामुळे दोघंही भिकारीच! त्यांचे कटोरे कायम रिकामे. दुसऱ्याला देण्यासारखंही त्यांच्याजवळ काहीच नसतं. त्यामुळे सतत झगडा करावा लागतो; लढाई खेळावी लागते.

विवाहाच्या ऐवजी मनोमीलन हा शब्द तुम्ही वापरू शकता. परंतु हे झालं नुसत्या शब्दांचं! तुमचं स्वत:चं काय? - तुम्ही स्वत: बदलणं महत्त्वाचं आहे.

माझं स्वत:चं असं मत आहे की विवाहाची गरज नाही तशीच मनोमीलनाचीही गरज नाही. फक्त मैत्रीपूर्ण संबंध हे महत्त्वाचे आहे. ते पुरेसे आहेत. आत्मा, मन याविषयी जर तुम्हाला काहीच माहीत नसेल तर मनोमीलन तरी कसं शक्य आहे?

एकमेकांशी मित्रत्वाच्या नात्यानं संबंध राखणं एवढंच आपण आत्ताच्या परिस्थितीत करू शकतो. एकमेकांच्या काही दोषांबद्दल किंवा कमकुवतपणाबद्दल समजूतदारपणा तुम्ही बाळगू शकलात तर उत्तमच! प्रेमाबद्दलच्या पूर्वीच्या जुन्या-पुराण्या अंधश्रद्धा जर का तुम्ही टाकून देऊ शकलात तर ते प्रेम तुम्हाला

चिरकाल मिळू शकेल. कारण प्रेम ही अत्यंत नाजूक गोष्ट आहे. एखाद्या फुलासारखी सुंदर, परंतु अतिशय नाजूक! फूल जसं सकाळी उमलतं आणि संध्याकाळपर्यंत कोमेजून जातं तसंच प्रेमाबद्दल म्हणता येईल.

आयुष्य हे सतत बदलत जाणारं आहे. सातत्यानं बदलत जाणारी गोष्ट आहे.

फार मोठा समजूतदारपणा ठेवणं गरजेचं आहे असं जेव्हा मी म्हणतो, तेव्हा मला असं म्हणायचं असतं की चिरकाल टिकणाऱ्या नात्याबद्दलच्या जुन्या कल्पनांना मूठमाती देणं गरजेचं आहे. प्रत्येक क्षण न् क्षण आयुष्यातला तुम्हाला जगला पाहिजे. प्रत्येक क्षण अशा तऱ्हेनं असं जगलं पाहिजे की जणूकाही हा शेवटचा क्षण आहे... म्हणूनच एकमेकांशी भांडण्यात, वाद घालण्यात, उणीदुणी काढण्यात वेळ वाया घालवू नका. कारण कदाचित क्षमा मागण्यासाठी सुद्धा पुढचा क्षण तुम्हाला मिळू शकणार नाही.

सर्मद हे मोठे संत रोज रात्री झोपताना शिष्यांना सांगायचे, 'कदाचित आजची रात्र आपली शेवटची सुद्धा असू शकेल. तेव्हा काही चुका झाल्या असतील तर मला क्षमा करा. मी तुमचा प्रमुख असल्यामुळे कदाचित काही वेळेला मी कडकपणानं वागलो असेन, आणि तसं वागणं गरजेचं सुद्धा आहे कारण माझं तुमच्यावर प्रेम आहे. तुमच्यात उत्तम रीतीनं परिवर्तन व्हावं हाच माझा उद्देश आहे... परंतु काही सांगता येत नाही की उद्या सकाळी या जगामधे मी असेन वा नसेन. म्हणून मी आत्ताच तुमची क्षमा मागतो.

अशा तऱ्हेनं प्रत्येक रात्र ही शेवटचीच असल्याप्रमाणे ते झोपी जात असत — कारण एखाद्या रात्रीतरी ते खरं घडणारच होतं. एखादी रात्र प्रत्येकाच्याच जीवनात शेवटची ठरणार असते; तुम्ही परत उठणारे नसता.

...रोजची प्रत्येक सकाळ ते नवी सकाळ म्हणून अनुभवत असत. आदल्या दिवशीची रात्र त्यांनी मोठ्या मनानं मृत्यू या गोष्टीचा स्वीकार केलेला असल्यानं त्यांची दुसऱ्या दिवशीची सकाळ ही नवीन जन्म घेतल्यासारखी असायची. सृष्टीबद्दल मनामधे प्रचंड धन्यता मानणारे असे ते संत होते. प्रत्येक एक दिवस नवीन दिवस, नवीन सूर्य, झाडं-झुडपं, वारा, पाणी सगळं नवीन जीवनात आणखीन अनुभवाला येणारं! मैत्रीचा आणखीन एक दिवस, प्रेमाचा आणखीन एक दिवस!

चिरकाल टिकणारे नातेसंबंध म्हणजेच 'लग्न' ही गोष्ट अतिशय महत्त्वाच्या गोष्टी तुमच्यापासून दूर नेते आणि बिनमहत्त्वाच्या गोष्टी जवळ करते. फक्त बिनमहत्त्वाच्याच नाही, तर अतिशय मूर्खपणाच्या गोष्टींना महत्त्व दिलं जातं.

अत्यंत छोट्या छोट्या गोष्टींवर मंडळी भांडतात. त्या गोष्टी इतक्या क्षुल्लक

असतात की नंतर आपलं आपल्यालाच हसू येतं. एका जोडप्याची अशीच एक कथा आहे... लग्नाच्या दिवशी रजिस्ट्रारच्या ऑफीसमधे दोघांनी सह्या करायच्या होत्या. पहिल्यांदा बायकोनं सही केली आणि नंतर नवऱ्यानं केली. त्याची सही पाहाताक्षणी तिनं रजिस्ट्रारला सांगितलं, 'मला घटस्फोट हवाय.'

रजिस्टारनं आश्चर्यानं विचारलं, 'म्हणजे? आत्ताच तर तुमचं लग्न झालंय ना? आत्ताच सगळे कागदपत्रं तयार झाले आहेत.'

ती उत्तरली, 'होय! खरं आहे तुमचं. परंतु गोष्टी आत्ताच बिघडून गेलेल्या आहेत. हे... हे पहा नं कागदपत्रं! मी केलेली सही लहान लिपीत आहे आणि नवऱ्यानं सही केलीय मोठ्या लिपीमधे. त्याला स्वत:चा मोठेपणाच दाखवायचा आहे. हीच तर खऱ्या त्रासाची सुरवात आहे. त्यामुळे मला ते नकोच.'

शब्दांमधे तुम्ही बदल करू शकता. परंतु मला मात्र तुमच्या जाणिवांमधे बदल करायचा आहे.

'टिकाऊ नातं' ही कल्पना चुकीचीच आहे. परंतु समाजातल्या अनेक माणसांकडून, कवी, साहित्यिक, धर्मगुरू यांच्याकडून ती तुमच्या मनावर ठसवली गेली आहे. दोन माणसं घट्ट मैत्रीच्या नात्यात चिरकाल राहू शकत नाहीत असं नाही. ते राहू शकतात. कसे? तर कोणत्याही पूर्वधारणेशिवाय सतत फुलत जाणाऱ्या मैत्रीमधेच हे घडू शकतं. स्वच्छ, मोकळ्या, निखळ अशा एकमेकां-बद्दलच्या समजुतीमधे हे घडू शकतं... कोणत्याही क्षणी त्यातला एखादा जोडीदार म्हणू शकतो की 'आता बास झालं! आत्तापर्यंत अनेक सुंदर क्षण तू मला दिलेस त्याबद्दल धन्यवाद! परंतु दु:खानं का होईना आता आपले मार्ग भिन्न आहेत. मला तुझी सतत आठवण येत राहील. तुझ्याबरोबरच्या सहजीवनात नरक निर्माण व्हायला नको. कारण नाहीतर मग त्या यापूर्वी घालवलेल्या सुंदर क्षणांना काही अर्थ राहणार नाही; त्या सुंदर आठवणींना अर्थ राहणार नाही. तेव्हा आता यापुढे मैत्री पुरेशी आहे.' नवीन समाजाविषयी माझी धारणा अशी आहे... मोठ्या शहरांपेक्षा सौहार्दपूर्ण संबंध असलेल्या माणसांचे छोटे छोटे समूह असावेत. छोटे छोटे प्रांत असावेत. लोकांची पाच हजारापेक्षा जास्त संख्या नसावी. यामुळे प्रत्येकजण एकमेकांना सहजपणे जाणू शकेल... त्या समूहांनी त्यातल्या छोट्या मुलांची काळजी घ्यावी, जबाबदारी घ्यावी. समूहाच्या परवानगीशिवाय मूलांना जन्म देता येऊ नये. तो संपूर्ण निर्णय त्या विशिष्ट समूहाचा असला पाहिजे.

इंजिनिअर्स पाहिजेत का कवी हवेत, का डॉक्टर्स हवे आहेत किंवा शास्त्रज्ञ हवे आहेत. जी गरज असेल तसं तो समाज ठरवेल. कोणत्या प्रकारचं मूल हवं आहे तसं निर्माण करण्याची क्षमता आता विज्ञानामधे आहे, मात्र 'फक्त

स्वत:चंच मूल हवं' ही घट्ट रुतलेली मनोधारणा टाकून दिली पाहिजे. त्यासाठी रक्तपेढ्यांप्रमाणेच स्पर्मबँक्स मात्र आवश्यक आहेत. वीर्यपेढ्यांची गरज आहे. प्रत्येक वीर्यपेशी कोणत्या पद्धतीची आहे हे आता शास्त्रज्ञ सांगू शकतात. यापासून कोणत्या पद्धतीचं मूल जन्माला येणार आहे हे ठामपणे शास्त्रज्ञ सांगू शकतात. आत्तापर्यंत आपण निव्वळ अपघातानं 'निर्माण झालेली संतती' म्हणूनच जगलो आहोत. कदाचित म्हणूनच तर जगभरात मूर्खांचा बाजार भरलेला आहे, मतिमंदांची संख्या विपुल आहे...

ज्या वेळी दोन व्यक्ती प्रेम करतात त्या वेळी पुरुषाच्या वीर्यातून जीव निर्माण करणाऱ्या लाखो सूक्ष्म पेशी बाहेर पडतात, परंतु स्त्रीच्या बीजांडामधे त्यांतली एखादीच प्रवेश करू शकते. त्या बीजांडाची रचना अशीच असते की त्या वीर्यजंतूचा प्रवेश होताचक्षणी त्याचं तोंड बंद होतं. क्वचित एकाऐवजी दोन प्रवेश करू शकतात, त्या वेळी जुळी जन्माला येतात, क्वचित तीन प्रवेश करतात तेंव्हा तीळं जन्माला येतं. परंतु हे अपवादानंच घडू शकतं. स्त्रीच्या शरीरातला हा छोटा मार्ग त्या वीर्यजंतूच्या दृष्टीनं फारच दीर्घ असतो. त्याच्या आकाराचा विचार करता त्याच्या दृष्टीनं जवळजवळ दोन मैल लांबीचा हा प्रवास त्याला फारच खडतर असतो.

रवींद्रनाथ हे त्यांच्या आईवडिलांचं तेरावं अपत्य होते. त्या काळी कुटुंबनियोजन असतं तर रवींद्रनाथ जन्माला आले नसते. एवढंच काय, परंतु कुटुंबनियोजन नसताना सुद्धा तेरा अपत्यं असणारी कुटुंबं फार कमीच. आईवडिलांनी बारा या संख्येपर्यंत जर प्रजोत्पादन थांबवलं असतं. (आणि तार्किकदृष्ट्या तसं बरोबरही ठरलं असतं.) तर रवींद्रनाथांसारखा महान पुरुष आपल्याला बघायला मिळाला नसता.

विज्ञानानं मात्र गेल्या दहा वर्षांमधे इतक्या गोष्टी शोधून काढलेल्या आहेत की केवळ एका शुक्रजंतूचं भविष्य काय आहे हे सांगता येतं. त्यापासून लेखक निर्माण होणार, का डॉक्टर होणार, तत्त्ववेत्ता होणार, का साधुसंत होणार, का नर्तक होणार... हे सगळं शोधता येतं. एका मिनिटात हे सांगता येऊ शकतं... येणारं मूल निरोगी होणार का मतिमंद होणार, ते सहा महिने जगणार का शंभर वर्षं जगणार हे सारं सांगण्याची क्षमता विज्ञानानं कमावलेली आहे.

तरीही पूर्वीचा 'अपघातानं' होणाऱ्या संततीचा खेळच तुम्ही खेळत राहाणार का? आपण कोणाला या जगात आणतोय काहीही माहिती नाही, मग तो हिटलर आहे का मुसोलीनी! स्टॅलीन आहे का रोनाल्ड रेगन! काही माहिती नाही... हा केवळ एक आंधळा खेळ...

म्हणून प्रेम हे मैत्रीपुरतंच असावं. समाजाला जर गरजच असेल, आणि

तुमची पत्नी ही नवीन जीव धारण करण्यासाठी योग्य व्यक्ती आहे हे जर डॉक्टरांनी सिद्ध केलं तर शुक्रजंतूंच्या बँकेतून तुम्ही योग्य तो एखादा घेऊ शकता, त्या स्त्रीच्या शरीरात तो गर्भधारणेसाठी ठेवू शकता.

तुमचे प्रेमसंबंध एकीकडे चालू ठेवायला हरकत नाही. कारण तो एक वेगळा भाग आहे.

गर्भनिरोधक गोळ्या हाही एक प्रकार विचारात घेतला पाहिजे. या गोळ्या स्त्रियासांठी असतात तशाच पुरुषांसाठीही असतात... यामुळे कोणत्याही जबाबदारीचं ओझं न वाटता तुम्ही आनन्द घेऊ शकता.

स्त्रियांनी शिक्षित असणं आवश्यक आहे. आर्थिक तसंच इतर बाबतीतही तिनं स्वतंत्र असणं गरजेचं आहे. त्यामुळे ती फारकाळ तुमच्यावर अवलंबून राहात नाही. एक स्वतंत्र, सुशिक्षित स्त्री आणि एक स्वतंत्र, सुशिक्षित पुरुष या दोघांमधले मैत्रीचे संबंध निश्चितच सुंदर राहू शकतात. जोपर्यंत या संबंधात आनन्द असतो तोपर्यंत ते एकत्र राहातात. ज्या क्षणी त्यात काहीतरी बिघाड वाटतो त्या क्षणापासून ते पुढे रेटण्यात काहीच अर्थ नसतो. त्यामुळे अगदी सन्मानानं ते एकमेकांचा निरोप घेऊ शकतात. कुठल्याही कायद्याची गरज नाही, सरकारी परवानगीची गरज नाही किंवा सामाजिक मान्यतेची गरज नाही... कारण स्पष्ट आहे की या मंडळींना तुमच्या आयुष्यात डोकावण्याची गरजच काय?

अर्थात मुलांच्या दृष्टीनं समाजाला लक्ष घालावंच लागतं कारण भविष्यातल्या समाजाची ती भागीदार होणार असतात. तुमच्या संततीतून अडॉल्फ हिटलर निर्माण होणं समाजाला मान्य होणार नाही. अर्थातच या गोष्टीला निर्बंध घालणं अजूनपर्यंत समाजाला जमलेलं नाही... परंतु या गोष्टींना निर्बंध घालणं जमू शकतं.

विवाह किंवा आत्म्याचं मीलन अथवा आणखीन कोणतातरी मोठा शब्द वापरण्याची काहीही गरज नाही... अगदी सोपा शब्द वापरा. एखाद्याबरोबर मैत्री राखणं तुम्हाला जेव्हा आनन्दाचं वाटतं तेव्हाच तुम्ही त्या मैत्रीतून आनन्द मिळवता. जोपर्यंत आनन्द आहे तोपर्यंत ठीक आहे. परंतु ज्या क्षणी काहीतरी त्रासदायक सुरू होतं त्या क्षणापासून तुम्ही विभक्त होऊ शकता इतकी साधी गोष्ट आहे ही. विवाहामुळे असंख्य वाईट प्रवृत्ती निर्माण होताना आपण पाहातो की ज्या तुम्ही पचवू शकत नाही.

यामधे पहिलं म्हणजे अपघातानं निर्माण होणारी प्रजा! की ज्यामधे एकमेकांना समजून घेणं नसतं, कोणताही शास्त्रीय विचार नसतो, अक्षरश: जनावरांप्रमाणे केवळ शारीरिक आकर्षणातून, जीवशास्त्रीय साच्यातून आंधळेपणानं घडणारी एक क्रिया एवढंच याला म्हणता येईल. अन्यथा आपल्या आसपास खूप उत्तमोत्तम व्यक्तिमत्त्वं वावरली असती. आणि नेहमीप्रमाणे सुंदर अशा चंद्र-

ताऱ्यांनीच या जगाला शोभा आणली नसती तर ती सुंदर, उत्तम माणसांनीही आणली असती. कारण जगाचं खरं सौंदर्य हे महान मनुष्यातच आहे. की जो शारीरिक, बौद्धिक आणि आध्यात्मिक दृष्ट्या संपन्न आहे.

विवाहाची उपनिर्मिती फार विचित्र आहे. जगातले सगळे धर्म हे वेश्याव्यवसायाच्या विरुद्ध आहेत. परंतु माझं असं मत आहे की वेश्याव्यवसाय ही विवाहाची उप-निर्मिती आहे. तसं पाहाता 'विवाह' हे सुरक्षित ठेवण्यासाठी वेश्यांचा सहभाग मोठ्या प्रमाणात मानायला हरकत नाही. कारण नैसर्गिकदृष्ट्या विचार करता कोणताही पुरुष 'एकपत्नी' व्रत म्हणून राहू शकत नाही किंवा कोणतीही स्त्री एकपतीव्रता राहू शकत नाही... ते एकप्रकारचं बंधनच होत असतं, एक प्रकारचा तुरुंगच!

अत्यंत विचारपूर्वक समाजानं वेश्याव्यवसायाला मान्यता दिलेली असते. एखादा पुरुष स्वत:च्या बायकोला कंटाळून जातो तेव्हा ही एक सोय स्वीकारली जाते. समाजामधे वेश्यांना एक वस्तू म्हणून स्वीकारलं जातं. स्त्रीची प्रतिस्पर्धी म्हणून नाही. एखादे दिवशी नवरा तिच्याकडे जातो... बस्स एवढंच! तो दुसऱ्या कोणत्या स्त्रीच्या प्रेमात पडला तर बायको दुखावली जाते कारण तिथं स्पर्धा असते, परंतु वेश्यांच्या बाबतीत स्पर्धेचा प्रश्नच नसतो.

वारांगना या श्रीमंत हवेल्यांमधे नाचगाणं करून आनन्द देतात आणि ते सर्वसंमत असतं. बायकोला काळजी करायचं काहीच कारण पडत नाही, कारण त्या फक्त विकत घेतलेल्या स्त्रिया असतात. ती वेश्या नंतर निघून जाणारी असते. ती त्या पत्नीची कायमची डोकेदुखी होऊन राहाणारी नसते. परंतु आत्तापर्यंत स्त्रीला एकपतीत्वाच्या मर्यादेत जखडून ठेवलं गेलंय. आत्ता आत्ता मात्र युरोप- अमेरिकेमध्ये स्त्रीमुक्ती चळवळीमुळे तिथं पुरुषसुद्धा वेश्याव्यवसायात दिसतात (पुरुषवेश्या). त्यामुळे हजारो वर्षं पुरुषांनी मन:मुक्तपणे घेतलेला आनन्द आता स्त्रियासुद्धा तिथे घेतात. हे सगळं अतिशय विचित्र आणि घाणेरडं आहे. परंतु निसर्गाच्या विरुद्ध गेल्यानंतर दुसरे कोणतेतरी मार्ग असे शोधावे लागतात.

अनेकपत्नीत्वाची किंवा अनेकपतित्वाची चाल ही नैसर्गिक गोष्ट आहे. कारण ते एक स्वातंत्र्य आहे. समजा आज मी एकावर प्रेम केलं. उद्याचा माणूस मला जास्त चांगला वाटून उद्या जर मी दुसऱ्यावर प्रेम केलं तर बंधन कां असावं? समजा परवा मला आणखीन कोणी चांगलं वाटलं तर या बंधनांमधे का रहायचं? या बंधनांमुळे ओघानंच दु:खं होणार, त्रास होणार आणि त्याचा सूड त्या गरीब पत्नीवर घेतला जाणार; की ज्या स्त्रीनं काहीही केलेलं नसतं.

प्रेम हे चिरकाल टिकणारं असावं, ही जुनी समजूत पूर्णपणे चुकीची आहे. जर एखादं गुलाबाचं फूल सुद्धा कोमेजून जातं तर मग ते काय खरं नसतं

का? जर का तुम्ही टिकावू गोष्टींचा आग्रह धरणार असाल तर मग तुम्हाला प्लॅस्टिकच्या कृत्रिम फुलांवर अवलंबून राहायला हवं - ती प्लॅस्टिकची फुलं कधीही कोमेजत नाहीत कारण त्यांच्यात जीवच नसतो. ती आधीचीच मृत असतात. आणि प्रेम ही संपूर्ण जिवंत, रसरसलेली गोष्ट आहे. एवढंच काय पण जीवनाची सुरवातच मुळी प्रेमाच्या अत्युच्च क्षणांमधूनच होत असते.

आजची अतीव सुखाची गोष्ट कदाचित उद्या असणार नाही असंही घडण्याची शक्यता आहे... कारण ती एक झुळूक आहे मधून मधून येणारी-जाणारी झुळूक आहे. त्यामुळे निसर्गाला आपण आहे तसं स्वीकारलं पाहिजे. त्याच्याविरुद्ध वागणं म्हणजे अगोचरपणा आहे.

: 'मी माझ्या नवऱ्याला गेल्या आठवड्यात घराबाहेर ठेवलाय, कारण दुसऱ्या बाईबरोबर तो फिरत होता. आता त्याला परत यायचंय, काय करू, फादर?'

'त्याला परत घरात घेणं हे एका ख्रिश्चन स्त्रीचं कर्तव्य आहे...' फादरनं तिचा हात पकडून त्यावर थोपटून तिला सांगितलं... आणि पुढे तो हात आणखीन घट्ट पकडून ते म्हणाले... 'तू इतक्या दिवस त्या नालायकाबरोबर कशी काय राहिलीस?' :

शेवटी काय... तुमचे धर्मगुरू झाले तरी ते सुद्धा माणूसच. त्यांनी ब्रह्मचारी राहाण्याची तुम्ही त्यांच्यावर सक्ती केल्यामुळे त्यांना दुसरे मार्ग शोधायलाच लागतात. त्यामुळे अशा अनेक मठांमधून समलिंगी संबंधांचं प्रमाण बऱ्याच प्रमाणात आढळतं. तुम्हाला आश्चर्य वाटेल, इंग्लंडच्या आर्चबिशपनं सुद्धा अनेक मठवासींकडून आलेला प्रस्ताव मान्य केलेला आहे, तो म्हणजे समलिंगी संबंध मान्य करायला हरकत नाही; त्यामुळे ब्रह्मचर्याला काहीही धोका नाही. वा! किती महान कल्पना!

फक्त भिन्नलिंगी संबंधांमुळे ब्रह्मचर्याला बाधा येणं ही कल्पना सर्वांना माहितेय. कारण समलिंगी संबंधांमुळे ब्रह्मचर्याला बाध येत नाही... हे बिचारे प्रिस्ट... अत्यंत अनैसर्गिक गोष्टीला चिकटून राहातात... त्यामुळे स्वाभाविकच मागच्या दारानं त्यांना मार्ग शोधावे लागतात. आणि इतर मंडळींनाही बळजबरीनं ते करणं भाग पाडतात.

एका अतिश्रीमंत मेजवानीबद्दल एक गोष्ट मी ऐकलीय. कारण तुम्ही जितके श्रीमंत असता तितका तुम्ही तुमच्या वासना, वाईट गोष्टी मुक्तपणे प्रकट करण्याचा तुम्हाला जणूकाही परवाना असतो. गरीब माणूस दबलेला, पिचलेला असतो, पण श्रीमंतांचं कोण काय वाकडं करणार? त्यांची स्वत:ची

खासगी थिएटर्स असतात की जिथे अश्लील चित्रपट पाहिले जातात. खास त्यांच्यासाठी तयार केलेले!... संपूर्णपणे... घाणेरडे आणि लैंगिक विषयाला वाहिलेले! किळसवाणे!

तर अशी एक मेजवानी एका अतिश्रीमंत माणसाकडे आयोजित केली होती — त्याप्रसंगी एक घाणेरडा खेळ खेळला जाणार होता. त्या देशाच्या आर्चबिशपलासुद्धा निमंत्रण होतं — त्या खेळाचं स्वरूप पाहून तो म्हणाला, माझ्या धार्मिक आदर्शांच्या विरुद्ध या गोष्टी आहे. तेव्हा मी यात भाग घेऊ शकत नाही. परंतु मंडळी हसली. ती त्याला म्हणाली, 'ढोंगीपणा करू नका. इथल्या सगळ्या स्त्रिया तुम्हाला 'चांगलं' ओळखून आहेत. आणि तुमचं नाव यामधे नोंदलं गेलंय. तेव्हा अजिबात लाजू नका.'

हा सगळा घाणेरडेपणा — ही उप-निर्मिती आहे.

मागच्या दाराचा जर का तुम्ही विचार केलात तर ती परिस्थिती हास्यास्पद दिसते. 'विवाहा'ची परिणती ही अनेक वाईट गोष्टींमधे होताना दिसते... स्त्रियांना गुलामीत ढकललं जातं. आणि अनेक बाबतीत त्यांची पिळवणूक होताना आपण पाहातो. जगातली निम्मी लोकसंख्या ही आध्यात्मिक उन्नतीच्या दृष्टीनं विटंबना आहे.

गौतमबुद्धांप्रमाणे, जिझसप्रमाणे, झरतृष्टांप्रमाणे या सगळ्या महान विभूतींसारखी 'एखादी'सुद्धा स्त्रियांमधे का नसावी हा प्रश्न अनेकदा विचारला जातो. परंतु पुरुषानं अद्यापपर्यंत तिला शिक्षणच दिलं नव्हतं; आर्थिक स्वातंत्र्य दिलं नव्हतं. समाजामधे स्त्रीमुक्ती चळवळ जोमानं चालू नये यासाठी प्रयत्न केले गेले. फक्त त्यातल्या त्यात एक गोष्ट म्हणजे ती चर्चमधे जाऊ शकत होती. त्यामुळे एकुलता एक पुरुष तिच्यासमोर असायचा तो म्हणजे धर्मगुरूच!

या सगळ्या गोष्टी विचारात घेता ती गौतमबुद्ध कशी काय बनू शकते? गौतमबुद्ध म्हणजे काही झाडावर वाढला नाही, की एकदम आकाशातून पडला नाही. त्यांचीसुद्धा जमिनीत मुळं असणं गरजेचं असतं, त्या वाढीसाठी तसं पोषण गरजेचं असतं.— स्त्रीचा विचार करता, त्यातल्या त्यात पूर्वीच्या स्त्रीचा विचार करता असं दिसतं की त्या वेळची स्त्री ही सतत प्रजोत्पादनात जखडली गेली. एखाद्या कारखान्यात उत्पादन निघावं त्या पद्धतीनं संततीची संख्या वाढत असायची. त्या काळी ते गरजेचंही होतं कारण दहा मुलांमागे नऊ मुलं मरून जायची आणि एक फक्त जगत असे. त्यामुळे काही थोडीफार मुलं तुम्हाला हवी असतील तर त्या स्त्रीनं सतत ती निर्माण करणं गरजेचं होऊन बसलं होतं. गौतमबुद्ध होण्याइतका तिच्याजवळ वेळच नव्हता. एवढंच काय परंतु पुरुषांच्या बरोबरीनं सुद्धा तिला मोजलं जात नव्हतं.

विवाहामुळे कुटुंबं निर्माण झाली, समाज निर्माण झाला, राष्ट्रं निर्माण झाली... जोपर्यंत कुटुंब नाहीसं होत नाही तोपर्यंत राष्ट्र नाहीसं होणार नाही आणि जोपर्यंत राष्ट्रीयत्व संपत नाही तोपर्यंत युद्धं संपणार नाहीत. माणसा-माणसातलं क्रौर्य संपणार नाही. माझ्या मताप्रमाणे लग्न ही गोष्ट ताबडतोब बंद करून टाकली पाहिजे. त्यानंतर आपोआपच वेश्याव्यवसाय बंद होईल, प्रत्येक माणूस सध्या त्रासदायक अवस्थेत आहे; बायका त्रासदायक अवस्थेत आहेत.

आत्तापर्यंत असंख्य कुटुंबांतून मी राहिलेलो आहे. या कुटुंबांमधे प्रत्येकजण दु:खीकष्टी दिसतो. कुटुंबातले दोघंहीजण, पती आणि पत्नी असे दोघेही माझ्याजवळ आपलं मन मोकळं करायचे. दोघंही अतिशय उत्तम! परंतु एकत्र आले की युद्ध सुरू! प्रत्येक घर म्हणजे युद्धभूमीच! घरातल्या मुलांची वाढ या अशा वातावरणामधे होते त्यामुळे तीही हे तंत्र शिकून घेतात आणि पुढच्या आयुष्यात तसंच वागताना आढळतात.

अशा प्रकारे एक पिढी दुसऱ्या पिढीकडे या रोगीष्ट मनोवृत्ती आपोआप देत असतात. पिढ्या बदलत असतात. परंतु रोग कायमचे राहातात. म्हणूनच आपणच या रोगांचा त्याग केला पाहिजे म्हणजे पुढची पिढीतरी या घाणेरड्या वृत्तीपासून मुक्त राहील. फक्त नावं बदलत राहू नका. तर मुळापासून बदला.

एकदा तीन तरुण माणसं स्वर्गाच्या दारात एकत्रच आली. सेंट पिटरनं विचारलं, 'तुमच्यासारखी तरुण आणि अतिशय निरोगी माणसं इतक्या लवकर कशी काय मरण पावली?' त्यांतला पहिला म्हणाला, 'एक दिवस कामावरून मी लवकर घरी परतलो तर माझी पत्नी बेडरूममधे नको त्या अवस्थेत मी पाहिली - खिडकीतून पाहिलं तर पुढच्या दारातून एक मनुष्य पळत पळत बाहेर पडत होता. मी स्वैपाकघरात जाऊन फ्रीज घेतला आणि खिडकीतून त्याच्या अंगावर फेकून दिला परंतु हे प्रयत्न मला फारच भारीच पडले आणि मी मेलो.'

'आणि तुझं काय?' दुसऱ्याला पिटरनं विचारलं.

'माझ्या बाबतीत तर विचित्रच गोष्ट घडली. मला ऑफीसला उशीर झाला होता त्यामुळे मी घरातून बाहेर पडून पळत होतो तर कोणत्यातरी मूर्खानं माझ्या अंगावर वरून फ्रीज फेकून मारला; आणि मी मेलो.'

'तुझं काय?' तिसऱ्याला विचारलं.

तिसरा उत्तरला, 'हे सारं सुरू झालं, तेव्हा मी फ्रीजच्या आत बसलो होतो.'

□

प्रिय ओशो

झोपेचा अर्थ तुमच्या दृष्टीनं कोणता? विश्रांती घेत असताना तुम्ही शरीराच्या बाहेर असता का झोपेमुळे शरीरात असता?

प्रेम शून्यो,

झोपेत असो वा जागेपणी, माझ्या जाणिवा सारख्याच असतात. माझ्यासाठी झोप म्हणजे समाधी. पातंजली समाधीचं वर्णन असं करतो की स्वप्नाविना असलेली झोप म्हणजे समाधी. झोप म्हणजे बेहोशी नव्हे, झोप म्हणजे कोमा नव्हे! तर झोप म्हणजे हलकीशी विश्रांती. शरीरासाठी हलकी विश्रांती. परंतु खोलवर अंतरंगात मात्र पूर्णपणे जागृत! जणू काही रात्रीत एखाद्या खोलीमधे जळणारी एखादी मेणबत्तीच! जिथे वारा येत नाही. त्यामुळे न हलता स्तब्धपणे जळणारी परंतु प्रकाश देणारी मेणबत्ती.

झोपेची अवस्था आणि जागेपणीची अवस्था यांमधे मी काही फरक मानत नाही; तोच प्रकाश, तीच कृतार्थता, तीच प्रगाढ शांती दोन्ही अवस्थांत मी अनुभवतो. माझी झोप ही गाढ झोप नसून शरीरासाठी विश्रांतीचा तो एक हलकासा पडदा असतो. अंतरंगात मी जागाच असतो. तू विचारलंस की विश्रांतीच्या वेळी मी शरीराचा त्याग करतो का? किंवा झोपेमुळे मी शरीरातच राहातो का?

तर जेव्हा मी झोपतो तेव्हा शरीराचा त्याग करीत नाही किंवा शरीरात राहाण्यासाठी झोपही मला मदत करीत नाही. उलट मी असं म्हणेन की झोपेमुळे माझं शरीर उत्तमरीत्या कार्यरत राहण्यास मदत होते. सतत अहोरात्र माझं अंतर्मन जागृत असतं. मला कधीही स्वप्नं पडत

नाहीत, कारण माझ्या कोणत्याही गोष्टी दडपणाखाली नसतात. कारण कोणत्याही नैसर्गिक गोष्टी, भावभावना दडपून टाकण्याच्या मी विरुद्ध आहे. मी पूर्णपणे निसर्गाच्या बरोबर जाणारा माणूस आहे. अगदी रानटी म्हटलं तरी वावगं ठरू नये. खऱ्या विश्रांतीच्या दृष्टीनं झोप हा खूप मोठा सुंदर अनुभव आहे.

त्याचे नंतरचे परिणाम दुसऱ्या दिवशी सकाळी दिसतात की ज्या वेळी खूप ताजेतवाने असे तुम्ही जागे होता. तुमच्या या अत्यंत उल्हसित अशा सकाळच्या वृत्तीवरून निश्चितच असं अनुमान काढता येतं की झोपेमुळे तुम्ही निश्चितपणे ताजे झालेले आहात, तुमचा संपूर्ण थकवा गेलेला आहे, झोपेनं तुम्हाला पुन्हा तरुण बनवलेलं आहे. माझ्या दृष्टीनं हे परिणाम म्हणजे उत्तम झोप झाल्याचे साक्षीदार आहेत. हे असं घडताना मी पहात असतो. हे परिणाम फक्त सकाळीच अनुभवाला येतात असं नाही, तर जेव्हा जेव्हा विश्रांतीची वेळ असते तेव्हा तेव्हा अनुभवाला येतात. यासाठी शरीराचा त्याग करून शरीराबाहेर आपण राहाण्याची गरज नाही.

माझं काम पूर्णपणे वेगळं आहे. कोणाच्याही खासगी आयुष्यात लुडबुड करण्याची माझी इच्छा नाही. हे मला करता येईल, मी करूही शकतो. स्वतःच्या शरीराबाहेर पडून दुसऱ्याच्या शरीरात मी ढवळाढवळ करू शकतो. परंतु असं करणं म्हणजे दुसऱ्याच्या स्वातंत्र्यावर गदा आणण्यासारखं आहे; आणि मी स्वतः त्याच्या पूर्णपणे विरुद्ध आहे... कारण कोणाच्याही स्वातंत्र्याचं मूल्य माझ्या दृष्टीनं अंतिम आहे.

तुम्ही जसे आहात, तसा मी तुमचा मान राखेन, आणि म्हणूनच जे काही करणं शक्य आहे ते मी तुम्हाला सांगण्याचा प्रयत्न करतो. याचा अर्थ असाही नाही की तुमच्यात कोणताही बदल झाला नाही, तर मी तुमचा धिक्कार करेन म्हणून! किंवा तुमच्यात बदल घडून आला तर तर मी तुम्हाला जास्त मान देईन म्हणून! तुमच्यात बदल घडो अथवा न घडो, माझी तुमच्याशी वागणूक सारखीच राहील. तुम्ही माझ्या 'बरोबर' असलात काय किंवा माझ्या विरोधात असलात काय, माझ्या वागण्यात काहीच फरक पडणार नाही. कारण तुमच्यातल्या माणुसकीला आणि बुद्धिमत्तेला मी मान देत असतो.

ज्या कार्यात तुम्ही जागरूक राहू शकणार नाही अशा कामापेक्षा माझं काम पूर्णपणे वेगळं आहे. प्रत्येक गोष्टीशी धैर्यानं सामना करण्याइतकं तुम्ही जागरूक राहावं यासाठी माझे प्रयत्न आहेत. आणि माझा अनुभव असा आहे की हाच सर्वांत योग्य आणि चांगला मार्ग आहे. मागच्या दारानं येऊन तुमच्या झोपेत प्रवेश करणं आणि सगळ्या गोष्टी बदलून टाकणं हा एक मोठा गुन्हाच आहे. हा गुन्हा कोणीही पाहू शकत नाही आणि पकडू शकत नाही कारण तो पूर्णपणे

अदृश्य स्वरूपात असतो. तुम्हाला कधीच कळून येणार नाही परंतु जे काही तुमच्यात परिवर्तन घडून येईल ते कायम 'परकीय' प्रवेशामुळेच घडलेलं राहील. कुणीतरी बळजबरीनं तुमच्यावर ते लादलेलं असं असणार. त्यामुळे विशिष्ट प्रकारची अस्वस्थता कायम राहणार.

मी तुमच्या निद्रेमधे प्रवेश केल्यामुळे तुम्ही जास्त प्रमाणात प्रेममय व्यक्ती बनाल. तुम्ही प्रेमळ बनाल. हे खरं. पण तुम्ही खरोखरचे बदलले जात नसता कारण तुमच्या जागरूकतेतून तो बदल घडत नसतो.

म्हणूनच खूप निराळ्या पद्धतीनं माझ्या कार्याची दिशा ठरलेली आहे. ती म्हणजे मी तुमच्याशी सतत बोलत राहातो, तुम्ही ते लक्षपूर्वक ऐकण्यासाठी पुरेपूर कष्ट घेतो; तुम्ही समजून घेण्यासाठी प्रयत्न करतो. या सर्व प्रयत्नांनी तुमच्यातून जे बाहेर पडतं ते पूर्णपणे तुमचं स्वत:चं असतं आणि जे खरोखर स्वत:चं असतं ते फार फार मौल्यवान असतं.

: हिमी गोल्डबर्गला एकदा पैशाची खूप चणचण भासायला लागली. तो तिथल्या एका चर्चमधे गेला आणि धर्मगुरूला म्हणाला, 'यातून बाहेर पडण्यासाठी मला फक्त पन्नास डॉलर्सची गरज आहे. मी सारखी देवाची प्रार्थना करतोय परंतु तो काही माझी प्रार्थना ऐकत नाहीये.' धर्मगुरू त्याला म्हणाला, 'हे पहा, देवावर विश्वास ठेव... प्रार्थना चालू ठेव.' हिमी गेल्यानंतर धर्मगुरूला त्याची दया आली. तो मनात म्हणाला, 'मी याला जास्तीतजास्त पंचवीस डॉलर्स फक्त देऊ शकेन.'

दुसऱ्या दिवशी धर्मगुरू हिमीच्या घरी गेला आणि त्याच्या हातात पंचवीस डॉलर्सचं एक पाकीट ठेवून म्हणाला, 'हे घे, देवानं तुझ्यासाठी पाठवलंय.'

धर्मगुरू गेल्यानंतर हिमी देवाला उद्देशून म्हणाला, 'ओह, यापुढे पाठवताना थेट माझ्याकडेच पाठव कारण मधल्यामधे त्या हलकटानं निम्मे पैसे ढापलेच.'

म्हणूनच कोणतीही गोष्ट करताना ती थेटपणे करायला पाहिजे. नाहीतर सगळा गोंधळ होतो. संघर्ष होतो. मी तुमच्यामधे काही थोडंफार परिवर्तन घडवू शकतो. परंतु त्याची 'मुळं' काही तुमच्यात असणार नाहीत. कारण तुमच्यात खोलवर जुना केरकचरा साठलेलाच आहे.

एक दारुडा एकदा एका उघड्या लिफ्टच्या पोकळीत शिरला आणि चोवीस मजले सरळ खाली येऊन पडला. झोकांड्या खात खात उभा राहिला, शांतपणे हॅट डोक्यावर ठेवली आणि म्हणाला, 'च्यायला... मी 'वर' जायचं असं म्हटलंय!'

□□□

सत्र : दहा

२८ जून १९८७

पुढे जरूर जा, परंतु भूतकाळापासून काही धडा घ्या. कारण वैज्ञानिक तंत्रज्ञानाची ज्या वेगामधे वाढ होते आहे, त्याच वेगानं मानवी जाणिवांच्यात वाढ होणं आवश्यक आहे. तरच मनुष्यजातीला धोका पोचवणाऱ्या या तंत्रज्ञानाला आपण टक्कर देऊ शकू.

सृजनशील व्यक्तींच्या निर्मितीसाठी अनुवंशशास्त्र!

प्रिय ओशो,

तुम्ही असं म्हणालात की शुक्र-जंतूंच्या अनुवंशीय पृथक्करणावरून भविष्यामधे कोणत्या प्रकारचा माणूस हवा आहे - हे शास्त्रज्ञ ठरवू शकतात. परंतु शास्त्रज्ञांवर तसंच डॉक्टरांवर किंवा कोणाबद्दलही मला विश्वास वाटत नाही. कारण त्यांच्या बुद्धीच्या पलीकडे त्यांचं ज्ञान जात नाही. मला मनापासून असं वाटतं की, मनुष्यानिर्मितीमधे 'अनुवंशा'चा वाटा फार छोटा आहे. एखादा माळी उत्तम संगीतकार होऊ शकतो, एखादा सैनिक उत्तम शास्त्रज्ञ होऊ शकतो. तेवढी त्याच्यामधे गुणवत्ता असू शकते. त्यामुळे माणूस जो असतो त्यासाठी कोणतीही विशिष्ट मोजपट्टी आपल्याला लावता येत नाही. तो निरनिराळ्या परिस्थितीत कसा बनू शकेल याचं काहीही मोजमाप नाही. तुमच्या आई-वडिलांच्या अनुवंशापासून 'भगवान' निर्माण होईल हे कसं सांगता येईल? - तुम्ही व्यक्त केलेल्या मतामागचा उद्देश सांगाल का? मलातरी तो काही दिसू शकत नाही. माझ्या एकांगी मताच्या भीतीपोटी कदाचित असं होत आहे.

देवगीत...

मी तुझं मत समजू शकतो. परंतु तसंच माझं मतही मी समजू शकतो. अनेक गोष्टी समजून घेणं आवश्यक आहे. पण एक लक्षात ठेव, भीतीपोटी काहीही करू नकोस - भीतीपोटी जे काम माणूस करतो त्यात प्रगती कधीही दिसू शकणार नाही.

उदाहरणार्थ, ज्या वेळी सायकलींचा शोध लागला, तेव्हा कुठलातरी धोका त्यात होता का? तुझ्या मनात तरी ते आलं असतं का? 'सायकल' ही धोका-दायक आहे... हे विधान करणं म्हणजे वेडेपणाच होता नाही का? पुढे राईट बंधूंनी सायकलच्याच अनेक भागांपासून उडणाऱ्या विमानाचा शोध लावला तेव्हा संपूर्ण जग आनंदित झालं. त्या वेळी कुणाच्यातरी मनात आलं का? की, याचा उपयोग शहरंच्या शहरं उद्‌ध्वस्त करण्यासाठी, लाखो लोकांचा जीव घेण्यासाठी पहिल्या महायुद्धात होईल म्हणून?

परंतु तीच विमानं लाखो लोकांची ने-आण या जगभरात सतत करत असतात, हे सुद्धा तितकंच सत्य! त्यांनी जगाला जवळ आणलेलं आहे. जग हे एक गावच असं आपण म्हणू शकतो. विविध धर्म, विविध देश, विविध भाषांमधले लोक एकत्र येण्यासाठी त्यांनी पूल निर्माण केले आहेत. अशा पद्धतीनं केले आहेत की दुसरा कोणताही नवीन शोध हे पूल करू शकला नसता.

म्हणून भीतीपोटी कोणतंही काम

करणं हा योग्य मार्ग नाही.

सावधपणानं, जाणिवा पूर्णपणे जागृत ठेवून काम करा. धोके लक्षात घेऊन असं वातावरण निर्माण करा की धोके निर्माणच होणार नाहीत. आत्ताचाच विचार करायचा तर राजकारणी माणसांच्या हातात अण्वस्त्रं असणं यापेक्षा धोकादायक दुसरं काय असणार? तुम्ही अत्यंत घातक गोष्ट त्यांच्या हातात दिलेली आहे.

तसं पाहिलं तर घाबरण्याचं कारण तसंही नाही. कारण अण्वस्त्रांचा उपयोग विधायक कामासाठीही होऊ शकतो. आणि जीवनाबद्दल माझा इतका गाढ विश्वास आहे की त्याचा उपयोग पुढे कधीतरी विधायक कामासाठीच होणार! जीवन हे इतकं सहजासहजी नष्ट होणारं नाहीये. कारण तेवढं ते कणखर प्रतिकार करणारं असतंच. नवीन मानवामधे जन्मजात ही प्रतिकारशक्ती आहे. येणाऱ्या नव्या पहाटेमधे, नवीन जीवनक्रमात ही प्रतिकारशक्ती आहे. माझं उलट असं मत आहे की अण्वस्त्रांमुळे मोठ्या युद्धांची शक्यता मावळलेली आहे. गौतमबुद्ध जे करू शकला नाही, जिझस करू शकला नाही, जगातले सारे संत जे करू शकले नाहीत ते अण्वस्त्रांनी करून दाखवलंय.

त्यातला महाभयंकर धोका लक्षात घेता सारेच राजकारणी लोक मुळापासून हादरलेले आहेत. जर का तिसरं महायुद्ध पेटलं तर त्यांच्यासकट कोणीही जिवंत राहू शकणार नाही इतका त्यातला संहार भयंकर असणार आहे. म्हणूनच जे सृजनशीलतेच्या बाबतीत आग्रही असतात त्यांच्यासाठी ही फार योग्य संधी आहे. हाच एक योग्य क्षण आहे की विज्ञानाचा कल आपण सृजनशीलतेकडे वळवू शकतो.

एक गोष्ट लक्षात घे की विज्ञान हे नेहमी तटस्थ असतं. ते तुम्हाला फक्त शक्ती पुरवतं. त्याचा उपयोग कसा करायचा हे तुमच्यावर अवलंबून आहे. मानवतेच्या दृष्टिकोनातून, बुद्धिमत्तेच्या दृष्टिकोनातून कसा उपयोग करायचा ते तुमच्यावर अवलंबून आहे. आयुष्य उत्तम रीत्या घालवण्यासाठी, सुखासमाधानात जगण्यासाठी, आरोग्यपूर्ण राहण्यासाठी विज्ञान बरंच काही देत असतं. केवळ भीतीपोटी, एकांगी दृष्टिकोनातून त्याचा कदाचित दुरुपयोग होऊ शकतो.

तसं पाहाता प्रत्येक गोष्टीचा दुरुपयोग होऊ शकतो. देवगीत तर स्वत: डॉक्टर आहे. विज्ञानाच्या एका शाखेचा तो आहे. त्याला खरं पाहाता हे समजायला पाहिजे की प्रत्येक गोष्ट ही जितकी तोट्याची असते तितकीच फायद्याचीही असते. त्यामुळे कोणत्याही गोष्टीला टाकाऊ समजू नका. फक्त मनाची शक्ती वाढवण्याचे प्रयत्न करा. अन्यथा महात्मा गांधींच्याप्रमाणे तुम्हीही खोट्या भ्रमात राहाल.

भीतीपोटी वागायचं म्हटल्यानंतर तुम्ही थांबणार तरी कुठे? महात्मा गांधींनी हेच तत्त्व अवलंबलं आणि चरख्यापाशी ते थांबले. त्याचा शोध तर कमीत

कमी वीस हजार वर्षांपूर्वी लागलेला असावा आणि महात्मा गांधी त्यापुढे जायला तयारच नव्हते. चरख्यानंतरचे सर्व शोध नष्ट व्हावेत असं त्यांना वाटायचं. ते रेल्वेच्याही विरोधात होते, कारण संपूर्ण देश गुलाम करण्यासाठी त्याचा उपयोग होत होता.

इथे रेल्वेचा उपयोग लोकांच्या सोयीसाठी होण्यासाठी नव्हता. तो होता सैन्याची पलटण इकडून तिकडे नेण्यासाठी. हा एवढा मोठा प्रचंड देश. एका ठिकाणाहून दुसरीकडे जाण्यासाठी काही वेळा रेल्वेनं जायचं म्हटलं तरीही सहासहा दिवस लागतात. जवळजवळ परदेशच! म्हणूनच हा प्रचंड देश ताब्यात ठेवायचा म्हटला तर रेल्वेचं जाळं पसरणं आवश्यक होतं. त्यामुळे केवळ सैन्याचा उपयोगासाठीच त्याची सुरवात झालेली होती.

पण रेल्वेगाड्या नष्ट कराव्यात असं म्हणण्याला हेच कारण देता येतं असं नाही. हे म्हणजे माणसांच्या हालचाली छाटून टाकण्यासारखं आहे. परत मागच्या युगामधे गेल्यासारखं आहे... महात्मा गांधी तर पहिल्यांदा टेलीग्राम्स, टेलीग्राफ्स, पोस्ट ऑफिस यांसारख्या साध्या साध्या गोष्टींच्याही विरुद्ध होते. कारण देशाला ताब्यात ठेवण्यासाठी सुरवातीला त्यांचा उपयोग होत होता, म्हणून. हळूहळू सामाजिक कामासाठी त्याचा वापर होऊ लागला. प्रत्येक नवीन गोष्ट ही पहिल्यांदा सैन्यासाठी, युद्धात भाग घेणाऱ्यांसाठी उपयोगात येत असे आणि नंतर ती लोकांसाठी वापरली जात असे.

मागच्या काळात परत परत जाणं हे गरजेचं नाही. नाहीतर मनुष्याचा विकासच थांबवल्यासारखं होईल. गरज कशाची आहे, तर पुढे जाण्याची! आणि मागच्या गोष्टींपासून धडा घेण्याची! त्यामुळेच वैज्ञानिक तंत्रज्ञानाच्या वेगाबरोबर माणसाची जागरूकता समांतर असली पाहिजे तरच या वैज्ञानिक तंत्रज्ञानाच्या धोक्यांना आपण तोंड देऊ शकू!

महात्मा गांधींच्या याच गोष्टीला माझा विरोध आहे. कारण त्यांनी माणसाला काळाच्या मागे नेलं!

पूर्वीच्या काळी घोडे हे फक्त सैनिकमंडळी वापरत. त्याचा अर्थ असा आहे का की, नंतर त्याचा वापरच थांबवावा म्हणून? एवढंच काय, परंतु प्रत्येक वाहन सुरवाती सुरवातीला एकमेकांच्या 'संहारासाठी' वापरलं गेलंय. सध्याची औषधं घ्या! मुख्यत: ॲलोपॅथीतली! औषधांच्या दृष्टीनं विचार करता की सरकारमान्यच आहेत. पण मूलत: ती विषासमान आहेत.

आता सध्या रशिया 'डेथ रे' या विशिष्ट किरणांबद्दल संशोधन करीत आहे. सूर्यकिरणांपासून ते मिळवता येतात. ते आपल्यापर्यंत पोहोचू शकत नाहीत कारण पृथ्वीभोवती ओझोनचा थर असल्याने ते किरण परतवले जातात.

परंतु आपण सावध केव्हा झालो? जेव्हा पहिलं अवकाशयान चंद्राकडे झेपावलं तेव्हा! त्या अवकाशयानामुळे ओझोनला जे भगदाड पडलं त्यातून हे 'डेथरेज्' पृथ्वीवर आले. त्याच दिवसापासून कॅन्सरचं प्रमाण इतकं वाढलेलं दिसलं की कोणाचा विश्वास बसला नाही! त्या वेळी झालेल्या पाहणीमधे लक्षात आलं की काही विषारी किरणं पृथ्वीवर नवीन दिसत आहेत. यापूर्वी त्यांचं अस्तित्व जाणवलेलं नव्हतं. सोव्हिएट युनियननं हे 'डेथ रेज' उपयोगात आणले, सगळी अण्वस्त्रं, मिसाईल्स आणि वैमानिकाशिवाय चालणारी बॉम्बर विमानं ही केवळ रिमोट कंट्रोलनं चालवण्याचं शास्त्र त्यांनी विकसित केलं.

त्यामधे आणखीन सुधारित मार्ग शोधून काढण्याच्या प्रयत्नात ते आहेत... तो असा की फक्त किरणं सोडायची! तुम्ही त्याच्यापासून आपल्या बचावात्मक काहीही करू शकत नाही कारण ती दृश्यस्वरूपात नसतात. ही किरणं दुसऱ्या कोणत्याही गोष्टीचा नाश करणार नाहीत, तर ती फक्त जीव असलेल्या गोष्टींचा नाश करणार. प्राणी, पक्षी, मनुष्य, झाडं. झुडपे इ. इ... ज्या क्षणी ही किरणं प्राणिमात्रांना स्पर्श करतील त्या क्षणी जीवन नष्ट होणार. खरोखर भयानक हाहा:कार माजवणारी ही गोष्ट असेल. घरं, इमारती तशाच राहाणार, दुकानं, ऑफिसं तशीच राहाणार. फक्त 'जिवंत'पणा तिथं नसणार. पण तरीसुद्धा या डेथरेजबद्दल (मृत्युकिरणांबद्दल) संशोधन होऊच नये असं नाही मी म्हणणार. रशियानं या किरणांचा उपयोग करायचा ठरवल्यानंतर लगेच त्याला निर्बंध घालण्याचे प्रयोग अमेरिकेनं सुरू केले, ते किरण ओळखावेत कसे, ते परत कसे पाठवता येतील किंवा त्या किरणांना प्रतिबंध करणाऱ्या दुसऱ्या किरणांची निर्मिती कशी करावी याबद्दल अमेरिकेत प्रयोग चालू झाले आहेत. यापुढे कदाचित कधी आझोन थराला छिद्रं पडली आणि त्यातून हे मृत्युकिरण पृथ्वीवर आले तर त्याला प्रतिबंध करणाऱ्या दुसऱ्या किरणांचा प्रयोग भविष्यात यशस्वी होण्याची शक्यता जरूर आहे. त्यांना परतवून लावणारे दुसरे किरण आपण निश्चितच शोधून काढू शकू. कदाचित आणखीन एखादा ओझोनचा थर निर्माण करण्यातही आपण यशस्वी होऊ!

म्हणूनच भीतीपोटी कोणतंही काम करू नये. सर्व अंगांनी त्याचा विचार करायला हवा. भीती असेलच तर ती वैज्ञानिक शक्तीमुळे आहे असं म्हणता येणार नाही; तर ती केवळ आपल्यात जागरूकता नसल्यामुळे आहे असं म्हणता येईल. जागरूक नसलेल्या माणसाच्या दृष्टीनं सगळ्याच गोष्टी या धोकादायक आणि वाईट असतात.

म्हणूनच प्रगतिशील विज्ञानाला थांबवू नका, तर माणसात बदल घडवा! अनुवंशशास्त्रातल्या नवीन शोधांविषयी मी तुम्हाला सांगितलेलं आहे.

आत्तापर्यंत आंधळेपणानं कृती करून आपण मुलांना जन्म देत होतो. ती मतिमंद निघतील, का लुळीपांगळी निघतील, का घाणेरडी कुरूप निपजतील याची आपण कधीही फिकीर केली नाही... अर्थातच त्यामुळे अशा काही मुलांच्या जन्माला नकळत आपणच जबाबदार होतो हे निश्चित!... अत्यंत निरोगी आणि अव्यंग मुलं जन्माला येण्यासाठी कोणताही नवीन मार्ग डोळसपणानं आपण शोधला नाही.

विशेषकरून आत्ताच्या काळात जन्मतःच एड्स् झालेली मुलं जेव्हा जन्माला येताना दिसतात तेव्हा विचार येतो की आता यापुढे असा काही विशिष्ट मार्ग आपल्याला शोधलाच पाहिजे की ज्यामूळे कोणतं मूल जन्माला घालावं आणि कोणतं जन्माला घालू नये याचा निर्णय करता यावा. कारण जन्मतःच एड्स् झालेली मुलं येताना आपल्याबरोबर मरण घेऊन येत असतात.

ती मुलं शाळेत जातात, मित्रांच्यात वावरतात, कॉलेजात जातात आणि मग त्याचा (एड्स्चा) आपोआप प्रसार केला जातो. शेवटी ही मुलं लग्न करून पुन्हा एड्सग्रस्त मुलांना जन्म देतात.

म्हणूनच जोपर्यंत आपण अनुवंशशास्त्राचा लक्षपूर्वक विचार करत नाही तोपर्यंत या गोष्टींना निर्बंध घालण्याचा दुसरा कोणताच मार्ग नाही. अनुवंशशास्त्रामुळे कोणत्या गोष्टी निश्चित स्वरूपात कळू शकतात याची बहुदा देवगीतला जाणीव नसावी. उदा. स्त्री-पुरुषांच्या संयोगातून कोणत्या विशिष्ट गोष्टींमुळे निरोगी मूल जन्माला येऊ शकेल किंवा नाही याची अगोदर माहिती मिळणं!

फार फार पूर्वीच्या काळात तिबेटमधे एक अत्यंत विचित्र पद्धत अवलंबली जात असे. तुम्ही या पद्धतीविषयी राग व्यक्त करू शकत नाही कारण त्यांना तसं करणं भागच होतं. फार क्रूर पद्धत होती ती! ज्या वेळी मूल जन्माला येत असे त्या क्षणी एकूण सात वेळा त्याला बर्फाच्या पाण्यात बुडवलं जात असे. त्या बर्फाच्या पाण्यामुळे दहा मुलांमागे नऊ मुलं मरून जायची. अक्षरशः जन्मताच क्षणी बर्फाच्या पाण्यात! सातव्या वेळेला ते मूल निळं पडायचं. त्या वेळी फक्त जणू प्रेतच त्यात बुडवलं जायचं. परंतु खोलवर विचार करता असं करणं गरजेचंच होतं. कारण तिबेट हा जगातला सर्वांत उंचावरचा प्रदेश आहे. हिमालयाच्या शिखरावरचा! तिथलं जीवन अतिशय खडतर आहे. त्यामुळे त्या खडतर अशा जगण्यासाठी बळकट माणसांची नितांत गरज आहे. कारण थंडी ही मरणाची आहे. जर मूल या वातावरणात तग धरू शकत नसेल तर ते मेलेलं बरं हा खरा या पद्धतीमागचा दृष्टिकोन. म्हणजेच या पद्धतीमागे क्रौर्य नसून दयाच होती. संपूर्ण आयुष्यभर भोग भोगण्यापेक्षा मरण बरं! कारण ते मूल चांगल्या पद्धतीनं जगणार नाही, चांगल्या पद्धतीनं काम करू शकणार

नाही. मग जगून काय उपयोग? कारण थंडीमधे तग धरून शिवाय काम करणाऱ्या माणसांची जास्त गरज? अनुवंशशास्त्रानुसार जगण्याची ही एक जुनी पद्धत म्हणायला हरकत नाही. त्यांना जमली तशी त्यांनी ती शोधली. खरं पाहता कशा पद्धतीनं ती कार्यरत करावी हे त्यांना माहीत नव्हतं, परंतु निरोगी माणसं निर्माण करण्याची क्लृप्ती त्यांना गवसली खरी! परिणाम काय झाला? तर तिबेटीयन माणसं ही जास्त काळ जगणारी माणसं ठरली. कारण जगण्याच्या कुवतीची जी माणसं नव्हती ती या जगात आल्याक्षणीच संपवून टाकण्यात आली होती. त्यांचा विकास होण्यापूर्वीच त्यांना परत पाठवलं गेलं होतं. जी माणसं त्यातही तग धरू शकली ती खरोखरच कणखर होती; कठीण परिस्थितीशी सामना करणारी ठरली. आणि म्हणून दीर्घकाळ आयुष्य त्यांना लाभलं, निरोगी आयुष्य लाभलं. कारण त्यांच्यातल्या कमकुवत गोष्टी अगदी आरंभीच काढून टाकण्यात आल्या होत्या. त्या टाकताना दयाबुद्धीनं विचार केला गेला होता. खोलवर विचार करता खरोखरच असं वाटतं की संपूर्ण आयुष्यभर रोगांशी सामना करत राहाणाऱ्या एखाद्या व्यक्तीला आपण जगायला का भाग पाडतो? कारण अशी व्यक्ती स्वत:चं आयुष्य कधीही आनन्दानं जगणारी नसते.

कोणतं मूल डॉक्टर होईल, कोणतं मूल इंजिनिअर होईल आणि कोणतं मूळ एखादा माळी होईल असं अनुवंशशास्त्र स्पष्टपणे कधीच सांगू शकत नाही, परंतु काही गोष्टीमात्र ते ठामपणे सांगू शकतात. काही शक्यता व्यक्त करतात. आरोग्याबाबत ते ठामपणे सांगू शकतात. अमुक अमुक मुलाला कोणता रोग होऊ शकेल आणि त्यातून काय काय अडचणींना तोंड द्यावं लागेल, हे सांगता येतं. त्यामुळेच आगाऊ खबरदारी घेऊन त्या रोगापासून बचाव करण्याची बरीचशी शक्यता इथं असते. एवढंच काय परंतु मुलाचं आयुष्यसुद्धा किती आहे हे सांगता येतं आणि त्यानुसार पद्धतशीरपणे उपाययोजना करून ते लांबवता येतं.

एखाद्या मुलामधे संगीतकार होण्याइतके गुण आहेत असं ते सांगू शकतात. परंतु याचा अर्थ असा नाही की तो डॉक्टर बनू शकणार नाही म्हणून! एकूण अर्थ असा की सर्व तऱ्हेची योग्य परिस्थिती मिळाल्यास तो डॉक्टर बनण्याऐवजी संगीतज्ञ होऊ शकेल इतकंच! म्हणजे शक्यता जास्त करून संगीतज्ञाचीच! आणि समजा यांपैकी तो काहीच होऊ शकला नाही, तर मात्र तो कुठेच सफल होऊ शकणार नाही, हे तर उघडच आहे आणि मग त्याच्या अंतरंगात कायमच एक प्रकारची काहीतरी हरवल्याची भावना निर्माण होणार हेही खरं!

म्हणून अनुवंशशास्त्रात जर समजा एखाद्या मुलाबाबत कुठल्या शक्यता वर्तवल्या तर निश्चितच त्याचे आईबाप, समाज किंवा तो विशिष्ट समूह त्या मुलासाठी त्या प्रकारची परिस्थिती निर्माण करू शकतील, त्याला पोषक अशा

सुविधा पुरवू शकतील. आत्तापर्यंत असं घडत आलेलं आहे की मुलामधले अव्यक्त गुण माहीत नसल्याने आईवडील नेहमी संभ्रमात पडतात. कोणत्या शाखेला मुलाला पाठवावं हे मनात निश्चित करता येत नाही. इंजिनिअरिंगकडे, का वैद्यकीय शिक्षणाकडे, का इतर कुठे? काहीच समजत नाही... कसं ठरवणार? आणि मग भविष्यकाळातल्या आर्थिक मिळकतीनुसार मुलांचं क्षेत्र ठरवलं जातं. कुठल्या बाजूला पैसा जास्त मिळेल हे पाहून विशिष्ट शैक्षणिक शाखा निवडल्या जातात. हाच एक निवडीचा मार्ग मग शिल्लक राहातो. कुठल्या शाखेकडे गेल्यास पैसा जास्त मिळेल, प्रतिष्ठा जास्त मिळेल इ. पाहूनच कोणतं शिक्षण घ्यायचं हे ठरवलं जातं. मुलामधला प्रत्यक्ष कल पाहून नव्हे!

अनुवंशशास्त्र फक्त शक्यता वर्तवू शकतात... निश्चितता नाही. कारण निसर्गानं जे दिलेलं असतं ते कदाचित इतर आजूबाजूच्या परिस्थितीमुळे अथवा वेगळ्या पोषणामुळे बदलू शकतं. संगीताचे गुण अंगात असलेल्या मुलाला तुम्ही जर बळजबरीनं डॉक्टर बनवलंत तर तो डॉक्टर बनू शकेल, परंतु आयुष्यभर तो मनात समाधानी राहाणार नाही. म्हणूनच पोषण आणि संस्कार महत्त्वाचे! आणि मी जे आत्ता आग्रहानं मांडतो आहे की अनुवंशशास्त्रानुसार जर का मुलामधले सुप्त गुण कळून आले, त्याच्यातल्या शक्यता कळून आल्या तर पालक त्या पद्धतीनं योग्य दिशेनं त्याचं पोषण आणि शिक्षण या दोन्ही गोष्टींकडे लक्ष देऊ शकतील. नाही का? आणि असं झालं तरच निसर्गाचं देणं, आणि आपण त्याचं केलेलं योग्य पोषण, या दोन्ही गोष्टींचा उत्तम संयोग घडून येऊ शकेल. आणि मग स्वत:बद्दल समाधानी असलेला आणि आनंदी असा उत्तम माणूस त्यातून निर्माण करता येईल आणि हा उत्तम माणूस आपल्या आजूबाजूचं सारं जग सुंदर करू शकेल.

फक्त एकाच गोष्टीबद्दल तुमचं म्हणणं बरोबर आहे ते म्हणजे अनुवंशशास्त्रानुसार सर्वांच्यातले सुप्त गुण अथवा त्या विशिष्ट व्यक्तीचा कल सांगता येतो. परंतु एकच गोष्ट सांगता येत नाही तो म्हणजे साक्षात्काराची अनुभूती! साक्षात्कार! आत्मानुभूती! कारण हा प्रकार शरीरशास्त्राचा नाही. शरीरापलीकडचा हा प्रकार आहे.

म्हणूनच अमुक एक मनुष्य साक्षात्कारी होईल असं अनुवंशशास्त्रानुसार कधीही सांगता येत नाही. अनुवंशशास्त्रामधे साक्षात्कारी माणसाचं भविष्य सांगणं शक्य नसतं. फक्त किमान एवढंच सांगता येऊ शकतं की हा मनुष्य अध्यात्माकडे जाऊ शकेल, योगी होऊ शकेल. हा कल जर अगोदर कळून आला तर त्या माणसाला त्या पद्धतीचं पोषण आपण देऊ शकतो. या पद्धतीमुळे एक आशादायक गोष्ट निश्चितच घडू शकेल ती म्हणजे पूर्वीपेक्षा जगामधे साक्षात्कारी माणसांची संख्या वाढेल.

देवगीतला अशी भीती वाटते की ही पद्धत जर हुकूमशाही सरकारच्या ताब्यात गेली तर मात्र ते स्वत:ला हवी तशी, आज्ञाधारक वागणारी, कधीही क्रांती न करणारी, बंडखोर नसणारी, सतत त्यांच्या गुलामीत राहाणारी प्रजा निर्माण करतील म्हणून!

भीती खरी हीच आहे. परंतु ही भीती टाळता येऊ शकते. हुकूमशहांच्या हातात सत्ताच मुळी का सोपवायची?

मी तुम्हाला एक नवीन सामाजिक कार्यक्रम देतो. माझी पहिली कल्पना अशी आहे की राष्ट्र ही संकल्पना काढून टाकायची. 'जागतिक सरकार' हे एकच सरकार संपूर्ण जगाचा कारभार पाहील. जागतिक सरकार चालवणारी मंडळी रोटरी क्लबप्रमाणे कारभार पाहाणार. एका वर्षापेक्षा जास्त काळ कोणाकडेही सत्ता नसेल. प्रत्येकवर्षी ते बदलत जातील आणि एकदा एकाची पाळी झाल्यानंतर पुन्हा तो कधीही सत्तेवर येणार नाही याचीही तजवीज असणार.

फक्त एकदाच. एकच वर्ष! त्यात करून करून तो काय करणार? त्यामुळे एकाधिकाराचा धोका निर्माण होणार नाही. शिवाय जनतेनं निवड केलेल्या एखाद्या व्यक्तीला वाटल्यास कोणत्याही क्षणी सत्तेवरून परत बोलावण्याचा अधिकारही लोकांना असेल आणि नको असलेल्या किंवा कर्तृत्वशून्य व्यक्तीला अधिकारावर पाणीही सोडावं लागेल. कोणतेही निर्बंध न घालता पूर्ण पाच वर्षं त्याला सत्ता उपभोगायला मिळणार नाही. तर, या अशा पद्धतीनं फक्त एकच वर्ष सत्ता मिळू शकेल, पुन्हा नाही. त्यामुळे त्या एका वर्षात तो जास्तीत जास्त काम करण्याचा प्रयत्न करेल, स्वत:चा ठसा उमटवण्याचा प्रयत्न करेल. समजा एखादा उमेदवार त्रासदायक ठरत असेल तर त्याला काढून टाकायचे अधिकार लोकांजवळ असतील; परत बोलावण्याचे अधिकार लोकांना असतील. संपूर्ण समाजासाठी माझी ही योजना परिपूर्ण आहे. मोठी शहरं हळूहळू नाहीशी व्हायला हवीत. आणि त्या जागी लहान लहान असे एकविचारी समूह अस्तित्वात यायला हवेत. त्यामुळे फक्त कुटुंबापुरते मर्यादित असलेले स्वाभिमान, मान-अपमान अशा भावना राहणार नाहीत. फक्त राष्ट्रापुरतेच अभिमान राहाणार नाहीत. मुलाबाळांचं संगोपन त्या समूहांकडून केलं जाईल. आई-वडिलांकडून नाही! मुलांची संख्यासुद्धा समूहच निश्चित करेल. कारण माणसाचं आयुर्मान वाढल्यानंतर जास्त मुलांची गरजच उरणार नाही. कारण जुनी माणसं जितकी जास्त जगतील तितकी नवीन मुलांना जागा मिळणार नाही.

पूर्वीच्या काळात हे ठीक होतं. तुम्ही कितीही मुलांना जन्म देऊ शकत होता. त्यामुळे पूर्वीच्या बायका सतत गरोदरच असत. नैसर्गिकरीत्या जन्म देण्याची प्रक्रिया थांबेपर्यंत एखाद्या कारखान्याप्रमाणे हे प्रजोत्पादन चालू राहायचं.

कारण त्या काळी माणसाचं आयुर्मान फार कमी होतं.

संशोधनाअंती असं लक्षात आलंय की पाच हजार वर्षांपूर्वी माणसाचं आयुष्य साधारण चाळीस वर्षं इतकंच होतं. चाळीस वर्षांनंतरच्या वयाचा एकही अवशेष अद्यापही मिळू शकलेला नाही. ही वयोमर्यादा त्या वेळची कमालमर्यादा होती. ही सरासरी मर्यादा नव्हती.

आता त्या काळी जर का लोक पस्तीस-चाळीस या वयात मरत असतील तर उघडच आहे की येणाऱ्या नवीन जीवासाठी जागा भरपूर असणार!

अनुवंशशास्त्रज्ञांच्या म्हणण्याप्रमाणे निसर्गत: जवळजवळ तीनशे वर्षं जगण्याची कुवत प्रत्येकाची असते; शिवाय ते तरुणही राहू शकतात. वृद्धत्व नाहीसं करता येऊ शकतं. कल्पना करा की समजा अल्बर्ट आईन्स्टाईन तीनशे वर्ष त्याचं काम करू शकतोय, तीनशे वर्षं गौतमबुद्ध प्रवचनं देत आहेत, सगळे महान कवी, लेखक, चित्रकार, शास्त्रज्ञ त्यांचं काम करत आहेत. पुन्हा पुन्हा त्यात सुधारणा घडवून आणतायत, तर काय होईल? केवढी मोठी ही क्रांती ठरेल नाही का? जग केवढं तरी समृद्ध होऊन जाईल, नाही का?

आत्ता आपण काय पाहतो? तर मनुष्य जरा कुठे मध्यम वयात पुरेसा परिपक्व झाला की मृत्यू लगेच दार ठोठवायला लागतो. हे म्हणजे असं होतं की, माणसाला शिक्षण द्यायचं, कोणत्यातरी क्षेत्रात तरबेज करायचं आणि नंतर शिस्तीनं एकेक क्षेत्रं यशस्वीरीत्या पार करत करत तो जेव्हा पूर्ण परिपक्व होऊन पूर्ण अनुभवानं, सखोल दृष्टिकोन ठेवून कार्य करायला लागतो न लागतो तोच त्याची निवृत्तीची वेळ येऊन ठेपलेली. म्हणजे आपणच त्याला निवृत्त करतो. आणि मग निवृत्तीनंतर फार फार तर दहा किंवा पंधरा वर्षं तो जगतो. कारण निवृत्तीनंतर तो पूर्णपणे निरुपयोगी ठरवला जात असल्यानं मानसिकरीत्या सुद्धा त्याची उमेद खचून जाते. आपण आपल्या कुटुंबावर आणि समाजावर बोजा म्हणून आहोत या भावनेनं तो दिवसेंदिवस खचत असतो. मानसन्मान, प्रतिष्ठा, हे सगळं सगळं केव्हाच गेलेलं असतं. कुणीतरी परका किंवा नकोसा असलेला पाहुणा म्हणून तो सर्वांच्या नजरेत असतो. मृत्यूची वाट पाहात!

तुम्हाला माहीत नसेल परंतु पिढ्यांमधले अंतर, मानसिक तफावत (generation gap) ही पूर्वीच्या काळात अजिबात नसायची. पण सध्याच्या काळात माणसाचं आयुर्मान बरंच वाढलेलं असल्यानं पुढच्या दोन-तीन पिढ्या माणसाला पाहायला मिळतात. आणि ही तफावत मोठ्या प्रमाणात दिसायला लागते.

आत्ताच्या काळात एखाद्या नव्वद वर्षांच्या वृद्धाचा मुलगा असतो सत्तर वर्षांचा! नातू पन्नास वर्षांचा आणि पणतु तीस वर्षांचा असतो. आता तो पणतु आणि पणजोबा त्यांच्यातलं अंतर (सर्व बाबतीतलं) इतकं मोठं असतं की त्या

पणतूचा पणजोबांशी कोणत्याही तऱ्हेचा समन्वय साधला जात नाही. त्याच्या दृष्टीनं कोण हा म्हातारा माणूस? एवढीच ओळख! त्या पणतु असलेल्या मुलापुढे हा पणजोबा म्हणजे विनाकारण मधे मधे करणारा, चिडका, किरकिरा आणि लहरी असा निरुपयोगी म्हातारा. दुसरं कारणच काय?

पूर्वीच्या काळी तीन-चार पिढ्या एकत्र नांदलेल्या कधीच आपण पाहिल्या नाहीत. त्यामुळे पिढीतली तफावत हा प्रकार तेव्हा नव्हताच. मला तर माझ्या पणजोबांचं नावसुद्धा माहीत नाही. एवढंच काय, पण माझ्या वडिलांनाही ते माहीत नव्हतं.

कॉकेशसमधे सध्याच्या काळातसुद्धा तिथे अशी काही थोडी माणसं आहेत की ती एकशेऐंशी वर्षांची आहेत म्हणतात. तुम्हाला काय वाटतं, त्यांच्या सातव्या, आठव्या पिढ्या त्यांना ओळखत असतील? मुळीच नाही - त्यांच्यामधे कोणताही संवाद नाही, भाषा नाही, एकमेकांच्या जगण्याच्या पद्धती माहिती नाहीत. एकमेकांपासून इतक्या अंतरावर ते आहेत की एकमेकांना पूर्णपणे परके आहेत.

अजूनही आपण असेच, आत्तापर्यंत आलो तसेच अपघातानं जन्माला येत असू तर परिस्थिती धोकादायक बनण्याच्या मार्गावरच असणार आहे. त्यापेक्षा योग्य वेळी समाजाची रचना बदलणं आवश्यक आहे. संपूर्णपणे नवीन रचना आवश्यक आहे. जुनी रचना अयशस्वी झाली आहे. कम्यून (समूह) अस्तित्वात येणं भाग आहे. नवीन जगाची रचना कम्यूनसह असावी. कुटुंबं नाहीत, देश नाहीत... फक्त कम्यून्स आणि जागतिक एकच मनुष्यत्वाची भावना.

कोणत्या पद्धतीच्या माणसांची गरज आहे याचा अंतिम निर्णय कम्यूनचा असेल. आत्ताच्या परिस्थितीत काय घडतंय तर तुम्हाला डॉक्टर्स हवे आहेत, परंतु पुरेसे डॉक्टर्स नाहीत. इंजिनिअर्स बेकार आहेत कारण त्यांची संख्या जरुरीपेक्षा जास्त आहे... इथ सामाजिक जीवनाबद्दल काहीही ठोस आराखडा नाहीये. सगळाच मार्ग नागमोडी... त्यामुळे बेकार माणसांची संख्या अमाप आहे. खरं पाहाता बेकारी असताच कामा नये. तुमच्याजवळ नोकऱ्या नसतील तर तुम्ही जास्तीची प्रजा जन्माला घालताच कामा नये. कोणत्याही जास्त पगाराची मागणी न करता, कधीही संपावर न जाता यंत्रं ही तर माणसापेक्षा कितीतरी पटीनं कामं करतात. चोवीस तास न थकता ती कामं करू शकतात, एक यंत्र शंभर माणसांचं काम करू शकतं... त्यामुळेच बेकारीचा प्रश्न दिवसेंदिवस वाढत राहातोय.

म्हणून या अशा त्रासदायक जीवनापेक्षा हे केव्हाही चांगलं नाही का, की जेवढी गरज असेल तेवढीच माणसं जन्माला घालणं! ही रचना तर सर्वांत उत्तम... पृथ्वीला वेढून राहिलेली ही माणसांची गर्दी कमी करणं गरजेचं आहे. कारण गर्दी ही अत्यंत धोकादायक गोष्ट आहे. हलकट राजकारणी मंडळींच्या

हातातलं ते एक प्यादं असतं.

गर्दीला स्वत:चा विचार नसतो, स्वत:ची बुद्धी नसते. आपण एक स्वतंत्र बुद्धिमान माणूस नवीन रचनेमधे बनवू शकतो. या बुद्धिमान माणसांमुळे प्रत्येक पिढी ही स्वतंत्र वैशिष्ट्याची पिढी निर्माण होऊ शकेल. उत्क्रांतीच्या मध्ये येणारी सारी बंधनं ओलांडली जातील. नाहीतर आम्ही आपले आहे तिथंच बांधून राहाणार! तसे अनेक हजार वर्षं आपण आहे त्या स्थितीला बांधलेलेच आहोत. वस्तूंमधे फक्त वाढ होतेय, सुधारणा होतायत. आणखीन उत्तम मोटारी, आणखीन उत्तम विमानं, आणखीन चांगली अण्वस्त्रं इ. इ.. सुधारणा नाही ती फक्त मनुष्यप्राण्यात!

अशा तऱ्हेनं फक्त वस्तूंच्यात वाढ आणि माणूस आहे तिथंच अशी परिस्थिती सातत्यानं वाढत गेली तर मात्र ते भयंकर आहे. मनुष्य नंतर नंतर त्यानेच केलेल्या प्रगतीखाली दबून जाईल. त्यानेच शोधलेल्या प्रगत तंत्रज्ञानाच्या तसंच त्यानेच लावलेल्या अनेक वैज्ञानिक शोधांच्या आणि एकूणच प्रगतीच्या अशा प्रचंड ओझ्याखाली तो संपून जाईल. म्हणूनच माणसानं सुद्धा स्वत: वाढलं पाहिजे, स्वत:ची उन्नती केली पाहिजे. त्याने केलेल्या प्रगतीच्याही पुढे त्याचा स्वत:चा प्रवास असला पाहिजे.

देवगीतला काय म्हणायचं आहे हे मला कळतंय. परंतु मला ते मान्य होत नाहीये. मी नेहमीच अंधाऱ्या रात्रीमधे प्रकाशाचे किरण पहात असतो आणि माझ्या म्हणण्याप्रमाणे रात्र जितकी जास्त अंधारी असते तितकी प्रकाशमय पहाटेची वेळ जवळ आलेली आहे हे निश्चितपणे समजायला हरकत नाही. वैज्ञानिक प्रगतीविषयी मी नेहमीच आग्रही आहे. त्या बाजूचा आहे. परंतु वैज्ञानिक प्रगतीच्या दोऱ्या सृजनशील माणसांच्या हातात असाव्यात, युद्धपिपासु लोकांच्या हातात नव्हे! असं मला वाटतं. आतामात्र युद्ध थांबण्याची बरीचशी शक्यता दिसते आणि युद्धपिपासु मंडळीही नाहीशी होण्यासारखी परिस्थिती आहे. तेव्हा आशेला जागा आहे. मानवाच्या इतिहासात ही अशी परिस्थिती पहिल्यांदाच निर्माण झालेली आहे. त्यामुळेच एकाधिकारशाहीला घाबरायचं काहीच कारण नाही.

अनुवंशशास्त्रज्ञ ठामपणे आत्ता काही सांगू शकत नसले, तरीही पुढे कधीतरी निश्चितच काहीतरी ठोस सांगू शकतील. मानवाच्या जैविक भविष्याबद्दल अभ्यास करणारं नवीन शास्त्र आता प्रगत होत आहे. ही तर आत्ता कुठे सुरवात आहे. कदाचित पुढच्या पाच-दहा वर्षांमधे निश्चित असं ठोस काही सांगता येईल आणि मग नंतर आपण आपल्या पद्धतीनं त्या विशिष्ट जीवासाठी विशिष्ट हार्मोन्सचं पोषण देऊ शकू आणि योग्य तऱ्हेची प्रजा निर्माण करू शकू.

देवगीत, आशादायी दृष्टिकोन बाळग. निराशावादी राहू नकोस.

: एकदा हिमी गोल्डबर्ग त्याच्या मरणासन्न झालेल्या मित्राला भेटायला जातो. तो मित्र आयुष्याबद्दल अगदी निराश झालेला असतो. सगळी वाईट बाजूच त्याला दिसत असते (negative). त्याला उत्साहित करण्याच्या दृष्टीनं हिमी त्याला म्हणतो... 'आयुष्याची फक्त काळी बाजूच तू पाहू नकोस... अगदी काही नाही, तरी तुझी एड्स टेस्ट तरी पॉझिटिव्ह आली की नाही! बघ!' :

परिस्थिती कशी का असेना, परंतु निराशावादी दृष्टिकोन ठेवू नका. जीवशास्त्रानं आधीच सिद्ध केल्याप्रमाणे बदल घडवण्याचे प्रयत्न अनुवंशशास्त्रज्ञ करत आहेत. आत्तापर्यंत अणूचं विभाजन करण्यात ज्याप्रमाणे शास्त्रज्ञ यशस्वी झालेत तसे ते जिवंत मानवी स्पर्म्सचं विभाजन करण्यात यश मिळवू शकले नाहीत. अर्थात अणूचं विभाजन करण्याचे प्रयोग यशस्वी होण्यासाठी तीनशे वर्षं जावी लागली. मला खात्री आहे की कधी ना कधी तरी मानवी जिवंत स्पर्मचं विभाजन करण्यात ते निश्चितपणे यशस्वी होतील.

तुम्हाला माहीतेय की कधी कधी जुळी मुलं जन्माला येतात. ही जुळी मुलं दोन प्रकारची असतात. एक म्हणजे दोन वेगवेगळी अंडी फलित होतात तेव्हा आणि दुसरा प्रकार म्हणजे एकाच अंड्यामध्ये दोन स्पर्म्स प्रवेश करतात तेव्हा. दोन वेगवेगळी अंडी फलित होतात तेव्हा त्या दोन मुलांमधे फरक असतो. परंतु एकामधून होणाऱ्या दोन मुलांमधे फारच सारखेपणा दिसून येतो. ती अगदी एकसारखी दिसतात. अनुवंशशास्त्रज्ञांनी केलेल्या अभ्यासाचे निष्कर्ष असे आहेत की समजा या प्रकारच्या जुळ्यांमधला एक चीनमधे वाढतोय आणि दुसरा युरोपमधे वाढतोय. चीनमधे समजा कोणतीतरी रोगाची साथ चालू आहे. त्यात तो मुलगा आजारी आहे. तर युरोपमधे कोणतीही साथ चालू नसतानासुद्धा तिथला जुळ्यातला दुसरा मुलगा त्याच रोगानं आजारी पडतो. हे सिद्ध झालंय. त्यांना सर्दी-खोकला एकाच वेळी होतो, आजार एकाच वेळी होतात. एवढंच काय परंतु मृत्यूही बरोबरच येतात. ते कुठेही असोत. आणि म्हणूनच अनुवंशशास्त्रज्ञ म्हणतात की निश्चितच यामधे कोणतंतरी विशिष्ट तंत्र असणार. नाहीतर हे कसं शक्य आहे? एक मुलगा चीनमधे - दुसरा युरोपमधे. संसर्ग होण्याचा तिळमात्र संभव नसताना हे घडणं कसं शक्य आहे?

याचाच अर्थ या गोष्टी त्यांच्या कुवतीबाहेरच्या आहेत. त्यांच्या जडणघडणीतच काहीतरी निश्चित अशी पद्धती असणार. त्यांचे मृत्यूही जवळजवळ एकाच वेळी होतात हेही दिसून आलंय... फरक पडलेला दिसतो तो जास्तीत जास्त तीन महिन्यांचा!

जर का आपण अनुवंशसंबंधात, ठरलेल्या जीवशास्त्रीय पद्धती बदलू शकलो तर जीवनाला एक वेगळ्या प्रकारचा अर्थ लाभेल! हे बदल जर खरंच घडले

तर माणसामधल्या अनेक मूर्खपणाच्या गोष्टी आपण बदलू शकू. त्याच्यातला सत्तेचा हव्यास, आपण कोणीतरी विशेष आहोत ही ठाम कल्पना, त्याच्यातली मत्सराची भावना हे सारं सारं आपण काढून टाकू शकू आणि त्या जागी त्याला वेगळी गुणवत्ता देऊ शकू.

तुमच्यामधे असलेल्या मत्सराबद्दल, द्वेषाबद्दल, वाईट गुणांबद्दल तुम्हाला लाज वाटत नाही असं नाही. परंतु हे दुर्गुण नाहीसे करणं तुमच्या हातात नसतं. ती तुमची स्वाभाविक प्रकृती असते. ती बळजबरीनं तुम्हाला तसं वागायला लावत असते.

एकदा एका ठिकाणी पती-पत्नीचं भांडणं चाललं होतं. त्यातला नवरा त्या बायकोला म्हणतो, 'हे बघ ही चर्चा आपण जास्त समंजसपणानं नाही कां करू शकणार?'

पत्नी पाय आपटून म्हणते, 'नाही! कधीच नाही. कारण आत्तापर्यंत प्रत्येकवेळी समंजसपणानं चर्चा केल्या की माझा त्यात पराभव होतो हे लक्षात आलंय.'

स्त्रियांमधले हे गुण आपल्याला बदलणं भाग आहे. म्हणजे मग समंजसपणा राखूनसुद्धा त्यांचा पराभव होणार नाही! खरं पाहाता स्त्रीला हे माहीत असतं की समंजसपणा राखणं हा जिंकण्याचा मार्ग नाही. तिला हे पक्कं माहीत असतं की जितका जास्तीत जास्त आपण मूर्खपणा करू, जितकं वेड्यासारखं वागू – तितका नवरा घाबरून जाईल. आणि मग म्हणेल, होय बाई. तुझंच बरोबर आहे!

प्रश्न समंजसपणाचा आहे का समंजसपणाचा नाही हे महत्त्वाचं नसून प्रश्न फक्त कोण जिंकतं एवढ्याच पुरता महत्त्वाचा आहे; हे स्त्रीला नक्की माहीत असतं. परंतु हे बदलणं भाग आहे. कारण यामधे स्त्रीचं स्वत्व संपून जातं. स्त्रीमधे बदल घडले तर मात्र तिच्या फक्त शारीरिक सुंदरतेचाच विचार न होता तिच्या बौद्धिक सुंदरतेचाही विचार होऊ शकेल. बुद्धिमत्तेमुळे तिला आणखीन सौंदर्य प्राप्त होईल.

नाहीतर आत्तापर्यंत असं दिसून आलंय की जगातली अतिशय सुंदर स्त्री सुद्धा उत्तमपैकी संवाद साधण्यात कमी पडते.

स्त्रिया फक्त 'दिसतात' सुंदर! त्यामुळे इतरांच्या बायकांकडे पुरुषांनी 'पाहाणं' हे सतत घडत असतं. प्रत्यक्ष तिचा नवरा तिला सर्वार्थानं जाणत असतो. ती वागते कशी, बोलते कशी इ. इ... त्यामुळे स्वत:च्या बायकोव्यतिरिक्त तो इतरजणींकडे पाहत असतो. अर्थात यामधे स्त्रीचा दोष नाही. नैसर्गिकरीत्या तिची घडण तशी झालेली असते.

अनुवंशीय प्रयोगांनी तुमच्यावरचा बोजा कमी होईल. पुरुषांना स्वत:बद्दल विलक्षण गर्व असतो. ती त्यांची नैसर्गिक घडण असते. त्यामुळे दिसण्याचा विचार केला तर तो मूर्खच दिसतो.

: एकदा जेरी त्याच्या विवाहित मित्राकडे गेला. रिचर्ड आणि एथेल समोर दिसताच तो म्हणाला, 'रिचर्ड, मला आता राहवत नाहीये. एथेलकडे पाहून मला एक इच्छा होतेय. तिच्या पार्श्वभागाला एकदाच एक चिमटा घ्यावा असं वाटतंय. त्या एका चिमट्यासाठी मी पांचहजार डॉलर देईन.'

रिचर्ड त्यावर म्हणाला, 'एवढ्या मोठ्या रकमेसाठी मला नाही वाटत एथेल नकार देईल म्हणून! जा जा, घे एक चिमटा.' :

एथेल खुर्चीवरून उठली आणि मागून तिनं स्कर्ट वर केला. जेरीनं बराच वेळ टक लावून पाहिलं, विचार केला आणि म्हणाला, 'छे छे मी नाही तसं करू शकत.' रिचर्डनं विचारलं, 'का रे? असं का? धाडस नाही?' जेरी उत्तरला, 'नाही तसं नाही. माझ्याजवळ एवढे पैसे नाहीत.'

तर! इच्छा तर आहेच... पण... :

म्हणूनच स्त्री-पुरुषांच्या नैसर्गिक जीवशास्त्रीय जडणघडणीत बदल करावेत असं मला आवर्जून वाटतं. हा कसला मूर्खपणा? चिमटा घ्यावासा वाटतोय म्हणे!

पण प्रत्येकी गर्दीच्या ठिकाणी असं हे सतत घडत असतं. प्रत्येक स्त्रीला त्याची जाणीव होते, परंतु कळत नाही की काय असावी ही पुरुषांची वृत्ती! परंतु मनुष्य पाचहजार डॉलर तेवढ्या एका गोष्टीसाठी खर्च करायला तयार असतो. कोणतीतरी सुप्त शक्ती त्याला तसं करायला भाग पाडत असते. ती ताब्यात ठेवणं त्याच्या कुवतीबाहेरचं असतं.

जोपर्यंत स्त्री-पुरुषांच्या आत्तापर्यंतच्या नैसर्गिक जडणघडणीत बदल घडणार नाहीत तोपर्यंत नवीन जगाची निर्मिती होणार नाही. आम्हाला मनातली भीती काढणं भागच आहे. मी परत परत सांगतो की भीतीपोटी कोणतंही काम करू नका. कारण भीतीपोटी केलेल्या कामामुळे आपण प्रगती करण्याऐवजी अधोगतीकडेच जात असतो.

म्हणून कोणतंही काम करताना सजग राहून काम करा, जागरूकतेनं काम करा. पुढच्या परिणामांचा पूर्ण विचार करूनच एखादी गोष्ट करा म्हणजे त्या गोष्टीचा दुरुपयोग होणार नाही. परंतु मागे वळून पाहू नका. जीवनाचा प्रवाह पुढे वाहाणारा असतो. यामुळेच भारतातल्या सगळ्या गांधीवाद्यांचा मला राग येतो. नाहीतर ते सगळे माझे अनुयायी झाले असते. सगळे मंत्री, राष्ट्रपती आणि अनेक पुढारी ध्यानधारणा शिबीरांना आले असते. परंतु ज्या दिवशी मी महात्मा गांधीजींच्या विरोधात बोलायला लागलो तेव्हापासून या सर्वांना भीती वाटायला लागली. ''तुम्ही महात्मागांधींच्या विरोधात बोलता कामा नये.'' असं म्हणताक्षणी मी म्हणालो, ''मी त्यांच्या विरोधात बोलत नाहीये. परंतु ज्या विचारांचा ते प्रचार करतायत तो विचार म्हणजे मागे जाणं आहे! हे म्हणजे

माणसाला मागच्या युगात नेणं आहे. माणसाला रानटी बनवण्यासारखं आहे. आधीच तो रानटी आहेच. परंतु जी मंडळी भीतीपोटी विचार करतात तेव्हा असा विचार करतात की काय करायचीय वैज्ञानिक प्रगती? कशाला पाहिजे तंत्रज्ञानाची वाढ. माणसानं आपलं जुन्यापुराण्या युगातच वावरणं चांगलं. जिथे काहीच नसेल! अगदी इंधनाला रॉकेल, तसंच घालायला कपडे! आपले कपडे आपणच विणायचे.

समजा दिवसातले आठ तास जर तुम्ही कपडे विणत राहाल तर एका वर्षभरात तुम्ही स्वत:चा एक कपडा बनवू शकाल. तुमचा बिछाना बनवू शकाल. पण खाण्यासाठी काय कराल? आजारी पडलात तर औषधाचं काय? मुलाबाळांना काय द्याल! आईवडिलांना काय द्याल? मुलांच्या शिक्षणाचं काय? फी वगैरे कशी द्याल? कारण स्वत:चे कपडे बनवण्यात दिवसातले आठ तास गेल्यानंतर तुम्ही दुसरं काय करणार?

अर्थातच त्यामुळे सगळा समाज दरिद्रीच राहाणार. शिक्षण नाही. काही नाही. परंतु गांधीजी शिक्षणाच्या विरुद्ध आहेत. कारण शिक्षणाचा दुरुपयोग होईल असं त्यांना वाटतं. त्यांचं संपूर्ण तत्त्वज्ञान हे कोणत्याही भीतीपोटी निर्माण झालेलं दिसतं. तसं पाहाता कोणत्याही गोष्टीचा दुरुपयोग होऊ शकतो. अक्षरश: जगातली एकही गोष्ट अशी नाही की तिचा दुरुपयोग होऊ शकत नाही! सगळ्याचा होऊ शकतो. अशा तऱ्हेच्या कोणत्यातरी ठाम गैरसमजुतीत जर तुम्ही जगत असाल तर मात्र मग प्रत्येक गोष्टीचाच त्याग केला पाहिजे.

माझ्या गावात माझ्या वडिलांच्या दुकानासमोर सगळी न्हाव्याची दुकानं होती. तिथे गिऱ्हाईकांसाठी नेहमी वर्तमानपत्रं, मासिकं ठेवलेली असायची. मी काही कोणाचं गिऱ्हाईक नव्हतो. पण ती वर्तमानपत्रं आणि मासिकं वाचण्यासाठी मी त्यांच्या दुकानात नेहमी जायचो.

माझ्या शाळेचे मुख्याध्यापक नेहमी त्यांची दाढी आणि केस कापण्यासाठी एका विशिष्ट दुकानात यायचे. तिथला न्हावी अतिशय बडबड्या होता. काम अत्यंत सावकाश आणि बडबड मात्र भरपूर! त्यामुळे ज्या कामाला पांच-दहा मिनिटं पुरेशी होती तिथं त्याला पन्नास मिनिटं लागायची. मी नेहमी पाहायचो की आमचे मुख्याध्यापक त्याच्याशी काहीही बोलायचे नाहीत. फक्त त्याच्या बोलण्यावर 'हं, होय.. असं का' इतकंच उत्तर देत.

एक दिवस दुकानाबाहेर मी त्यांना हटकलं आणि विचारलं, 'काय हो, तो न्हावी इतका बडबड करतो! तर तुम्ही त्याच्याशी काहीच कसं बोलत नाही?' ते म्हणाले, 'तुला नाही समजायचं ते! तो माणूस पूर्ण वेडा आहे. तो काय बोलत असतो ते तू ऐकलेलं नाहीस. तो मला कोणतेही प्रश्न करत नाही, तर

स्वत:च काही सांगत असतो. मला त्यात काहीही रस नाही. शिवाय त्याच्या हातातलं दाढीचं धारदार पातं हे माझ्या अगदी गळ्याजवळ असतं. समजा मी एखादं काही वाक्य बोललो अन्... नको रे बाबा, कारण तो सारखा म्हणत असतो, 'आम्ही हे सरकार नष्ट करणर! यँव करणार आणि त्यँव करणार!' आता बोल, यावर मी काय बोलणार? मी शांत बसून राहातो.

राजकारणावर मी त्याच्याशी बोलू शकत नाही, धर्मावर मी त्याच्याशी बोलू शकत नाही. कारण तो खरंच एक चक्रम माणूस आहे. काय सांगता? माझे केस कापायच्याऐवजी कधीतरी माझा गळाच कापायचा, नाही का? त्यापेक्षा गप्प बसलेलं बरं.'

त्यावर मी त्यांना म्हणालो, 'मग यापेक्षा चांगला न्हावी मी तुम्हाला दाखवतो. बरेचसे माझ्या ओळखीचे आहेत. चला...!' त्यावर चटकन ते म्हणाले, 'नको नको, हा आता माझ्या परिचयाचा झालेला आहे. इतरांची मला काहीच माहिती नाही. नाहीतर आणखीन दुसरीच अडचण असायची. हा निदान फक्त बडबडत राहातो आणि मला कंटाळा आणतो. परंतु बाकी काही त्रास नाही. बाकीच्यांचं आणखी काही असेल. कशाला त्या फंदात पडा!'

मी म्हणालो, 'बघा! तुम्ही म्हणत असाल तर मी देतो तुम्हाला दुसरा न्हावी... वाटल्यास दुसरा तुमच्याजवळून पैसेही घेणार नाही.' ते म्हणाले, 'मी कोणताही धोका पत्करणार नाही. जो माणूस पैसे न घेता काम करत असेल तो तर जास्त धोकादायक असणार. का म्हणून पैसे घ्यायचे नाहीत? त्यापेक्षा तो बडबड्या माणूस परवडला.'

'तसं नाहीये. हा दुसरा माणूस इतर धंदा करतो, हा अफूचा व्यसनी आहे' मी म्हणालो.

आत्ताच्या काळात पाश्चात्त्य जगात 'पंक्स' ज्या पद्धतीनं वागतात (पंक्स - विचित्र वागणारी बेकार तरुण मंडळी) त्या पद्धतीनं पन्नास वर्षांपूर्वी हा माणूस वागत होता. एखादे दिवशी हा आपल्या लहरीप्रमाणे तुमचे अर्धेच केस कापणार. तुम्ही आरशात पाहून त्याला जर म्हणायला जाल की 'अरे हे काय केलंस?' तर तो म्हणणार, रागावू नका. वाटल्यास मला पैसे देऊ नका... पण हे मी विना-मोबदला केलंय. तुम्ही संतापलात की तो म्हणणार, इतका वेळ घालवून हे काम मी केलं तर तुम्हाला कौतुकच नाही! कधी कधी तो अर्ध्याच मिशा कापत असे. आणि नंतर म्हणे, 'थांबा जरा. मी आता चहा घेऊन येतो.' गिऱ्हाइकाला थांबणं भाग पडायचं. कारण अशा अर्धवट अवस्थेत त्या गिऱ्हाइकाला बाहेर पडणं शक्यच नसायचं.

कधी कधी गिऱ्हाइकाला दुकानात बसवून हा आपला दिवसन् दिवस गायब

असायचा. जिथे जाईल तिथे अखंड गप्पा मारत स्वत:चं दुकान विसरून जायचा. लोक आपले दिवसभर बसून राहायचे. नियमाप्रमाणे दुकान रात्री आठ वाजता बंद करायचं असल्याने तो धावत पळत जायचा. गिऱ्हाईक आपलं बसलेलं. हा विचारायचा, 'इथं काय करताय? कोणीही दुकानात नाही हे दिसत नाही का?'

ते गिऱ्हाईक बिचारं चक्रावून जायचं आणि म्हणायचं, म्हणजे? तू विसरलास का काय? सकाळी माझे अर्धेच केस कापून तू निघून गेलास आणि परत मलाच विचारतोस?

तो घनचक्कर न्हावी उलट म्हणायचा, हां हां आत्ता आठवलं खरं! सकाळी मी अर्धेच तुझे केस आणि मिशा कापल्यात पण आता उद्या या. कारण आता दुकान बंद करण्याची वेळ झालीय, नाहीतर मी अडचणीत येईन. उद्या तुमचं अर्धं राहिलेलं काम जरूर करून देईन. चला... पोलीस येतील! निघा इथून.

गिऱ्हाईक संतापून जायचे आणि म्हणायचे, 'हे बघ मी तर तुला मिशा कापायला सांगितल्यातच नव्हत्या. त्या तू कापल्यास आणि आता घरी जायला सांगतोस? शिवाय माझा संपूर्ण दिवस तू वाया घालवलास.'

तो निर्लज्ज न्हावी यावर म्हणायचा काय? तो स्वत:चं तत्त्वज्ञान पाजळून म्हणायचा, 'काळजी करू नका. दाढी-मिशा काय, वाढतील! त्या काय तशाच राहाणार आहेत का? दाढी-मिशांऐवजी मी तुमचं नाक तर कापलं नाही ना? हां नाक कापलं असतं तर मात्र पंचाईत होती. कारण ते परत वाढलं नसतं.' या अशा वक्तव्यावर गिऱ्हाईक संतापून तिथून निघून जायचं. आमच्या मुख्याध्यापकांच्या कानावर या माणसाच्या सगळ्या हकीगती गेलेल्या होत्या. त्यामुळे ते उसळून मला म्हणाले, 'तू काय माझी चेष्टा करतोयस कां? सगळ्या मंडळींना किती त्रास देतोस? आत्तापर्यंत तुझ्या शिक्षकांना तू अडचणीत टाकलयंस. तुझ्या बरोबरीच्या विद्यार्थ्यांना अडचणीत टाकलं आहेस. आता मला मात्र टाकू नकोस. दररोज तुझ्या विरुद्धच्या तक्रारी माझ्याकडे येत असतात. त्या सगळ्या मी फाईलमधे ठेवल्या आहेत. विनाकारण तुझं नुकसान होऊ नये म्हणून आत्तापर्यंत मी तुला कोणतीही शिक्षा केली नाही आणि तू मला त्या अफूव्यसनी माणसाकडे जायला सांगतोस?'

जगामधे सर्व प्रकारचे लोक असतात. पण अगदी सुरवातीपासून, अगदी गर्भात असल्यापासून वेगळ्या मनोवृत्तीचं पोषणं दिलं गेलं तर ही माणसं निश्चितच वेगळी होतील.

जगामधे अनेक गुन्हेगार तुरुंगात खितपत पडलेले असतात. अमेरिकेमधे असे अनेक तुरुंग आहेत आणि असंख्य गुन्हेगार आहेत. अनेक जजेस्नी सरकारला सांगितलंय की तुम्ही आणखीन तुरुंग निर्माण करू शकत नसलात

तर कोर्टातले सर्व खटले बंद करून टाका. कारण तुरुंगांमधे आता जागा नाहीये. एखाद्याला जर तुरुंगात पाठवलं गेलं तर दुसऱ्याला तिथून बाहेर सोडलंच पाहिजे. तरच जागा होईल.

संपूर्ण जग हा एक प्रकारचा तुरुंगच आहे आणि जगातल्या अनुवंशशास्त्रामधे अत्यंत चुकीच्या पद्धतीनुसार जन्मप्रक्रिया चाललेली आहे. आंधळ्या जीवशास्त्रीय शक्तीमुळे माणसं बळी जात आहेत. देवगीत, हेच पुढे चालू राहावं असं तुला वाटतंय का? पद्धतशीरपणे योजना करून, बुद्धी वापरून जन्मप्रक्रिया करणं तुला आवडणार नाही का? तुला वाटत असलेली भीती मी समजू शकतो. परंतु ती दूर करता येणं शक्य आहे आणि ती दूर केलीच पाहिजे. पण प्रगती थांबता कामा नये.

आत्तापर्यंत कथाकादंबरीमधे साहित्यिकांनी वर्णन केलेला, योगी-महात्म्यांनी अपेक्षा केलेला अत्यंत परिपूर्ण मानव, सर्वार्थानं अगदी 'सुपरमॅन,' असा आपण आता वैज्ञानिक शोधांमुळे खरोखरच निर्माण करू शकू. अनुवंशशास्त्रज्ञांच्या मदतीनं आता हे शक्य होऊ शकेल.

धोकादायक परिस्थितीत राहाण्यापेक्षा येत्या युगामधे नवीन पावलं उचलली पाहिजेत. माणसाची बुद्धिमत्ता ही निश्चितच त्याच्या वंशपरांपरागत घडणीनुसार होत असते. त्यामुळे वैज्ञानिक प्रगतीनुसार आपण हवे तेवढे आईनस्टाईन निर्माण करू शकतो, हवे तेवढे रवींद्रनाथ टागोर निर्माण करू शकतो, जग हे आपल्याला हवं तसं सुंदर बनवू शकतो. अर्थातच यामधेही प्रचंड प्रमाणात धोके आहेतच. त्याची जाणीव तुमच्यापेक्षाही मला जास्त आहे. परंतु तरीसुद्धा माणसानं अजून बरंच मिळवण्यासारखं आहे. त्याच्याजवळ तसं काहीच नाहीये. त्यामुळे धोका पत्करावाच लागेल. मान्य! हा धोका पूर्ण जागरूकतेनं, जाणिवेनं पत्करला तर यात काहीच अपाय नाही आणि म्हणूनच मी सातत्यानं शिकवत आलोय की जागरूक कसं राहावं, जाणिवा कशा जाग्या ठेवाव्यात, सतर्क कसं राहावं?

आपण सतर्क राहिलो तरच आपल्यातला मनुष्यत्वाचा अंश सतत कार्यरत राहील. तो अंश आपला पालनकर्ता होईल. तो मनुष्यत्वाचा अंश पूर्णपणे जागा असेल तर तंत्रज्ञानाच्या विनाशासाठी होणारा उपयोग टाळायला तो निश्चितच मदत करेल.

आपण सर्व धोक्यांपासून संरक्षण करू शकतो. परंतु आपण जगाच्या मागे जाता कामा नये हे निश्चित.

ठीक आहे, मनीषा?

होय, ओशो.

□□□

सत्र : अकरा

२९ जून १९८७

दुसऱ्याला आपण काही देत असतो तेव्हा त्यामध्ये आपल्यातून काहीही कमी होत नसतं हे जेव्हा पूर्णपणे कळून येतं तेव्हा 'देण्याला' एक महान अर्थ प्राप्त होतो, खूप महत्त्व प्राप्त होतं, उलट दुपटीनं त्यातला अनन्यसाधारण अनुभव प्राप्त होतो. परंतु ज्या माणसाजवळ करुणा नसते त्याला या 'देण्यातलं' गुपित कधीच उमगत नाही. वाटून घेण्यातला आनन्द कधीच कळू शकत नाही.

प्रेमातली परिपक्वता म्हणजे करुणा

प्रिय ओशो

बुद्धांनी पुन्हा पुन्हा सांगितलं आहे की करुणा आणि ध्यानधारणा या दोन्ही गोष्टी बरोबरीनं चालल्या पाहिजेत. कधीही नव्हता इतका तुमच्यातल्या करुणेचा अनुभव सध्या मी पुरेपूर घेतो आहे; आणि त्या करुणेतला अगदी श्रीगणेशातरी आपण शिकावा ही जबर- दस्त उर्मी सध्या माझ्यामधे निर्माण झाली आहे... आत्ता सध्या एवढी तरी एक गोष्ट घडतेय की ज्यामुळे त्या करुणेच्या थोडाफार तरी जवळपास मी जातोय असं वाटतंय. ती गोष्ट अशी घडतेय की मी तुमच्याकडे पाहात असतो तेव्हा माझ्या गालावरून अश्रू ओघळायला लागतात. प्रिय ओशो... करुणेबद्दल आणखीन सांगू शकाल? तसंच आत्ता ज्या ठिकाणी मी आहे तिथून 'करुणे'पर्यंत कसं जायला हवं तेही सांगाल?

चि दानन्दा...

गौतमबुद्धांनी करुणेच्या बाबत जे विचार मांडलेले आहेत ते आपल्या जुन्या योगीमहात्म्यांनी मांडलेल्या विचारांपेक्षा सर्वस्वी अद्भूत आणि नवीन विचार आहेत. गौतमबुद्धांनी भूतकाळापासूनच्या चालत आलेल्या विचारांना छेद देणारा विचार मांडला. त्यांच्यापूर्वीच्या काळामधे ध्यानधारणा हीच फक्त परिपूर्णतेसाठी पुरेशी आहे असं ठाम मत होतं. ध्यानधारणेच्या बरोबरीनं करुणाही आवश्यक आहे हे कोणीही प्रतिपादन केलेलं नव्हतं. कारण त्यामागचा विचार असा होता की, ध्यानधारणेमुळे आत्मसाक्षात्कार घडतो, आत्मानुभूती होते; तुमच्या अंतरात्म्याचं फुलणं होतं; तुमच्या अस्तित्वाचा तो अंतिम आविष्कार असतो. मग हे सगळं स्व-अस्तित्वाला पुरेसं नाही का? आणखीन काय पाहिजे? स्वत:पुरता, अगदी व्यक्तिगत समाधानासाठीचा विचार करायचा झाला तर हे मत संपूर्णपणे योग्य आहे, परंतु गौतमबुद्धांचं मोठेपण यामधेच आहे की त्यांनी, ध्यानधारणा करण्यापूर्वी करुणेचा उगम प्रथम मनामधे व्हायला हवा हा विचार नव्यानं मांडला. तुम्ही स्वत: प्रथम प्रेमळ असायला हवं, करुणामय असायला हवं, क्षमा- शील असायला हवं आणि नंतर मग ध्यानधारणेचा विचार करावा हा विचार त्यांनी मांडला. या विचारामागे एक सुप्त भावना आहे. एखादा साक्षात्कारी मनुष्य जर का मुळामधेच करुणा

बाळगणारा, प्रेमळ असेल तर तो मनुष्य साक्षात्कारानंतर इतरांना त्या सुंदर मार्गावरून नेऊ शकतो. त्यानं पार केलेल्या उंचीपर्यंत इतरांना मार्गदर्शन करू शकतो. साक्षात्काराची अनुभूती संसर्गजन्य बनवण्यासाठी बुद्धांनी तशी शक्यता निर्माण केली. अन्यथा साक्षात्कारी माणूस फक्त स्वतःच्या मोक्षाचा विचार करून स्वस्थ बसणार. इतरांचं मला काय? ही भावना त्यामधे गृहित असते म्हणूनच बुद्धांनी ध्यानधारणेला करुणेची जोड दिली. साक्षात्काराला निःस्वार्थी स्वरूप हे पहिल्याप्रथम गौतमबुद्धांनी दिलं! त्यांनी ती एक सामाजिक जबाबदारी म्हणून स्वीकारली. त्या काळी हा फार मोठा बदल होता. साक्षात्कार होण्यापूर्वीच करुणा बाळगण्याची सवय लावून घेतली पाहिजे. कारण एकदा का साक्षात्काराची अनुभूती झाली की नंतरच्या परमानन्दात, अपूर्व अशा आत्मानंदाच्या अवस्थेत करुणेची भावनासुद्धा स्पर्श करू शकत नसते. कोणतीच भावना तिथं पोहोचू शकत नाही. साक्षात्कारी माणूस स्वतःमधे पूर्णपणे तल्लीन होऊन गेलेला असतो म्हणूनच साक्षात्कार होण्याअगोदरच प्रत्येकानं मनात करुणा बाळगली पाहिजे. कारण नंतर त्याचा उपयोग नसतो. म्हणून जगामधे साक्षात्कारी मंडळी खंडीभर आहेत, परंतु त्यांतली सर्वोच्च स्थानावर फक्त एखाद दुसरीच व्यक्ती आहे. साक्षात्कार झाल्यानंतर सगळेच त्यांतले सर्वोच्च पदावर जाऊ शकत नाहीत. कारण त्यासाठी तुमच्याजवळ करुणा पाहिजे. साक्षात्काराच्या अनुभूतीनं मिळणाऱ्या अतीव आनन्दाकडे फक्त एकट्यानं जाण्याची लाज वाटली गेली पाहिजे. इतरांना तो आनन्द मिळवून देण्याचा मार्ग तुम्ही दाखवला पाहिजे. अंधारात चाचपडणाऱ्या माणसांना तुम्ही मदतीचा हात दिला पाहिजे. त्यांना मदत करण्यामधे तुम्हाला आनन्दच प्राप्त होणार आहे. तो अडथळा असणार नाही.

उलटपक्षी तुमच्या आजूबाजूलासुद्धा अनेक लोक हा अनन्यसाधारण परमानन्द घेऊ शकतात, साक्षात्कारी होत आहेत हे पाहाणं म्हणजे एक मौल्यवान अनुभव असणार आहे. तुम्ही म्हणजे वैराण जंगलातलं एकच एक फुललेलं एकाकी झाड नाही आहात. तुमच्याबरोबरच जंगलातली सगळी झाडंझुडपं जर का बहरून आली तर मिळणारा आनन्द शतपटीनं वाढेल. साक्षात्काराच्या संदर्भात तुमच्या हातून ही एक क्रांतीच घडेल. गौतमबुद्ध हे फक्त साक्षात्कारी पुरुष नव्हते. तर ते क्रांतिकारी विचारांचे होते.

संपूर्ण जगाच्या बाबतीत, लोकांच्या बाबतीत त्यांचं योगदान अमर्याद आहे. ते आपल्या शिष्यांना सतत शिकवण देत असत की ध्यानधारणा करताना प्रगाढ शांतीचा, प्रसन्नपणाचा आणि खोलवर परमानन्दाचा जो तुम्हाला अनुभव येतो, तो स्वतःजवळच पकडून ठेवू नका. जगामधे तो भरभरून वाटून टाका.

चिंता करू नका. कारण जितकं जास्त द्याल तितकं जास्त मिळत असतं. 'दिल्यामुळे' आपलं काहीही नुकसान होत नाही हे जेव्हा तुम्हाला समजून येईल तेव्हा देण्यातलं महत्त्व लक्षात येईल. ज्या माणसाजवळ करुणा नाही त्याला देण्यामधलं गुपित कधीच कळणार नाही, वाटून टाकण्यातला आनन्द कळणार नाही.

एकदा असं घडलं... त्यांचा एक शिष्य... साधा संसारी माणूस... तो काही संन्यासी नव्हता. पण तरीही गौतमबुद्धांचा तो कट्टर अनुयायी होता. तो त्यांना या वाटून टाकण्याविषयी म्हणाला, ''हे पहा, तुम्ही म्हणता ते बरोबर आहे. आपल्याला होणाऱ्या अनुभूतीतला आनंद सगळ्या आजूबाजूच्या माणसांना वाटून टाकला पाहिजे हे एकदम मान्य. मीही तसं करायला तयार आहे. फक्त अपवाद एका माणसाचा. मला मिळणारा सर्व आनन्द, ध्यानधारणेतून मिळणारे अलौकिक अनुभव, अंतरंगातल्या मौल्यवान गोष्टी या साऱ्या जगाला देऊन टाकायची माझी तयारी आहे. फक्त एकच माणसाला मी हे देणार नाही तो म्हणजे माझा शेजारी! फार फार खोडसाळ आणि विचित्र माणूस आहे तो.

खरोखरच शेजारी हे नेहमीच शत्रुसमान असतात. गौतमबुद्धांनी परंतु उलटच त्याला सांगितलं. ते म्हणाले, 'जगाला विसर. उलट शेजाऱ्यालाच फक्त हा सारा आनंद तू दे!'

तो म्हणाला... 'हे काय म्हणताय तुम्ही?'

बुद्ध म्हणाले, 'होय... मी योग्य तेच बोलतोय. कारण तू असं वागलास. म्हणजे त्या शेजाऱ्यालाच पहिल्यांदा तुझा आनंद दिलास, तर निश्चितच विरोधी पूर्वग्रह ठेवण्याच्या तुझ्या सवयीपासून तू मुक्त होशील.'

करुणेचा अर्थच मुळी हा आहे. करुणा म्हणजे समोरच्या माणसातल्या उणिवा, त्याच्यातला कमकुवतपणा, त्याच्यातले दोष मोठ्या मनानं मान्य करणं. समोरच्या माणसाकडून देवतुल्य वागणुकीची अपेक्षा करणं म्हणजे क्रूरपणा आहे. कारण या माणसांकडून देवतुल्य वागणूक कधीच होणार नाही. मग काय होतं? तर तुमच्या नजरेतून ते उतरतात आणि ते स्वत:ही आपला आत्मसन्मान हरवून बसतात. तुम्ही क्रूरपणे त्यांना आणखीन पांगळं करत असता, त्यांचा मान कमी करत राहाता. करुणेचं मूलतत्त्व हेच आहे की प्रत्येकाला मोठेपणा देणं, त्याचा सन्मान करणं. तुम्हाला आलेला अनुभव हा त्यालाही येऊ शकतो ही जाणीव त्याला करून देणं! साक्षात्कार घडण्यासाठी तो लायक नाही किंवा अगदीच वाया गेलेला नमुना आहे असं हे त्याच्या मनानं घेतलेलं असेल तर ती त्याची समजूत तुम्ही दूर करायला पाहिजे.

अर्थात हे शब्दसुद्धा फक्त साक्षात्कारी माणूसच म्हणू शकतो. कारण तरच

विश्वास बसू शकतो. साक्षात्कारी नसलेला परंतु एखादा उच्चविद्याविभूषित मनुष्य असा विश्वास निर्माण नाही करू शकत. साक्षात्कारी मनुष्याच्या तोंडून आलेले शब्द तुमच्या हृदयाला स्पर्श करतात, अंत:करण हेलावून सोडतात. या काही बौद्धिक कसरती नाहीत. हे अनुभूतीचं देणं घेणं आहे. नुसत्याच भरपूर हुशार असलेल्या माणसाच्या बाबतीतली गोष्ट वेगळी आहे. कारण तो काय बोलत असतो त्याबद्दल त्यालाच खात्री नसते. तुमच्यासारखाच तो सर्व बाबतीत भ्रमात असतो. जाणिवेच्या जागरूकतेबाबत खरोखरच गौतमबुद्ध म्हणजे फार महत्त्वाचा ऐतिहासिक मानदंड आहे. त्यांचं योगदान हे कधीही न मोजता येणारं, फार मोठं योगदान आहे. कारण करुणेचा विचार हा अत्यंत आवश्यक विचार आहे. अर्थातच तरीही तुम्ही करुणामय असलात म्हणजे अगदी वरची पातळी गाठलीत असं समजू नका. तशी तुमची समजूत असेल तर सगळा गोंधळ होईल. कारण मग तुमच्या करुणेला तुमच्यातल्या अहंकाराची जोड असणार, तेच असता कामा नये. एक लक्षात ठेवा, समोरच्या माणसाला दया दाखवताना त्याला कुठे कमी लेखू नका, अपमानास्पद वागवू नका. नाहीतर त्याला करुणा म्हणता येणार नाही. कारण दया दाखवताना त्याला कमी लेखण्याचा तुम्ही जो आनन्द लुटत असता त्याला दया म्हणता येणार नाही. तेव्हा करुणा म्हणजे शुद्ध करुणा असली पाहिजे. प्रेमाची परिपक्वता म्हणजे करुणा!

प्रेमाचा सर्वसामान्य प्रकार हा फार बालीश असतो. तारुण्यातला तो एक खेळ असतो. तो फार वेगानं खेळला जातो कारण निसर्गाचा रेटा जबरदस्त असतो. तुमच्या आध्यात्मिक वाढीच्या दृष्टीनं त्या प्रेमाला काही देणं-घेणं नसतं! आणि म्हणूनच सर्व प्रेमप्रकरणांमधे नंतर नंतर कटुता निर्माण झालेली दिसेल.

आल्फ्रेड अ‍ॅडलर या नावाचा एक मोठा मानसशास्त्रज्ञ होऊन गेला. तो एकदा एका वेड्यांच्या इस्पितळात त्यांच्या मानसशास्त्रीय अभ्यासासाठी गेला होता. मानसशास्त्रीय अभ्यासाचा त्या मनोरुग्णांना काही उपयोग होत असला तर पाहावा या उद्देशानं काही वेड्यांचा त्यानं अभ्यास करायला सुरवात केली.

एका पिंजऱ्यात त्यानं पाहिलं तर एक वेडा माणूस स्वत:च्या छातीवर एक फोटो लटकावून सतत अश्रू ढाळत बसला होता. आल्फ्रेड अ‍ॅडलर त्या वेड्याला ओळखत होता. कारण अ‍ॅडलर ज्या विद्यापीठात शिकवायला जात असे तिथे हा माणूस प्रोफेसर म्हणून काम करत होता. बराच शिकलेला असा तो प्रोफेसर होता. अ‍ॅडलरच्या मनात आलं, काय ही अवस्था एवढ्या हुशार माणसाची?

इस्पितळाचे सुपरिंटेंडेंट अ‍ॅडलरना म्हणाले, 'या माणसाची अत्यंत विचित्र कथा आहे. तुमचा तर विश्वासच बसणार नाही. त्याचं एका स्त्रीवर प्रेम होतं.

त्याच्या छातीवर जो फोटोग्राफ आहे ना तो त्याच स्त्रीचा! तो अजूनही त्या स्त्रीवर प्रचंड प्रेम करतो. छातीवरचा फोटो घट्ट धरून सतत अश्रू ढाळत असतो. रात्री झोपतानाही तो फोटो जवळ घेऊन तो झोपतो. सतत अश्रू ढाळणं आणि फोटो उराशी धरणं. खरोखर अचंबा वाटतो की एवढे अश्रू येतात कसे? त्या स्त्रीनं याला लग्नाला नकार दिला आणि हा त्यानंतर वेडा झाला. तो कोणाशीही एकही शब्द बोलत नाही. त्याला बोलतं करण्याचे आम्ही खूप प्रयत्न केले. बरेच प्रयोग केले! पण व्यर्थ. तुम्ही अगदी त्याच्यासमोर जाऊन उभे राहिलात तरी तो लगेच डोळे मिटून घेईल. त्याला त्याच्या प्रियतमेची छबीच फक्त डोळ्यासमोर हवी असते. तिचा 'नकार' त्यानं खोलवर मनाला लावून घेतलाय. त्यामुळे खाल्लं- प्यालेलं त्याच्या तब्बेतीला लागत नाही. तो दिवसेंदिवस कृश होत चाललेला आहे.'

ॲडलर म्हणाले, 'मी चांगला ओळखतो याला! अगदी गेल्या वर्षापर्यंत हा चांगलाच तरुण दिसत होता. पण आता तर पंचवीस वर्षं उलटून गेल्यासारखा दिसतोय.'

सुपरिंटेंडेंट त्यावर म्हणाले, 'खरं तर तो हळूहळू आत्महत्येच्या मार्गानं चाललेला आहे. त्याचं खरोखर नितांत प्रेम होतं त्या स्त्रीवर! म्हणूनच तिचा नकार त्याला फारच भारी पडलाय.' असं म्हणून ते दोघंही दुसऱ्या पिंजऱ्याकडे गेले. त्यांतला एक वेडा भिंतीवर तडाखे हाणत होता. जोरजोरात ओरडत होता, डोळे लाल करून पिंजऱ्याच्या जाळीवर धडका देत होता आणि एकच वाक्य पुन्हा पुन्हा उच्चारत होता, 'आत्ताच्या आत्ता मला इथून सोडा. मला फक्त एकच गोष्ट करायची आहे ती म्हणजे त्या स्त्रीला ठार करायचंय.'

सुपरिंटेंडेंट म्हणाले, 'आता तर तुम्हाला फारच आश्चर्य वाटेल. ज्या स्त्रीनं या पहिल्या वेड्याला... अश्रू ढाळणाऱ्या वेड्याला नकार दिलाय त्याच स्त्रीनं या दुसऱ्या माणसाशी लग्न केलं. लग्नानंतर फक्त सहा महिन्यांत गोष्टी इतक्या थराला गेल्या की हा आपला तिचा खूनच करण्याचे मनसुबे रचायला लागला. एकदा तसं प्रयत्न करताना पोलिसांनी त्याला पकडलं आणि या वेड्यांच्या इस्पितळात दाखल केलं.'

आल्फ्रेड ॲडलर यांनी नंतर आत्मचरित्रात या घटनेची नोंद केली ती अशी: 'कोणत्या प्रकारचं हे प्रेम असेल?' दोघांनीही तिच्यावर प्रेम केलं. पण ज्याला तिनं नकार दिला तो अजूनही तिच्यावर प्रेम करतोय आणि ज्याला होकार देऊन तिनं लग्न केलं तो तिचा खून करायला टपलाय. त्याच्या आयुष्याचं आता तेच एक ध्येय बनून गेलंय, तो म्हणतो, फक्त एकदाच मला सोडा. मी तिला मारणारच. तिचा जीव घेतल्यानंतर तुम्ही मला वाटल्यास फासावर चढवा.

मला पर्वा नाही त्याची. पण मी तिला मारणारच. कारण माझ्या आयुष्यातली शांती, सुख सर्व तिनं नष्ट केलंय. प्रेम ही एक आंधळी शक्ती असते.

: मला असं म्हणायचंय, जे प्रेमिक कधीच कायमचे एकमेकांचे झाले नाहीत त्यांनाच यशस्वी प्रेमिक म्हणता येईल. अनेक महान कथा आपल्याला माहीत आहेत. लैला-मजनू, शिरी-फरीहाद, सोनी-महीवाल या तीन कथांमधले प्रेमिक कधीच कायमचे एकत्र झाले नाहीत. समाज, आईबाप, आणि अनेक गोष्टींनी त्यांच्यात अडथळे निर्माण केले. मला तर असं वाटतं, एकदा का प्रेमिक लग्नबंधनात अडकले की त्यांच्यातली प्रेमकथा संपूनच जाते.

मजनू हा सुदैवी म्हटला पाहिजे की तो लैलाला कधीही आपलीशी करू शकला नाही. या कथांवरून असं दिसतं की प्रेमातल्या आंधळेपणाच्या शक्तीनं काय घडलं? परिणाम काय झाला? तर फार मोठं चांगलं वातावरण नंतर तयार झालं असं नाही, तर एकमेकांचा तिरस्कार, अपमान, तंटे अशा गोष्टी त्यामुळे घडून गेल्या.

'करुणा' शब्दावरून दुसऱ्या एका शब्दाची जाणीव होते ती म्हणजे 'तीव्र उत्कटता!' जेव्हा एखाद्या गोष्टीसंबंधीची तीव्र उत्कटता ही अधिक जागरूकतेनं, अधिक डोळसपणानं कार्यरत होते त्या वेळी प्रेमातली संपूर्ण शक्ती ही पुन्हा ताजीतवानी होऊन त्याचं करुणेत रूपांतर होतं.

प्रेम हे नेहमी एका व्यक्तीला संबोधित केलं जातं. आणि त्या प्रेमाचा खोलवरचा हेतू हा समोरच्या माणसावर हक्क बजावण्याचा असतो. आणि हाच प्रकार समोरच्या व्यक्तीचाही असतो. या कारणामुळेच तिथे अक्षरश: नरक निर्माण होतो.

करुणा ही कधीही एका व्यक्तीपुरती मर्यादित नसते. ती म्हणजे कोणता नातेसंबंध नसतो. तो तुमचा शुद्ध नैसर्गिक आविर्भाव असतो. तुम्ही झाडांबाबतीत, प्राण्यांबाबतीत, पक्ष्यांबाबतीत, माणसांबाबतीत करुणामय होऊन आनन्द घेऊ शकता. कोणतीही अपेक्षा न करता, त्या बदल्यात काय मिळेल याचा विचार न करता तुम्ही करुणेची ऊब देत असता. म्हणून आंधळ्या शरीरशास्त्रीय विकारांपासून करुणा ही नेहमीच मुक्त असते. आत्मसाक्षात्कार घडण्यापूर्वी तुम्ही स्वत:च्या बाबतीत हे पडताळून पाहिलं पाहिजे की आपली प्रेमाची ऊर्मी दडपली गेली नाही नां! जुन्या काळातल्या लोकांनी ही उर्मी दडपण्याचे उद्योग केलेले आहेत. पण ही प्रेमशक्तीच पुढे करुणेत रूपांतरित होत असते आणि प्रेम दडपण्यामुळे ते करुणेमधे रूपांतरित होण्याची शक्यता नाहीच! नसणारच.

म्हणूनच तुमचे तथाकथित महात्मे कधीच दयाळू म्हणता येणार नाहीत. त्यांच्या डोळ्यांत कधीच करुणा दिसत नाही. कोणताही करुणेचा रस नसलेला

नुसता हाडांचा सांपळा. चोवीस तास संत होऊन राहाणं म्हणजे नरकासमान. इतर लोकांना ही कदाचित जाणीव असावी म्हणूनच संतांच्या फक्त पायाला स्पर्श करून ते दूर पळत असावेत. बर्ट्रांड रसेल या विचारवंतानं जाहीरपणे म्हटलंय जर का स्वर्ग आणि नरक ही ठिकाणं खरंच कुठे असतील तर मेल्यानंतर मी नरकात जायची इच्छा करेन. का? तर स्वर्गातल्या त्या मृतवत, दगडी चेहऱ्याच्या संतांच्या सहवासात चोवीस तास राहाणं म्हणजे कठीणच. मी तर एक मिनिटभरसुद्धा त्यांच्या सहवासात राहू शकणार नाही. ज्यांना मैत्री म्हणजे काय माहीत नाही, ज्यांना प्रेम म्हणजे माहीत नाही, जे कधीही सुट्टीवर जात नाहीत अशा प्रेतांच्या सहवासात शाश्वततेचा विचार करायचा म्हणजे मरणच.

संत हे आठवड्याचे सातही दिवस संतच. एखादा दिवस सुद्धा ते वेगळं वागू शकत नाहीत. एखादा रविवार तरी असावा. पण अशक्यच! ते तसेच कठीण, कणखर राहणार. दिवस जातील तसतसे आणखी कणखर.

बर्ट्रांड रसेलची नरकाची पसंती मला एकदम आवडली. कारण त्याला म्हणायचंय ते असं. नरकात तुम्हाला जगातली सगळी रसिक मंडळी भेटणार. चित्रकार, कवी, लेखक, क्रांतिकारक, शास्त्रज्ञ, नर्तक, अभिनेते, गायक इ. इ. नरक हा खरोखर स्वर्गच असणार आणि स्वर्ग म्हणजे नुसता नरक.

शतकानुशतकं प्रेमाची भावना दडपली गेल्यामुळे सगळ्याच गोष्टी बिघडून गेल्या आहेत. गौतमबुद्धांचं योगदान एवढंच की त्यांनी हा विचार मांडला की प्रेमभावना दडपू नका, तर त्या भावनेला शुद्ध स्वरूप द्या. हे शुद्ध स्वरूप केवळ ध्यानधारणेतून देता येतं.

म्हणूनच ध्यानधारणेच्या मार्गात तुम्ही जसजसे पुढे जाल तसतसं तुमच्यातल्या प्रेमभावनेला शुद्धस्वरूप देऊन तिचं करुणेत रूपांतर करा. म्हणूनच मग ज्या क्षणी ध्यानधारणेतला अत्युच्च बिंदू गाठला जाईल आणि साक्षात्काराच्या अतीव आनन्दाचा तुम्ही अनुभव घ्यायला लागाल तेव्हा करुणा तुमच्या अगदी जवळ असेल आणि त्यामुळे पुढे मग साक्षात्कारी माणूस त्याच्यातली शक्ती सर्व जगात वाटून टाकण्यासाठी योग्य तेवढा समर्थ बनेल. जगातली सर्वोत्तम शक्ती त्या साक्षात्कारी मनुष्याजवळ त्या वेळेला असेल, आणि त्या शक्तीची मुळं 'करुणेत' असणार आहेत.

जो कोणी ग्रहण करण्यायोग्य मनुष्य असतो त्याच माणसाला साक्षात्कारी माणसातली ही शक्ती प्राप्त होऊ शकते. आणि याच प्रकारची माणसं मग सर्वोत्तम साक्षात्कारी माणसं बनतात. साक्षात्कारी बनणं अनेकांना जमू शकतं. परंतु सर्वोत्तम साक्षात्कारी बनणं फार फार कठीण आहे. कारण त्यासाठी

ध्यानधारणेच्या बरोबरीनं करुणेचा विचार व्हावा लागतो. फक्त ध्यानधारणा करणं सोपं आहे, तसंच फक्त दयाळू बनणं सोपं आहे; परंतु ध्यानधारणा आणि दया हे एकत्रित गुंफून उन्नती करणं फार कठीण आहे.

म्हणूनच ज्या साक्षात्कारी व्यक्ती समाजामधे करुणेनं वागत नाहीत, स्वत:चा उच्च कोटीचा आनंद इतरांना वाटत नाहीत, ते समाजाचा वैचारिक आणि मनुष्यत्वाचा स्तर उंचावण्यासाठी कधीही मदत करू शकत नाहीत. समाजामधे जागरूकता वाढवू शकत नाहीत. फक्त काही असामान्य साक्षात्कारी मंडळीच तुमच्यातली जागरूकता फुलवू शकतात. म्हणूनच तुमच्यातले जे काही थोडेफार जागरूकतेचे कण असतात ते केवळ या असामान्य विभूतींमुळेच! साक्षात्कार झाल्यानंतरही करुणा जवळ बाळगलेले फार फार थोडे लोक दाखवता येतील. याचा अर्थ कदाचित तुम्हाला समजू शकणार नाही. कारण करुणा आणि आत्मसाक्षात्कार हे दोन्हीही जवळ असणं फार अवघड गोष्ट आहे. साक्षात्कार ही गोष्ट अशी आहे की, मनुष्य त्यानंतर सर्व जगच विसरूनच जातो. त्यात करुणेचा विचार कुठला? अंतिम सत्यापर्यंत पोचल्याचा जो अमर्याद आनन्द साक्षात्कारी मनुष्य अनुभवत असतो, त्यामधे इतर कोणत्याही गोष्टींचं अंशभरसुद्धा अस्तित्व शिल्लक राहात नसतं आणि म्हणून अशा परिस्थितीत जेव्हा एखादी व्यक्ती त्या अमर्याद आनन्दाच्या अनुभूतीमधेसुद्धा करुणेला विसरत नाही ती महानच म्हटली पाहिजे.

साक्षात्कारी मनुष्याचं मन साफल्याच्या भावनेनं इतकं काठोकाठ भरून गेलेलं असतं की इतरांसाठीचा विचार करण्यासाठी त्यात जागाच शिल्लक नसते. परंतु कळत नकळत, अत्यंत सहजपणे, स्वाभाविकपणे त्या अनुभवात करुणा कुठेतरी असतेच. तिचं अस्तित्व नाकारताच येत नाही. अशा वेळी मग इतर मंडळींना, या आध्यात्मिक मार्गावर प्रवास करणाऱ्या इतरांना विसरणं अशक्यप्राय होतं. एवढंच काय, परंतु हाच एक क्षण महत्त्वाचा असतो, तो क्षण असतो काहीतरी दुसऱ्याला मौल्यवान असं देण्याचा! आपल्यातलं चांगलं ते वाटून घेण्याचा! करुणेच्या माध्यमातून 'देण्यातला' आनन्द तुम्हाला हळूहळू कळायला लागतो. तुमचा साक्षात्कारी अनुभव सुद्धा जर का तुम्ही इतरांबरोबर वाटून घेतलात तर तोच अनुभव जास्त समृद्ध होऊन जातो, जास्त सखोल बनतो, जास्त आनंद देणारा ठरतो. साक्षात्काराचा अनुभव घेतल्यानंतर स्वत:पुरतं समाधान मानून जगणारे असंख्य लोक आहेत. परंतु जगाच्या पटावरून ते केव्हाच सहजासहजी पुसले जातात. परंतु साक्षात्काराची अनुभूती जेव्हा लोकांसाठी उपयोगात आणली जाते, समाजाचा उद्धार करण्यासाठी तो अनुभव जेव्हा सर्वांच्यात वाटला जातो तेव्हा त्या अनुभवाला असामान्यत्व प्राप्त होतं. म्हणूनच

अशा असामान्य साक्षात्कारी विभूती जगाच्या अफाट पसाऱ्यात फार फार थोड्या प्रमाणात पहायला मिळतात. या असामान्य विभूती जगामधे आनंदाची बाग फुलवतात, साक्षात्काराचा अनुभव द्विगुणित करतात आणि जगाला मौल्यवान असा सुगंध देतात. कारण त्यांच्या म्हणण्याप्रमाणे या अफाट जगाचे तुम्ही पुत्र असता त्यामुळे जगाचं ऋण फेडणं तुमचं कर्तव्य ठरतं.

झरतृष्टांचे विचार इथं मला सांगावेसे वाटतात. ते म्हणतात, 'या पृथ्वीचा विश्वासघात करू नका. तुमच्या वैभवशाली उच्चांकामधेही तिला कधी विसरू नका. कारण ती तुमची माता आहे. तसंच तुमच्या आजूबाजूच्या माणसांनाही विसरू नका. कदाचित याच माणसांनी तुमच्या मार्गात अडथळे आणले असतील, तुमच्याशी त्यांनी शत्रुत्व पत्करलं असेल, ते तुमचा नाश करण्यासाठी टपलेले असतील, त्यांनीच तुम्हाला क्रूसावर चढवलं असेल, दगडधोंडे हाणले असतील, विषप्रयोग केले असतील तरीही... एवढे सगळे ते वाईट आणि दुष्ट असले तरीही तुम्ही त्यांना क्षमा करायला पाहिजे. कारण हे सारे गुन्हे ते आंधळेपणानं करतायत, ते लोक जागरूक नाहीत. वेडाच्या भरात ते असं वागतायत. तेव्हा अशा वेळी त्यांना तुम्ही नाही क्षमा करायची तर कुणी करायची? कारण तुम्ही त्यांना क्षमा करणं म्हणजे तुम्ही स्वतःला समृद्ध करणं होय!

चिदानन्दा, तू म्हणालास की, 'गौतमबुद्धांनी वारंवार एकच गोष्ट सांगितलीय की आत्मानुभूती आणि करुणा या दोन्ही गोष्टी बरोबरीनं असायला हव्यात.' खरं सांगू चिदानन्दा... हाच तर त्यांचा अद्वितीय मोठेपणा! सर्व योगी महात्म्यांमधे तेच फक्त अद्वितीय का हे कळलं का?

तू म्हणतोस, 'तुमच्यातल्या अथांग करुणेच्या अनुभवामुळे मला सुद्धा त्यातून श्रीगणेशापासून काहीतरी शिकायची ऊर्मी निर्माण झालेली आहे. ज्या वेळी मी तुमच्याकडे पाहातो आणि माझ्या डोळ्यातले अश्रू गालावर पाझरतात तेव्हा जाणवतं की मी त्याच्या जवळपास पोचलोय म्हणून! करुणेबद्दल आणखीन काही सांगू शकाल? मी ज्या पायरीवर आता उभा आहे तिथपासून मी कोणत्या तऱ्हेनं त्यात वाढ करायची हे स्पष्ट कराल?'

तुझ्या या प्रश्नाचं उत्तर इतकंच की, तू आत्ता योग्य अशा जागेवर आहेस. तू आपणहून प्रयत्न करू नकोस. आपोआप तुझ्यातली करुणेची भावना वाढू दे. तुझे अश्रू हे त्याचंच एक लक्षण आहे. तू जर का घाईनं त्यात वाढ करण्याचे मुद्दामहून प्रयत्न केलेस तर सगळ्याच गोष्टी बिघडून जातील. हे काम म्हणजे एखाद्या माळ्यासारखं आहे. रोपाची उंची भराभर वाढावी म्हणून तो काही सारखं ते रोपटं खेचत बसत नाही. खेचणं किंवा ओढणं म्हणजे त्या रोपट्याच्या दृष्टीनं नुकसान आहे. कदाचित ते मुळापासून उपटलं जाण्याचीही

शक्यता आहे. तसं झालं तर तुम्ही त्या रोपट्याला कोणत्याही प्रयत्नानं जिवंत ठेवू शकणार नाही. म्हणून माळ्याला त्याची काळजी घ्यावीच लागते. त्याला पाणी द्यावं लागतं, खत द्यावं लागतं. सर्व तऱ्हेनं त्याचं उत्तम पोषण करावं लागतं. परंतु हे सारं करताना त्या रोपट्याला हात लावता कामा नये, किंवा 'मुद्दामहून' वाढीचे प्रयत्न करता कामा नयेत. त्या रोपट्याला त्याचं त्यालाच वाढू देणं गरजेचं असतं. त्याची वाढ ही स्वयंस्फूर्तच व्हायला हवी.

तुम्हाला काय वाटतं, बीज फोडून दोन हिरवी पानं आपण बाहेर काढावीत? छे छे... त्या बीजाला फक्त पोषण द्या, आधार द्या, पण घाईनं काही करू नका. बीजातून अंकुर बाहेर येण्याची प्रक्रिया ही विशिष्टच असते. त्यासाठी माळ्यानं त्याला फक्त आजूबाजूनंच पोषण द्यायचं असतं. त्यात घाई करून चालत नाही. अशा घाई करण्यानं त्याचा लवकरच मृत्यू होण्याची शक्यता जास्त. ती पानं, अंकुर इतके नाजूक असतात की त्यांचं त्यांनाच वाढू द्यावं लागतं. तुमचा स्पर्श त्यांच्या वाढीसाठी त्रासदायक ठरत असतो म्हणून तुम्ही त्यांच्या अवतीभोवती त्यांच्या गरजेचं सर्व काही ठेवून द्या आणि त्यांचं वाढणं त्यांच्यावरच सोपवून टाका.

चिदानन्दा... सध्या तू अत्यंत योग्य ठिकाणी आहेस. तुझे अश्रू, तुझं हसणं साऱ्याचा आनन्द घे. आणि तो सुद्धा फक्त माझ्याबरोबर असतानाच घे असं नाही, तर केव्हाही घे. इतरांबरोबर सुद्धा घे. त्यांना कदाचित समजणार नाही. ते कदाचित तुझं सांत्वन करतील,' चिदानन्दा, रडू नकोस! तुला काही आर्थिक विवंचना आहेत का? का तुझी मैत्रीण तुला सोडून गेली आहे? त्यांनी दाखवलेल्या या सहानुभूतीबद्दल त्यांना धन्यवाद दे आणि सांग की हे अश्रू दुःखाचे किंवा कोणत्या अपयशाचे नसून हे अतीव आनन्दाचे अश्रू आहेत म्हणून!

आनन्दी असणं हे तुझ्यातल्या करुणेसाठी महत्त्वाचं पोषण आहे; योग्य अन्न आहे. गाणे गा, नृत्य कर, एखादं वाद्य वाजव. आपोआपच त्या आनन्दापासून तुझ्यामधे रुजलेल्या करुणेला उत्तम खाद्य मिळेल. परंतु हे सारं हळूहळू कर. घाईनं त्या चालू प्रक्रियेला धक्का लावू नकोस.

ही घाई जी असते ती मनाच्या कमकुवततेतून निर्माण होत असते... कारण मनाचा वेग अफाट असतो. मन कायम घाईत असतं, तेव्हा 'मन' यामधे कुठे आणू नकोस. सगळ्या उत्तम गोष्टी या नेहमी सावकाश सावकाश घडत असतात. शांतपणे घडत असतात. कोणताही गोंगाट, गडबड न करता!

करुणेच्या विरुद्ध जाणाऱ्या कोणत्याही गोष्टीला प्रोत्साहन देऊ नकोस. मत्सर, हेवे-दावे, स्पर्धा, वर्चस्व गाजविणे, इ. गोष्टी त्यासाठी बाधक आहेत.

यातली एखादी गोष्ट जरी आजूबाजूला घडली तरी तुला चटकन जाणीव होईल. कारण तुझ्यातली करुणा लगेच हेलकावे खायला लागेल... आणि तुझ्यातली करुणा कुठेतरी डळमळू लागली तर समज काहीतरी विपरीत गोष्ट घडतेय म्हणून! मूर्खपणाच्या विकारांनी करुणेला विषारी करू नकोस. त्यातून फक्त निराशा, चिंता, यातना, तंटे आणि अमूल्य अशा आयुष्याचं फुकट वाया जाणं एवढंच निष्पन्न होईल. खोलवर समजून घेणं, खोलवर समजूत बाळगणं हे आत्ता या अवस्थेत तुला जमू शकेल.

: एकदा एका मोटारीनं दुसऱ्या एका मोटारीला धडक दिली. त्या दुसऱ्या मोटारीवर सगळीकडे 'Just married' असं लिहिलेलं होतं. ज्यानं धडक दिली होती त्यानं त्या नवदांपत्याची क्षमा मागितली. त्यावर त्यातला जो नवरा होता तो उत्तरला, 'ठीक आहे! ठीक आहे! यापेक्षा मोठी धडक केव्हाच बसली आहे.' : एकदा का लग्न झालं की माणूस सर्व प्रकारच्या अपघातांना सरावतो. त्या अपघातांसाठी मनाची तयारी करत असतो. समजूत घालत असतो. क्षणोक्षणी आयुष्यात घडणाऱ्या छोट्या छोट्या गोष्टींमुळे आपल्यातली करुणा बिघडवू देता कामा नये. तसं केलंत तरच तुमच्या करुणेची शक्ती पूर्ण एकवटून, स्वच्छ पारदर्शक स्वरूपात जास्त बळकट होईल आणि ध्यानधारणेच्या उच्च पातळीवर तुम्ही जाऊ शकाल.

म्हणून जेव्हा केव्हा सर्वसाफल्याचा क्षण तुझ्या आयुष्यात येईल, आत्मप्रकाशानं तू भरून जाशील तेव्हा एक अंशभर तरी करुणा तुझ्या जवळपास असली पाहिजे, नंतर मग तुझं आयुष्य संपूर्ण वेगळ्या साच्यामधे असणार आहे. अशा अवस्थेत सर्व जगाला तू समाधान देणारा ठरणार आहेस. गौतमबुद्धांना सुद्धा शेवटी दोन प्रकार वेगवेगळे मानून सांगावेच लागले. शिष्यांना ते सांगत... एक प्रकार म्हणजे 'अर्हता'! फक्त साक्षात्कारी मनुष्य! करुणा नसलेला. त्या मनुष्यानं आपली सर्व शक्ती फक्त ध्यानधारणा करण्यामधे एकवटलेली असते. करुणेविषयी कधी विचारच केलेला नसतो. दुसरा प्रकार 'बोधीसत्त्व'! या प्रकारातल्या माणसांनी 'करुणेसह ध्यानधारणा' अशी साधना केलेली असते. त्यामुळे साक्षात्कार झाल्यानंतर मोक्षाकडे जायची त्यांची घाई नसते. पलीकडचा किनारा त्यांना खुणावत असतो. परंतु या किनाऱ्यावर अनेक अडचणी सोसून केवळ लोकांना मदत करण्यासाठी ते थांबलेले असतात. पलीकडच्या किनाऱ्यावरून त्यांना नेण्यासाठी केव्हाची नाव येऊन थांबलेली असते.

नावाडी म्हणत असतो, 'आत्तापर्यंत ज्या शोधापायी तुम्ही आयुष्य घालवलंत तिथून बोलावणं आलेलं आहे. तेव्हा वेळ घालवू नका.' पण ते नावाड्याचं मन वळवतात आणि थोडा वेळ थांबायला सांगतात. कारण या मार्गावर असलेल्या

अनेक इतर मंडळींना त्यांना रस्ता दाखवायचा असतो. इतरांबरोबर आनन्द वाटून घ्यायचा असतो - असं केल्यानंच इतर मंडळींना निश्चितपणे विश्वास वाटतो की, होय. दुसरा किनारा निश्चित आहेच. त्या किनाऱ्यावर अमरत्व आहे, दु:ख आणि यातनांचा अंशही नाही. क्षण न् क्षण तिथं आयुष्य निराळ्याच चैतन्यानं जगणं आहे.

ही करुणामयी साक्षात्कारी मंडळी विचार करतात की या दुसऱ्या किनाऱ्यावरचा हा कणभर तरी अंश मी माझ्याकडून या इथल्या मंडळींना देईन आणि नंतरच नावेत बसेन. आत्तापर्यंतच्या अशा काही सर्वोच्च साक्षात्कारी मंडळींनी असा एक धागा या जगाशी जोडून घेतलेला दिसतो की ज्यामुळे ते दुसऱ्या पारलौकिक किनाऱ्यापर्यंत वाहून गेलेले दिसत नाहीत. या जगाशी जोडणारा धागा कोणता हवा? बुद्ध म्हणतात... करुणा! करुणा हाच एक महत्त्वाचा धागा आहे. कारण ती एक उत्कट इच्छा आहे. इच्छा शब्द अशासाठी की कोणतीही दुर्दम्य इच्छा ही तुम्हाला पकडून ठेवते. मनातल्या करुणेमुळे तुम्ही दुसऱ्या किनाऱ्यावर जाऊ शकत नाही. खरं पाहाता या जगाशी जखडून ठेवण्याचे सारे मार्ग संपलेले आहेत. सारे धागे तुटलेले आहेत. फक्त एकच धागा- अगदी बारीक, नाजूक धागा शिल्लक आहे की जो तुम्हाला इथं बांधून ठेवतोय. तो धागा आहे 'प्रेमाचा' करुणेचा!

बुद्ध म्हणतात, आग्रहानं सांगतात की, हा नाजूक धागा जितका जपून ठेवता येईल तितका ठेवा. त्याला तुटू देऊ नका. कारण तरच जास्तीतजास्त लोकांना तुम्हाला मदत करता येईल. तुमचा 'आत्मसाक्षात्कार' हा स्वार्थी ध्येयासाठी असता कामा नये. तसंच तो फक्त तुमच्यापुरता असता कामा नये. त्याचा जितका विशाल असा विस्तार करता येईल, प्रसार करता येईल तितका केला पाहिजे. या पृथ्वीवर जास्तीतजास्त जागरूकता निर्माण करण्याचा हाच एक मोठा मार्ग आहे. याच जागरूकतेमुळे तुम्हाला जीवन प्राप्त होत असतं, तुम्हाला साक्षात्काराचा लाभ होत असतो. हाच क्षण आहे काहीतरी परत करण्याचा. खरं पाहाता जीवनानं तुम्हाला जे जे म्हणून काही दिलंय ते सगळं काही तुम्ही परत करू शकणार नाही. पण थोडंसं काहीतरी! अगदी थोडं... कृतज्ञता म्हणून फक्त दोन फुलंसद्धा!

□

प्रिय ओशो,

तुमच्यासमवेत इथं असताना अनेकवेळेला चैतन्याशी एकरूप झाल्याच्या अनुभवात मी जाते. मनाचे जे खेळ असतात त्याच्या विळख्यातून बाहेर पडून मी माझ्या शरीरामधे कोणतीतरी अज्ञातशक्ती प्रचंड उचंबळत असताना पाहाते. क्षणातच मी पृथ्वीवरच असल्याची जाणीव होते. 'जणूकाही' या विश्वाचाच एक भाग, किंवा विश्व म्हणजे मीच अशी भावना घेरून टाकते.

प्रिय ओशो, या स्थितीबाबत तुम्ही आणखीन काही स्पष्ट करू शकाल?

लोकीता...

तू विचारलेला प्रश्न असा : 'तुमच्याबरोबर इथं असताना अनेक क्षणांना परमानन्दाचा अनुभव घेतल्याची अवस्था प्राप्त होते. विश्वामधे आपोआप विरघळून गेल्याची भावना होते.'

या ठिकाणाचा हाच तर प्रमुख उद्देश आहे, याच कारणासाठी मी या किनाऱ्यावर घुटमळत राहिलोय. मला दुसऱ्या तीरावर घेऊन जाणारी नाव केव्हाची वाट पाहातेय. तुला या विश्वात विरघळून गेल्याची भावना होत असेल तर ही उत्तम सुरवात आहे असं म्हणायला हरकत नाही. योग्य दिशेनं तुझा प्रवास चाललाय हे खरं!

तू म्हटल्याप्रमाणे खरंच घडू शकतं. विश्वाशी एकरूप झाल्याची भावना जेव्हा तुम्हाला होते तेव्हा खरंच तुमच्यावर मनाचं काहीही नियंत्रण राहात नाही. मनाची सर्व शक्ती इथं फोल ठरते. ते नंपुसक बनतं आणि तीच शक्ती तुमच्या शरीरभर तुम्हाला हलवून सोडते. ही लक्षणं तुझ्या प्रगतीच्या दृष्टीनं अगदी बरोब्बर आहेत.

'जणू काही मी विश्वाशी जोडली गेलेय, त्याचाच एक भाग बनून गेलेय असं वाटतं' या तुझ्या म्हणण्यातला 'जणू काही हा शब्द काढून टाका.' विश्वाचाच एक भाग असल्याचा प्रत्यक्ष अनुभव जेव्हा येतो तेव्हा 'जणू काही' हा शब्द पाहिजेच कशाला? या शब्दामुळे तुला येत असलेल्या त्या अनुभवाची चवच निघून जाते! कदाचित

मी या विश्वाचाच एक भाग आहे, असं ठामपणे सांगायला तू घाबरत असावीस. परंतु या ठिकाणी तू तुझं निश्चित आणि ठाम असं मतच दिलं पाहिजेस.

या अनुभवांच्या सुरवातीच्या काळात हे असं घडणं शक्यही आहे. मी नाकारत नाही. कारण यापूर्वी असा अनुभव कधीच आलेला नसल्यामुळे तुम्हाला सुरवातीला तो मनाचा भ्रम वाटतो. पण तरीही फार काळ संभ्रमात न राहाता निश्चित असं काहीतरी सांग. 'जणू काही' हा शब्द वापरायला हरकत नाही. परंतु त्यातून फारच धूसर असं व्यक्त होतं.

एक फार मोठं तत्त्वज्ञानाचं पुस्तक आहे. त्याचं नाव 'जणू काही' (AS IF). त्या पुस्तकामधे अतिशय उत्तमोत्तम विधानं आहेत. परंतु त्या विधानांमधे काही जोरच नाही. कारण सातत्यानं या माणसानं 'जणू काही' या शब्दाचा उपयोग पुस्तकभर केलेला आहे. उदा. 'जणू काही देव आहे!' हे वाक्य. आता यापेक्षा देवाचं अस्तित्व नाही किंवा देवाचं अस्तित्व आहे अशी ठाम विधानं केली असती तर चांगलं झालं असतं. कारण 'जणू काही' या शब्दप्रयोगानं ईश्वराला अधांतरी टांगण्यासारखं आहे. तुम्ही त्याला खरेपणाही देत नाही आणि तो खरा नाही हेही ठामपणे सांगत नाही. तर त्याला फक्त गृहित धरता.

तेव्हा सांगायचा मुद्दा असा की, असे अनुभव तुला जेव्हा जेव्हा येतील तेव्हा 'जणू काही' या शब्दाचा वापर मुळीच करू नकोस. जो अनुभव येतो आहे तो संपूर्णत: घे आणि त्याबद्दल ठामपणा बाळग. हा ठामपणाच पुढे तुला आणखीन असे अनुभव देऊ शकेल. ते अनुभव जसजसे आणखीन येऊ लागतील तेवढी त्यातली निश्चितताही वाढेल आणि नंतर मग असा एक बिंदू येईल की त्या वेळी जगानं जरी तुझ्या या अनुभवांना नाकारलं तरीही तुला काही फरक पडणार नाही. कारण जगापेक्षासुद्धा तुझ्या मनातली त्याबद्दलची निश्चितता, शुद्धता ही फार मोठी असणार आहे. हा काही मतदानाचा प्रश्न नाही. ते तुलाही माहीत आहे. फक्त 'जणू काही' या शब्दातला धोका मी दाखवून देतोय आणि तुला सावध करतोय. अन्यथा तुझ्या मताशी, तुझ्या अनुभवाशी तू कधीच ठाम राहू शकणार नाहीस. सतत दोलायमान राहाशील.

विश्वाशी मनानं एकरूप होण्याच्या अवस्थेविषयी मी आणखीन काही बोलावं असं तुला वाटतं. परंतु आणखीन बोलण्याची आवश्यकता नाही. कारण त्या प्रत्यक्ष अनुभवातून तुझा प्रवास चाललाय. ते घडून गेलेलं आहे. ते तसंच घडू देणं महत्त्वाचं! प्रत्यक्ष अनुभवासाठी केवळ त्याविषयी बोलणं हा पर्याय होऊ शकत नाही. मनानं ते खेळ या अनुभवापूर्वी खेळलेले असतातच. मन हे सहजासहजी आपली ताकद निष्प्रभ करायला तयार नसतं. त्यामुळे ती ताकद खलास होण्यापूर्वी जाताजाता ते तुम्हाला अडचणीत टाकण्याचे सगळे मार्ग

अवलंबत असतं. म्हणूनच 'जणू काही' हे शब्द त्या मनाच्या खेळाचाच एक भाग म्हणून येत असतात.

विश्वाशी तादात्म्य पावणं किंवा विरघळून जाण्याचा अनुभव हा अत्यंत वेगळ्या मार्गानं येत असतो. तो मार्ग म्हणजे मनाच्या पलीकडचा मार्ग! मन जिथं पोहोचू शकत नाही तिथून हा अनुभव येत असतो. तुम्ही फक्त 'जणू काही' हा शब्द मनातून काढून टाका आणि मनापल्याडच्या अवस्थेचा अनुभव घेऊन विश्वाशी तादात्म्यतेची अनुभूती मिळवा. या अनुभूतीच्या क्षणांचा तुमच्यावर अंमल बसला पाहिजे. कोणतीही भीती न बाळगता या क्षणांचं स्वागत करा.

एखाद्या सर्वोच्च साक्षात्कारी व्यक्तीच्या सान्निध्यात असण्याचा हाच एक फायदा आहे. तुम्ही एकाकी असलात तर घाबरून जाल, वेडे व्हाल. या विश्वाबरोबर आपण एक... हा अनुभव तुम्ही कसा काय एकट्यानं सांभाळणार? तुम्ही लोकांना सांगायला जाल तर लोकं वेड्यातच काढतील - विश्वाचाच एक अंश! विश्व म्हणजे मी! वेडेपणाच आहे.

तू जर म्हणशील - मी या झाडाचाच भाग आहे. मी म्हणजे झाड. मी म्हणजे पर्वत - मी म्हणजे समुद्र. तर लोकं वेड्यातच काढतील - कारण ही अवस्था सायुज्यतेची (संपूर्ण विलीन - एकरूप) आहे.

परंतु या ठिकाणी मात्र तुला कोणीही वेडं ठरवणार नाही. या कम्यूनमधे सगळेजण त्याच मार्गावर चाललेले आहेत. त्यामुळे प्रत्येकाचा अनुभव दुसऱ्याला उपयोगी पडणार आहे. कोणतीही भीती न बाळगता हे सारं इथं घडत आहे. तुमचा मार्ग बरोबर आहे का नाही हे सांगण्याचं माझं काम आहे. आणि तुझ्या बाबतीत मी खात्रीपूर्वक सांगतो की तू अत्यंत योग्य मार्गावर आहेस.

चैतन्यस्वरूपी एकरूप होण्याचा क्षण हा विलक्षण सुंदर असतो. तो येण्यासाठी तुम्ही काही करू शकत नाही. कारण मनाने काही प्रयत्न करण्याच्या आवाक्यातला तो क्षण नाही. एखाद्या गाढ निद्रेसारखी ती अवस्था आहे. झोप येणं अथवा न येणं यासाठी जसं 'आपण' काही करू शकत नाही तसंच हे आहे. सृष्टीशी, अखिल विश्वाशी एकरूप होण्याची अवस्था निर्माण करणं तुमच्या हातात नाही... तुम्ही फक्त वाट पहायची! शांतपणे, संपूर्ण विश्वासानं वाट पाहायची. जेव्हा यायचा असेल तेव्हा तो अनुभव येतोच. तुम्ही स्वत:हून काही करण्याच्या शक्तिबाहेरचा हा अनुभव आहे.

तादात्म्य पावण्याचा हा अनुभव हा झोपेतल्या विश्रांतीपेक्षा कितीतरी पटीनं सुंदर आहे. कोणत्याही परिश्रमाशिवाय आपोआप येणारा अनुभव. हेच त्याचं सौंदर्य आहे. जितके जितके तुम्ही मनाच्या गुलामगिरीतून सुटत जाल तितका तितका हा अनुभव जास्त समृद्ध होत जाईल. आणि अखेरीला चैतन्याशी

एकरूप होण्याचा हा अनुभव दिवसातले चोवीस तास तुम्ही भोगू शकाल.

ती अवस्था कशी असते हे तुम्ही मला विचारू नका कारण ते मी सांगितलं तर तुम्हाला काहीतरी सुगावा लागेल आणि तुम्ही बळजबरीनं सारखे प्रयत्न करायला जाल आणि तसं करणं चुकीचं आहे. कारण ही अनुभूती या जगातली नाहीच. ती दैवी गोष्ट आहे. पवित्र अशा शुचिर्भूत मनाकडून त्याचं पोषण होत असतं.

म्हणून मुद्दामहून कोणतेही प्रयत्न करू नका. आपोआप या अनुभवांचा प्रत्यय येऊ दे. ज्या वेळी ही एकरूपतेची अवस्था, तुमची अस्तित्वहीन अवस्था असेल तेव्हा शांतचित्तानं त्याचं आपोआप घडणं पहात रहा. ही अवस्था म्हणजेच आपल्यातला अहंकार नष्ट होणं! तू म्हणजेच विश्व, तू म्हणजेच चैतन्य असं संपूर्णपणे तेच होऊन जाणं म्हणजेच अहंकाराचं कुंपण गळून पडणं होय. ज्या वेळी अहंकाराचा अडसर दूर होतो तेव्हाच तुम्ही या पृथ्वीशी, या तारेतारकांशी, किंबहुना सृष्टीतल्या प्रत्येक गोष्टीशी तादात्म्य पावता.

बोकोजू नावाचे एक झेन सत्पुरुष आपल्या शिष्यांना नेहमी कोड्यात टाकत असत. अत्यंत प्रसिद्ध असलेल्या या सत्पुरुषांचा खूप मोठा मठ होता.

रोज सकाळी ते जेव्हा झोपेतून जागे होऊन डोळे उघडत तेव्हा स्वत:ला एक प्रश्न विचारीत, 'बोकोजू, तुम्ही अजून इथं आहात?' होय, स्वामी! ते स्वत:च उत्तर देत.

शिष्य म्हणायचे, 'हा तर वेडेपणाच आहे'! एक दिवस शिष्य एकत्र जमले आणि धाडस करून त्यांनी गुरूंना प्रश्न केला, 'हा काय वेडेपणा? रोज सकाळी तुम्ही स्वत:लाच असा प्रश्न करणं, आणि स्वत:च उत्तर देणं. या गोष्टी फारच विचित्र वाटत आहेत. तुम्ही असं का करता?' ते हसले आणि म्हणाले, 'मी जेव्हा पूर्णपणे चैतन्यस्वरूपी एकरूप झालेला असतो तेव्हा प्रश्न आपोआप येतो की, अजूनही बोकोजू त्याच जुन्या व्यक्तिमत्त्वात आहे का? आणि केवळ माझा आवाज ऐकण्यासाठी मीच उत्तर देतो की होय... तो इथं आहे...

तुम्ही हा वेडेपणा समजू नका - संपूर्ण दिवसभर मी तुमच्याबरोबर असतो. तुमच्या अडचणी, तुमचे प्रश्न सोडवण्यात रात्रीपर्यंत मी मग्न असतो. परंतु रात्री मात्र मी एकटा, संपूर्ण एकटा, असा चैतन्याशी एकरूप झालेला असतो. माझं अस्तित्व मी विसरून गेलेला असतो. त्यामुळे सकाळी माझी मला आठवण करून द्यावी लागते. 'मी कोण आहे? मी इथं काय करतोय? कोण आहे हा? जो मला उठवतो आहे? या साऱ्या प्रश्नांसाठी मी एक योजना केलेली आहे ती म्हणजे मी सर्व काही विसरतो, परंतु एकच गोष्ट लक्षात ठेवतो. ती म्हणजे

माझं नाव! ज्या दिवशी मी माझं नावही विसरून जाईन त्या दिवशी माझ्या अंत्यसंस्कारांची तयारी करायला तुम्ही सुरवात करा.

सर्व शिष्यांना हे ऐकून धक्काच बसला. ते म्हणाले, 'नाही नाही... असं होता कामा नये. तुम्ही तुमचं नाव विसरू नका. यापुढे कितीही काळ सकाळी असे प्रश्न करत गेलात तरी आम्हाला आम्हाला काहीही वाटणार नाही.

तरीही एकदा तरी माझं नाव मला विसरावंच लागेल!

आणि ज्या दिवशी ते गेले त्या दिवशी त्यांनी स्वतःला प्रश्न केला नाही. त्या दिवशी ते उठले. शिष्य वाट पाहात होते. आत्ता प्रश्न विचारतील, मग विचारतील! परंतु ते काहीच बोलले नाहीत. शिष्यांना वाटलं, इतक्या दिवसांची यांची सवय गेली कशी काय? काय झालं. शिष्यांनी धैर्य करून विचारलं, 'तुम्ही काहीतरी विसरलात का?'

ते उत्तरले, 'नाही... मी काहीही विसरलो नाहीये! परंतु आता बोकोजू इथं नाही. त्यामुळे त्याचं उत्तर ऐकायलाही इथं कोणी नाही.

तुम्ही उठण्याची मी सकाळपर्यंत वाट पाहात होतो! कारण शेवटचं एकदा तुम्हाला पाहावं आणि आशीर्वाद द्यावेत यासाठी मी सकाळपर्यंत थांबलो होतो. नाहीतर मध्यरात्रीच केव्हातरी मी या विश्वात विलीन होऊन गेलो असतो. त्यामुळे आता माझ्या आठवणीसाठी प्रश्न विचारण्याची गरजच नाही. त्याला आता काहीच अर्थ नाही. आता माझ्या जवळ या. इथे अगदी जवळ या. माझे आशीर्वाद घ्या. बोकोजू आता चालला आहे. सर्वसामान्य माणसांसाठी उद्यापासून ही खोली रिकामी दिसेल. परंतु जे माझ्याजवळ आहेत, माझ्यावर प्रेम करतात, त्यांच्यासाठी ही खोली माझ्या अस्तित्वानं भरून गेलेली दिसेल. आणि जे कोणी संपूर्णतः माझ्या समीप असतील त्यांना माझे शब्दसुद्धा ऐकायला मिळतील ''बोकोजू तू अजून इथं आहेस? होय, मी इथं आहे!'

नंतरची कथा अशी आहे की, फक्त दोनच शिष्यांना ते शब्द त्यांच्या निर्वाणानंतर ऐकणं शक्य झालं. परंतु अनेक शिष्यांना त्यांचं अस्तित्व जाणवत असे. ते दोन शिष्य मात्र त्यानंतर लवकरच साक्षात्कारी पुरुष झाले. अवघं चैतन्यस्वरूपी विश्व ज्या वेळी तुमच्यात सामावलं जातं तेव्हा असं नाही की तुमचं स्व अस्तित्व विसरलं जावं. विसरला जातो तो बाह्य परिघ. जीवनातले बाह्य उपचार! परंतु तुमच्या अंतरंगात, अगदी गाभ्यात सर्व काही जागृत असतं - परंतु विश्वाशी एकरूप होण्याच्या अवस्थेत आपण म्हणजेच विश्व अशी अनुभूती होत असते. म्हणूनच तुमच्यासाठी ही फार लवचिक अशी एक अवस्था आहे. ही छोटी कथा तुम्हाला त्यासाठी उपयोगी पडेल.

कोणत्याही शंका-कुशंका, अविश्वास आणि प्रश्न मनामधे न आणण्याची

काळजी घ्या. या एकरूपतेची अनुभूती आनन्दानं अनुभवा. त्यातून आनन्द घ्या. जितका यातून तुम्ही जास्तीत जास्त आनन्द मिळवाल, तितका तो अनुभव लवकर जवळ येईल. तुमच्या आध्यात्मिक वाटचालीमधे 'मन' हे नेहमी अडचण निर्माण करत असतं. मन हे नेहमी खोटेपणा करत असतं. एखाद्या शुद्ध अनुभवाबद्दल सुद्धा शंका-कुशंका निर्माण करत राहातं.

म्हणून मनाच्या खेळांवर विश्वास ठेवू नका. मनाजवळ खोटेपणाची शक्ती भरपूर असते. तुम्हाला जो शुद्ध अनुभव येतो आहे त्याबद्दल खात्री बाळगा. 'जणू काही' या शब्दामुळे तुमच्या अनुभवाला धूसरता प्राप्त होते. 'जणू काही' हे शब्द तुझ्या अंतरंगातून आलेले नाहीत. ते शब्द म्हणजे मनानं निर्माण केलेला एक अडथळा आहे. तेव्हा येणाऱ्या अनुभवाबद्दल निश्चितता बाळग. 'जणू काही' शब्द काढून टाक. तुला येत असलेल्या सुंदर आणि अद्भूत अनुभवामधे मनाला येऊच देऊ नकोस. त्याला बाहेरच थांबव.

ठीक आहे, मनीषा?

होय, ओशो.

ओशो – एक परिचय

सत्याचा वैयक्तिक पातळीवर शोध घेण्यापासून ते ज्वलंत अशा सामाजिक आणि राजनैतिक प्रश्नांपर्यंत ओशोची नवी विचारप्रणाली त्यांना इतर सर्व पातळ्यांपासून वेगळ्या, फक्त त्यांच्या स्वत:च्या अशा पातळीवर नेऊन ठेवते. हे तत्त्वज्ञान म्हणजे आंतरिक बदलाच्या विज्ञानामध्ये सहभागी असलेला एक क्रांतिकारक पर्याय आहे. आजच्या गतिशील जीवनाचा विचार करूनच बनवण्यात आलेले ध्यानाचे प्रकार या तत्त्वज्ञानामध्येच उगम पावलेले आहेत.

विलक्षण असे ओशो सक्रिय ध्यानाचे प्रकार, शरीर आणि मन यांच्यामध्ये जमा झालेल्या तणावाचा निचरा करून विचाररहित ध्यानाचा अनुभव घेता येईल अशा दृष्टीने बनवले गेले आहेत.

ओशोंच्या मतानुसार, त्यांना अशी एक परिस्थिति निर्माण करावयाची आहे - ज्यामध्ये नवा माणूस जन्म घेऊ शकेल. या नव्या माणसाला ओशो - 'झोर्बा - द बुद्ध' असे संबोधतात. या माणसाची पावले जमिनीवर आहेत पण त्याचे हात

ताऱ्यांना स्पर्श करू शकणारे आहेत.

ओशोंच्या प्रत्येक विचारामध्ये एक तत्त्वज्ञान प्रवाहासारखे वाहत राहिले आहे. या तत्त्वज्ञानामध्ये चिरंतन अशी पौर्वात्य बुद्धी आणि पाश्चिमात्त्य विज्ञान व तंत्रज्ञानाच्या परमोच्च शक्यता यांचा समावेश झालेला आहे. हे तत्त्वज्ञान समजून घेऊन आपल्या जीवनात ते उपयोगात आणले, तर एक क्रांतीच घडून येईल.

त्यांची पुस्तके लिहिलेली नाहीत तर पस्तीस वर्षांहूनही अधिक अशा कालखंडामध्ये वेळोवेळी त्यांनी दिलेली प्रवचने या प्रवचनांच्या ध्वनिमुद्रणांवरून लिहून काढली गेलेली आहेत.

लंडनच्या 'संडे टाईम्स' या वृत्तपत्राने ओशोंना 'विसाव्या शतकाच्या एक हजार निर्मात्यांमध्ये' स्थान दिले आहे तर भारतातील 'मिड्-डे' या वृत्तपत्राने त्यांना, गांधी, नेहरू आणि बुद्ध यांच्या समवेत भारताचे भाग्य बदलणाऱ्या दहा व्यक्तींमध्ये बसवले आहे.

■

ओशो इंटरनॅशनल मेडिटेशन रिझॉर्ट

दरवर्षी जगभरातल्या जवळजवळ शंभर देशांतून हजारो लोक इथल्या अपूर्व अशा वातावरणाचा, तसंच ध्यानधारणा आणि त्या संदर्भातल्या कार्यक्रमांचा लाभ घेण्यासाठी इथे येत असतात. भारतातल्या मुंबई शहराच्या दक्षिणपूर्वेला असलेल्या पुणे शहरात अठ्ठावीस एकरांमध्ये हा रिझॉर्ट वसवलेला आहे. हिरव्यागार झाडीनं वेढलेलं निवासीक्षेत्रातलं हे रमणीय स्थान बांबूच्या वनामुळे, रानटी फुलझाडांनी, तसंच छोटे धबधबे, मोरांच्या वावरामुळे आणखीनच प्रेक्षणीय ठरलेलं आहे. या मेडीटेशन रिझॉर्टची मूळ कल्पना आहे, मूळ विचार आहे तो 'झोरबा द बुद्ध' तत्त्वज्ञानाचा! आयुष्याचा कणन्‌कण आनंदानं तसंच जागरूकतेनं जगणं हा तो विचार! काही पर्यटक इथे येतात ते फक्त 'काहीही न करण्याची' चैन अनुभवण्यासाठी. फक्त 'असणं' एवढंच प्रयोजन. काहीजण येतात ते, ताणविरहित आनंदी आयुष्य अधिक चांगल्या पद्धतीनं जगण्यासाठी असलेले कोर्सेस करण्यासाठी, तसंच काही प्रवचनं, शिबिरात भाग घेण्यासाठी. यामध्ये पूर्ण जाणिवेचं तंत्र वापरून, स्वत:ला जाणण्याचे मार्गही सांगितले जातात. हे सारे कोर्सेस 'ओशो मल्टीव्हर्सिटी' तर्फे ओशोतीर्थच्या शेजारी असलेल्या 'पिरॅमिड' इमारतीत घेतले जातात.

ध्यानधारणेच्या असंख्य पद्धतींतून कोणत्याही पद्धतीची निवड, मंडळी करू शकतात. रोज सकाळी सहा वाजता हे कार्यक्रम सुरू होतात. रोजच्या संध्याकाळी ध्यानधारणेचा एक कार्यक्रम आयोजित केला जातो. ज्यामध्ये नृत्यापासून ते नुसतं शांत बसण्यापर्यंत विविध प्रकार घेतले जातात. कोणतेही विशेष कष्ट न घेता आपल्या 'आतली' शांतता अनुभवण्याची संधी ओशोंच्या ध्वनिमुद्रित भाषणांतून सहजपणे मिळते.

टेनिसकोर्ट, जीम, सौना, जाकूझी, पोहोण्याचा तलाव इ. सोयींबरोबरच झेन पद्धतीने ताई ची, ची गाँग, योगा हेही शिकता येतं.

भोजनगृहात इंटरनॅशनल शाकाहारी स्वयंपाक बनवला जातो, भाजीपाला खास

सेंद्रीय पद्धतीचा! रात्री मित्रमैत्रिणींबरोबर मोकळ्या आकाशाखाली सुंदर भोजन आणि क्वचित साथीला संगीत असं छान वातावरण असतं.

मेडिटेशन रिझॉर्टमध्ये असलेल्या ओशो गेस्टहाऊसचे रिझर्वेशन ऑनलाईन बुकिंगखाली दिलेल्या वेबसाइटवरून किंवा guesthouse@osho.com येथे ई-मेल पाठवून करता येईल.

चिंतनस्थळ, रिझॉर्ट यांच्या ऑनलाइन टूर बरोबरच प्रवास आणि कार्यक्रमासंबंधीची माहिती www.osho.com/resort या वेबसाइटच्या लिंकवरून मिळेल.

अधिक माहितीसाठी

www.osho.com

ही बहुभाषिक ओशो वेबसाइट आपल्याला मेडिटेशनचा अनुभव देईल, ओशो इंटरनॅशनल मेडिटेशन रिझॉर्टची माहिती देईल. ऑनलाईन मॅगझीन, ओशो झेन टॅरो वाचनाचा आनंद अनुभवाल. ओशो मल्टीव्हर्सिटीमधील स्वयंशोधनाच्या कार्यक्रमाची माहितीही मिळेल. सर्व ओशो ऑडियो टॉक्स व ई-बुक्स 'शॉप' सेक्शनमधून डाऊनलोड करता येतील.

संपूर्ण ओशो लायब्ररी आपल्या संदर्भ व संशोधनासाठी ऑनलाईन बघता येईल.

'ओशो इंटरनॅशनल फाऊंडेशन'शी संपर्क करण्यासाठी
Website : www.osho.com/oshointernational

ओशो इंटरनॅशनल मेडिटेशन रिझॉर्ट
१७ कोरेगाव पार्क, पुणे ४११००१ (महाराष्ट्र-भारत)
E-mail : resortinfo@osho.net

ओशो का हिंदी साहित्य

उपनिषद

सर्वसार उपनिषद
कैवल्य उपनिषद
अध्यात्म उपनिषद
कठोपनिषद
ईशावास्य उपनिषद
निर्वाण उपनिषद
आत्म-पूजा उपनिषद
केनोपनिषद

बुद्ध

एस धम्मो सनंतनो (बारह भागों में)

महावीर

महावीर-वाणी (दो भागों में)
जिन-सूत्र (दो भागों में)
महावीर या महाविनाश
महावीर : मेरी दृष्टि में
ज्यों की त्यों धरि दीन्हीं चदरिया

कबीर

सुनो भई साधो
    सुनो भई साधो
    कस्तूरी मंडल बसै
कहै कबीर दीवाना
    कहै कबीर दीवाना
    मेरा मुझमे कुछ नही
कहै कबीर मैं पूरा पाया
    गुंगे केरी सरकारा
    कहै कबीर मैं पूरा पाया
न कानों सुना न आंखों देखा
    होनी होय सो होय (कबीर)
    अकथ कहानी प्रेम की
    (फरीद)

कृष्ण

गीता-दर्शन
(आठ भागों में अठारह अध्याय)
कृष्ण-स्मृति

अष्टावक्र

अष्टावक्र महागीता (नौ भागों में)

लाओत्से

ताओ उपनिषद (छह भागों में)

अन्य रहस्यदर्शी

अथातो भक्ति जिज्ञासा (शांडिल्य)
(दो भागों में)
भक्ति-सूत्र (नारद)
शिव-सूत्र (शिव)
भजगोविन्दम् मूढ़मते (आदिशंकराचार्य)
एक ओंकार सतनाम (नानक)
जगत तरैया भोर की (दयाबाई)
बिन घन परत फुहार (सहजोबाई)
मैने राम रतन धन पायो (मीरा)
झुक आई बदरिया सावन की (मीरा)
नहीं सांझ नहीं भोर (चरणदास)
संतो, मगन भया मन मेरा (रज्जब)
कहै वाजिद पुकार (वाजिद)
मरौ हे जोगी मरौ (गोरख)

सहज-योग (सरहपा-तिलोपा)
बिरहिनी मंदिर दियना बार (यारी)
प्रेम-रंग-रस ओढ़ चदरिया (दूलन)
दरिया कहै सब्द निरबाना (दरियादास बिहारवाले)
हंसा तो मोती चुगैं (लाल)
गुरु-परताप साध की संगति (भीखा)
मन ही पूजा मन ही धूप (रैदास)
झरत दसहुं दिस मोती (गुलाल)
नाम सुमिर मन बावरे (जगजीवन)
अरी, मै तो नामके रंग छकी (जगजीवन)
कानों सुनी सो झूठ सब (दरिया)
अमी झरत बिगसत कंवल (दरिया)
हरि बोलौ हरि बोल (सुंदरदास)
ज्योति से ज्योति जले (सुंदरदास)
जस पनिहार धरे सिर गागर (धरमदास)
का सोवै दिन रैन (धरमदास)
सबै सयाने एक मत (दादू)
पिव पिव लागी प्यास (दादू)
अजहूं चेत गंवार (पलटू)
सपना यह संसार (पलटू)
काहे होत अधीर (पलटू)
कन थोरे कांकर घने (मलूकदास)
रामदुवारे जो मरे (मलूकदास)
जरथुस्त्र: नाचता-गाता मसीहा (जरथुस्त्र)

प्रश्नोत्तर

नहिं राम बिन ठांव
प्रेम-पंथ ऐसो कठिन
उत्सव आमार जाति, आनंद आमार गोत्र
मृत्योर्मा अमृतं गमय
प्रीतम छवि नैनन बसी
रहिमन धागा प्रेम का
उड़ियो पंख पसार
सुमिरन मेरा हरि करैं
पिय को खोजन मैं चली
साहेब मिल साहेब भये
जो बोलैं तो हरिकथा
बहुरि न ऐसा दांव
ज्यूं था त्यूं ठहराया
ज्यूं मछली बिन नीर
दीपक बारा नाम का
अनहद में बिसराम
लगन महूरत झूठ सब
सहज आसिकी नाहिं
पीवत रामरस लगी खुमारी
रामनाम जान्यो नहीं
सांच सांच सो सांच
आपुई गई हिराय
बहुतेरे हैं घाट
कोंपलें फिर फूट आईं
क्या सोवै तू बावरी
कहा कहूं उस देस की
पंथ प्रेम को अटपटो
फिर पत्तों की पांजेब बजी
मैं धार्मिकता सिखाता हूं, धर्म नहीं

झेन, सूफी और उपनिषद की कहानियां

बिन बाती बिन तेल
सहज समाधि भली
दीया तले अंधेरा

योग

पतंजलि : योग-सूत्र (पांच भागों में)

योग : नये आयाम

तंत्र
संभोग से समाधि की ओर
  संभोग से समाधि की ओर
  युवक और यौन
  क्रांती सूत्र
तंत्र-सूत्र (पांच भागों में)

विचार-पत्र
क्रांति-बीज
पथ के प्रदीप
पत्र-संकलन
अंतर्वीणा
प्रेम की झील में अनुग्रह के फूल
ढाई आखर प्रेम का
पद घुंघरू बांध
प्रेम के फूल
प्रेम के स्वर
पाथेय

बोध-कथा
मिट्टी के दीये
साधना-शिविर
साधना-पथ
  साधना-पथ
  अंतर्यात्रा
  प्रभूकी पगडंडियां
मैं मृत्यु सिखाता हूं
जिन खोजा तिन पाइयां
समाधि के सप्त द्वार (ब्लावट्स्की)
साधना-सूत्र (मेबिल कॉलिन्स)
ध्यान-सूत्र

जीवन ही है प्रभु
असंभव क्रांति
रोम-रोम रस पीजिए
नेति नेति
  शून्य की नाव
  शून्य के पार
  सत्य की खोज
  संभावनाओं की आहट
गिरह हमारा सुन्न में
साक्षी की साधना
  साक्षी की साधना
  साक्षी का बोध
समाधि कमल
अपने माहिं टटोल
ध्यान दर्शन
ध्यान के कमल
जीवन संगीत
जो घर बारे आपना
प्रेम दर्शन

ध्यान, साधना
ध्यान विज्ञान
ध्यानयोग : प्रथम और अंतिम मुक्ति
मैं कोन हूं
नेति-नेति
समाधिके द्वार पर
तृषा गई एक बूंद से
  तृषा गई एक बूंद से
  जीवन सत्यकी खोज
माटी कहै कुम्हार सूं
  माटी कहै कुम्हार सूं
जीवन रस गंगा
अमृत की दिशा

अमृत की दिशा
समाधि के तीन चरण
चित चकमक लागे नाहि

अंतरंग वार्ताएं
संबोधि के क्षण
प्रेम नदी के तीरा
सहज मिले अविनाशी
उपासना के क्षण
अनंत की पुकार
राष्ट्रीय और सामाजिक समस्याएं
देख कबीरा रोया
देख कबीरा रोया
अस्वीकृती में उठा हाथ
भारत के जलते प्रश्न
भारत के जलते प्रश्न
समाजवादसे सावधान
समाजवाद अर्थात आत्मघात
स्वर्ण पाखी था जो कभी
नये समाज की खोज
नये भारत की खोज
नये भारत का जन्म
भारत का भविष्य
फिरअमरित की बूंद पडी
एक एक कदम
विविध
अमृत-कण
अमृत वाणी
कुछ ज्योर्तिमय क्षण
नये संकेत
चेति सकै तो चेति
हसिबा, खेलिबा, धरिबा ध्यानम्
धर्म साधना के सूत्र
मै कहता आंगन देखी
जीवन क्रांति के सूत्र
जीवन रहस्य
करुणा और क्रांति
विज्ञान, धर्म और कला
शून्य के पार
प्रभु मंदिर के द्वार पर
तमसो मा ज्योतिर्गमय
प्रेम है द्वार प्रभु का
अंतर की खोज
अमृत वर्षा
अमृत द्वार
एक नया द्वार
प्रेम गंगा
समुंद समाना बुंद में
सत्य की प्यास
शून्य समाधि
व्यस्त जीवन में ईश्वर की खोज
अज्ञात की ओर
धर्म और आनंद
जीवन-दर्शन
जीवन की खोज
क्या ईश्वर मर गया है
क्या मनुष्य एक यंत्र है
नानक दुखिया सब संसार
नये मनुष्य का धर्म
धर्म की यात्रा
स्वयं की सत्ता
सुख और शांति
नारी और क्रांति
सम्यक शिक्षा
शिक्षा में क्रांति
गहरे पानी पैठ

ज्योतिष विज्ञान	जीवन अलोक
नव संन्यास क्या	जीवन की कला
सत्य का अन्वेषण	जीवन क्रांती की दिशा
सत्य का दर्शन	जीवन गीत
घाट भुलाना बाट बिनु	मन का दर्पण
पथ की खोज	आंखों देखी सांच
	आनंद की खोज

ओशोंच्या साहित्यासंबंधी माहितीसाठी तसेच मागणीकरिता संपर्क :

ओशो मिडिया इंटरनॅशनल,

१७, कोरेगाव पार्क, पुणे - ४११००१, महाराष्ट्र, भारत.

फोन ९१ (२०) ६६०१९९८१.

E mail: distibution@osho.net

ओशोंच्या ऑडियो व्हिडियो प्रवचनांसंबंधी माहितीसाठी तसेच मागणीकरिता संपर्क :

ओशो मल्टीमिडिया ॲण्ड रिजॉर्ट्स प्रा. लि.

१७, कोरेगाव पार्क, पुणे - ४११००१, महाराष्ट्र, भारत.

फोन ९१ (२०) ६६०१९९८१.

E mail: distibution@osho.net

ओशोंची पुस्तके त्यांनी श्रोत्यांसमोर दिलेल्या प्रवचनांमधून घेतलेले त्यांचे विचार आहेत. ओशोंची सर्व प्रवचने पुस्तकरूपात प्रकाशित झाली आहेत. आणि ही प्रवचने ऑडियो स्वरूपातही उपलब्ध आहेत. ऑडियो रेकॉर्डिंग आणि पुस्तकांसंबंधी www.osho.com/library या संकेतस्थळावर उपलब्ध आहे.